वैचारिक बंदुकांचे शेत

शहीद भगतसिंग

डॉ. विवेक कोरडे

सकाळ प्रकाशन

Vaicharik Bandukanche Shet : Shahid Bhagat Singh

© Dr. Vivek Korde

वैचारिक बंदुकांचे शेत : शहीद भगतसिंग

प्रथम आवृत्ती : मार्च २०२०

द्वितीय आवृत्ती : ऑक्टोबर २०२२

संपादन : दीपाली चौधरी

मुद्रितशोधन व मांडणी : अश्विनी महाजन

मुखपृष्ठ : संदीप देशपांडे

प्रकाशक : सकाळ मीडिया प्रा. लि.
५९५, बुधवार पेठ,
पुणे ४११ ००२

ISBN : 978-93-89834-19-2

संपर्क : 020-2440 5678 / 88888 49050
sakalprakashan@esakal. com

"Someone must weep so that others may laugh.
Someone must suffer so that others may save.
Someone must die so that others may live"

आमच्या जीवनाला भविष्य असावे म्हणून
आपले जीवन त्यागणाऱ्या
भगतसिंग आणि साऱ्या ज्ञात-अज्ञात क्रांतिकारकांना
श्रद्धापूर्वक आणि आदरपूर्वक अर्पण!

मनोगत

भारतीय स्वातंत्र्याच्या सशस्त्र क्रांतिकारी लढ्यांतील सर्वात प्रेरणादायक क्रांतिकारी आंदोलनात 'हिंदुस्थान सोशालिस्ट रिपब्लिकन आर्मी' या संघटनेचे नाव घ्यावे लागेल. शहीद भगतसिंग या आंदोलनाचे नेते होते. या आंदोलनाला लोकांचे आंदोलन बनवून त्याला सामाजिक प्रतिष्ठा मिळवून देण्यात त्यांचा सिंहाचा वाटा होता. 'मारो-काटो लोकांचा पक्ष' हे या आंदोलनाचे स्वरूप बदलून 'लोक क्रांती आंदोलन' अशी प्रतिष्ठा मिळाली त्याचे सारे श्रेय भगतसिंगांचेच आहे.

'इन्कलाब झिंदाबाद'चा नारा त्यांनी 'वंदे मातरम्'च्या घोषणेइतकाच लोकप्रिय करून त्या इन्कलाबचा अर्थ लोकांपर्यंत पोहोचवला. केवळ आपल्या कृतीनेच नव्हे; तर प्रसंगी मृत्यूला कवटाळण्याच्या निर्धाराने, अतुलनीय धैर्याने त्यांनी साऱ्या देशात स्वातंत्र्याकांक्षेने भारलेले वातावरण निर्माण केले.

भगतसिंगांचे हे क्रांतिकारी आंदोलन म्हणजे वैचारिक क्रांतीच होती आणि परिवर्तनाचे श्रेयही बहुतांशी भगतसिंगांनाच द्यावे लागेल. त्यांना फाशी दिली तेव्हा त्यांचे वय केवळ साडेतेवीस वर्षांचे होते. एवढ्या लहान वयातही त्यांच्या विचारांची प्रगल्भता, त्यांचा व्यासंग यापुढे नतमस्तक झाल्याखेरीज राहवत नाही. या व्यासंगामुळेच त्यांच्या क्रांतिकारकत्वाचे स्वरूप केवळ बॉंब-पिस्तुलांचे न राहता त्याला सामाजिक क्रांतीचे स्वरूप मिळाले.

त्यांच्या कृतींचा भर केवळ अंदाधुंद हिंसेवर न राहता, हिंसेला आपद्‌धर्म म्हणून स्वीकारून त्यामार्गे लोकजागृती असा राहिला.

आपल्या देशाने स्वातंत्र्य, समता, बंधुता, समाजवाद आणि धर्मनिरपेक्षता (सेक्युलॅरिझम) ही आधुनिक लोकशाही मूल्ये स्वीकारून, त्यांचा समावेश संविधानात केला आहे. या मूल्यांच्या जतन आणि संवर्धन यासाठी आपल्या देशाला नव्या तीर्थस्थळांची गरज आहे. पंजाबात हुसेनीवाला सरहद्दीवरील भगतसिंग, राजगुरू आणि सुखदेव यांचे हे समाधीस्थळ अशा तीर्थक्षेत्रांतील एक महत्त्वाचे तीर्थ ठरेल. हे समाधीस्थळ महात्मा गांधींची समाधी आणि दादरच्या चैत्यभूमीवरील डॉ. बाबासाहेब आंबेडकरांचे स्मारक ही तीनही तीर्थस्थळे तरुणांची प्रेरणास्थाने बनतील, हा विश्वास वाटतो. कारण त्यांचे मार्ग भिन्न असले तरी या सर्वांचे कार्य केवळ देशाला स्वातंत्र्य मिळवण्याचे नव्हते, तर देशाला खऱ्या अर्थाने मुक्त करण्याचे होते. आधुनिक लोकशाही मूल्यांची प्रस्थापना करण्याचे होते.

आज संविधानात प्रतिष्ठित झालेल्या लोकशाही मूल्यांचे अवमूल्यन जाणीवपूर्वक केले जात आहे. समाजवाद आणि धर्मनिरपेक्षता हे शब्द जणू ते शिव्या आहेत, अशा पद्धतीने उच्चारले जात आहेत. समता हे मूल्य समरसतेत बदलण्याची खटपट चालली आहे. अशा वेळी या मूल्यांसाठी आमच्या राष्ट्रीय नेत्यांनी केलेला त्याग लोकांसमोर ठेवणे, ही गोष्ट महत्त्वाची आहे; आणि अशा त्यागाचा आदर्श शहीद भगतसिंगांच्या बलिदानात आहे. त्या त्यागाची आणि त्यामागच्या मूल्यांची जाणीव वाचकांना नव्याने व्हावी, भगतसिंगांच्या जीवनाचा आणि विचारांचा अधिक अभ्यास करण्याची प्रेरणा मराठी वाचकांमध्ये निर्माण व्हावी, त्या अभ्यासातून भगतसिंगांना अभिप्रेत असलेल्या मूल्यांवर कार्य करणारे तरुण निर्माण व्हावेत, या उद्देशाने हे पुस्तक लिहिले आहे.

हे पुस्तक लिहिण्याचा मुख्य उद्देश भगतसिंगांचे विचार तरुण पिढीवर बिंबवणे, त्यांच्या कार्याकडे तरुणांना आकर्षित करणे हा आहे. राजकीय पक्षांच्या स्वार्थप्रेरित भांडवलशाहीवादी धोरणांमुळे, सत्ता घराबाहेर जाऊ नये म्हणून आपल्याच घरात सत्तेची वाटणी करण्याच्या राजकारण्यांच्या वृत्तीमुळे आणि कोणत्याही पक्षाचे सरकार आले, तरी सामान्यांचे प्रश्न तसेच राहत असल्यामुळे, तसेच सार्वत्रिक भ्रष्टाचारामुळे राजकारणापासून दूर जात असलेल्या तरुण पिढीतील राजकारणाबाबतची उदासीनता झटकून त्यांनी आजही कालोचित असलेल्या भगतसिंगांच्या विचारांवर कार्य करण्यास प्रवृत्त व्हावे, हा आहे. म्हणूनच एखादा मुद्दा ठसवण्यासाठी पुनरावृत्तीचा दोष पत्करून ती केलेली आहे. सुज्ञ वाचक ही गोष्ट समजून घेतील, अशी आशा आहे.

मुंबई सर्वोदय मंडळ, छात्र युवा संघर्ष वाहिनी, शिक्षण व्यापारीकरण विरोधी मंच या साथींच्या प्रोत्साहनाने हे पुस्तक लिहिण्याची प्रेरणा मिळाली. परिवर्तनवादी चळवळीतील माझे मित्र डॉ. राम पुनियानींमुळे ही प्रेरणा प्रत्यक्षात आली. या संदर्भातील चर्चांचा आणि त्यासाठी आवश्यक ग्रंथ मिळवून देण्याचा कंटाळा रामने कधीच केला नाही.

गोहर रज़ांशी केलेली चर्चा मला या पुस्तकासाठी फारच उपयुक्त ठरली. दिल्ली येथील त्यांच्या कार्यालयात त्या संदर्भातील चर्चेच्या वेळी त्यांनी दाखवलेले सौजन्य विसरता येणार नाही.

या पुस्तकाची प्रस्तावना लिहिण्याची विनंती मी लिखाण सुरू करण्याच्या आधीच डॉ. रत्नाकर महाजन यांना केली होती. डॉ. महाजन गेल्या ४० वर्षांहून अधिक काळ राजकारणात सक्रिय आहेत आणि एक विचारवंत म्हणून प्रसिद्ध आहेत. मी केलेली विनंती लक्षात ठेवून या पुस्तकाला प्रस्तावना लिहिल्याबद्दल मी त्यांचा अत्यंत आभारी आहे.

२३ मार्च १९३१ रोजी शहीद भगतसिंग आणि त्यांच्या साथींनी स्वतःच्या हातांनी एखादा हार गळ्यात घालून घ्यावा तसा फाशीचा दोर आपल्या गळ्यात घालून घेतला. असेंब्लीत बॉंब टाकून पळून जाण्याचा मार्ग उपलब्ध असूनही आणि त्यांच्या क्रांतिकारी गटाचे प्रमुख चंद्रशेखर आझाद यांची तशी इच्छा असतानाही भगतसिंगांनी पळून न जाता फाशीचा दोर गळ्यात घालून घेणे पसंत केले. त्यांच्या या वीर कृत्याने आजही ते तरुणांच्या गळ्यातले ताईत आहेत. अशा लाखो तरुणांना भगतसिंग आणि साथींनी स्वतःहून फासाचा दोर गळ्यात का घालून घेतला, हे समजणे गरजेचे आहे. गनिमीकाव्याच्या नावाखाली भ्याडपणाचे उदात्तीकरण केले जात असताना भगतसिंग आणि त्यांच्या साथींच्या वीरत्वाचे वेगळेपण आजच्या तरुण पिढीला कळावे या हेतूने हे पुस्तक लिहिले आहे. जेव्हा असत्य पुनःपुन्हा ओरडून सांगितले जाते, तेव्हा सत्य काय आहे हे सप्रमाण मांडावेच लागते.

सकाळ प्रकाशनाच्या माध्यमातून हे पुस्तक वाचकांपर्यंत सर्वदूर पोहोचेल आणि आजच्या वाचकांपर्यंत भगतसिंगांचे विचार पोहोचतील, अशी खातरी वाटते. या पुस्तकाच्या दर्जेदार निर्मितीसाठी सकाळ पुस्तक प्रकाशन विभागाचे वरिष्ठ सरव्यवस्थापक आशुतोष रामगीर, संपादिका दीपाली चौधरी आणि त्यांचे सहकारी यांचे मनापासून आभार!

भगतसिंगांवरील सारेच लिखाण वाचले, असा माझा दावा नाही. पण या पुस्तकातील एकही वाक्य पुरावे तपासल्याशिवाय लिहिलेले नाही, ही बाब मी या ठिकाणी नमूद करतो.

डॉ. विवेक कोरडे
मुंबई
९८३३० ७५६०६

प्रस्तावना

साम्राज्यशाही, शोषण यावर आधारित ब्रिटिश हुकमत परास्त करून देश स्वतंत्र करण्याचा प्रदीर्घ लढा हा आधुनिक भारताच्या इतिहासातील एक अभिमानास्पद, देदीप्यमान; पण तितकाच व्यामिश्र, गुंतागुंतीचा आहे. या लढ्याची सुरुवात १८५७च्या ब्रिटिश सैन्यांतर्गत असंतोषाने झाली, असे साधारणपणे मानले जाते. म्हणूनच, वि. दा. सावरकर यांनी या असंतोषाला व त्यातून निर्माण झालेल्या बंडाला 'स्वातंत्र्यसमर' असे म्हटले आहे.

काही इतिहासकारांच्या मते, हे बंड निखळ राष्ट्रीय भावनेतून किंवा राष्ट्रवादाच्या प्रेरणेतून निर्माण झालेले नसून सैन्यातील हिंदू आणि मुसलमान या दोघांच्याही धार्मिक भावना दुखावणाऱ्या उपाययोजनेमुळे दोघेही आपापल्या कारणाखातर ब्रिटिशांच्या विरुद्ध बंड करण्यास उद्युक्त झाले. न. र. फाटक यांचे या विषयावरील पुस्तक या घटनेचे वस्तुनिष्ठपणे मूल्यमापन करणारे आहे. त्यांच्या मते, उत्तर-पश्चिमेतील विस्तीर्ण प्रदेशावर बंडवाल्यांचे राज्य स्थापन झाल्यावरसुद्धा अवघ्या १००-१२५ दिवसांत हे बंड मोडून काढण्यात ब्रिटिशांना यश आले. कारण काही का असेना; भारतीय लष्कर आणि भारतीय जनता यांच्यामध्ये या बंडामुळे एक अस्वस्थता, आपल्या भवितव्याविषयीची चिंता आणि ब्रिटिश सत्ताधाऱ्यांविषयी अप्रीती निर्माण झाली. ती पुढे स्वातंत्र्यभावना जागृत करण्यासाठी अनुकूल ठरली एवढे मात्र खरे!

१८८५मध्ये निवृत्त ब्रिटिश सनदी अधिकारी ॲलन ह्यूम याच्या पुढाकाराने स्थापन झालेल्या राष्ट्रसभे (काँग्रेस)ने या अशांततेमागची कारणे ब्रिटिश सत्ताधिकाऱ्यांपुढे मांडून ती शमवण्याच्या दृष्टीने प्रयत्न करणारी संघटना असल्याचा समज पुढे वेळोवेळी अंगीकारलेल्या सरकारविरोधी संघर्षातील भूमिकेमुळे हळूहळू दूर झाला.

याशिवाय लढ्यात विविध विचारप्रवाह आणि मार्ग भिन्न असले तरी सर्वांचे समान ध्येय स्वातंत्र्य हे एकच होते. त्यामुळे अनेक प्रकारची विविधता असलेल्या भारतीय समाजात आपण सारे एक आहोत आणि आपण सर्वांनी एकत्र राहण्यातच आपल्या सर्वांचे हित आहे, अशा प्रकारची जाणीव निर्माण होण्यास मदत झाली.

महात्मा गांधींच्या आगमनानंतर यात गुणात्मक फरक झाला. अहिंसात्मक, सत्याग्रही मार्गाने निःशस्त्र प्रतिकार करून व्यापक जनसमर्थनाच्या आधारे स्वातंत्र्यलढा लढता येईल, हा विश्वास गांधीजींनी आपल्या कृतीतून निर्माण केला होता. त्या वेळी नुसते मोर्चा, निदर्शने आणि शांततामय आंदोलनाने काही होणार नाही; त्याऐवजी ब्रिटिश साम्राज्याविरुद्ध क्रांतिकारी आंदोलन संघटित केले पाहिजे आणि प्रसंगी बलिदानासही तयार झाले पाहिजे, असे मानणारा एक प्रवाह आधी बंगाल व नंतर महाराष्ट्र या प्रांतात सक्रिय होता. भगतसिंग हे यातल्या दुसऱ्या प्रवाहाचे प्रतिनिधी म्हणून इतिहासाला माहीत आहेत.

आपण स्वतंत्र नसलो तर जिवंत राहण्यात काही अर्थ नाही, इतक्या टोकापर्यंत त्यांची स्वातंत्र्यकांक्षा होती. 'जिवंत राहण्याची इच्छा नैसर्गिकपणे माझ्यातही असायला हवी. मी ती लपवू इच्छित नाही; पण माझे जिवंत राहणे एका अटीवर मी आहे, कैद होऊन, बंधने लादून घेऊन जिवंत राहू इच्छित नाही.' हे भगतसिंगांचे उद्‌गार या त्यांच्या निर्धाराची साक्ष देतात. महाराष्ट्र व बंगाल प्रांतात हिंसक आंदोलनाची आवश्यकता मानणाऱ्यांमध्ये दोनच प्रवाह होते. पहिला, जुलमी ब्रिटिश अधिकाऱ्यांना नष्ट करून त्यांच्या विरोधातील असंतोष वाढवत ठेवणे, तर दुसरा भगतसिंगांसारख्या व्यापक क्रांतिकारी विचारसरणीवर आधारित क्रांती घडवून आणण्यासाठी हिंसाही क्षम्य मानणारा आणि स्वतः फाशी जाण्यास तयार असणारा मतप्रवाह. यातील दुसरा प्रवाह बंगालमध्ये अधिक सक्रिय होता. बंगाल आणि महाराष्ट्रातील क्रांतिकारकांमधील हा फरक लोकमान्य टिळकांनी *केसरी*तील आपल्या २२ जून १९०८ रोजीच्या लेखात नेमकेपणाने मांडला आहे. त्यात ते म्हणतात, '१८९७मध्ये पुण्यातील रँडची हत्या आणि बंगालमधील बाँबकांड यामध्ये मोठे अंतर आहे. धाडस आणि कुशलतापूर्वक कार्य करण्याचा विचार करता चापेकर बंधूंचा दर्जा बंगालमधील बाँब कांडांपेक्षा वरचा आहे. पण साध्य आणि साधन या दृष्टीने पाहिले तर बंगालची जास्त प्रशंसा करावी लागेल. कारण चापेकर बंधूंच्या कृतीमागे अत्याचारविरोधी चीड असली, तरी त्या आवेशाला कोणतीही शुद्ध राजकीय विचारसरणी नव्हती. ही शासनव्यवस्था बदलत नाही तोवर अत्याचार नष्ट होणार नाहीत, ही बंगाल पार्टीची विचारसरणी एका दृष्टीने अधिक वरच्या पातळीवर होती.'

भगतसिंगांबद्दल त्यांच्या कृतीमुळे निर्माण झालेले अनेक गैरसमज रूढ आहेत. गांधीजींच्या अहिंसात्मक लढ्याने स्वातंत्र्य मिळाले नसून, भगतसिंगांसारख्या क्रांतिकारकांच्या बलिदानाने ते मिळाले, असा समज अगदी स्वतःला विचारी, सुशिक्षित म्हणणाऱ्या लोकांमध्येसुद्धा प्रचलित आहे. पण खुद्द भगतसिंगांचे तसे मत नव्हते. *मी नास्तिक का आहे?* या पुस्तिकेसह त्यांची अन्य पुस्तके किंवा त्यांचे सहकारी व चरित्रकार यांनी लिहिलेल्या आठवणी व अन्य साहित्यातून जे भगतसिंग समजतात, त्यातून देशाच्या आर्थिक, सामाजिक, सांस्कृतिक आणि राजकीय व्यवस्थेत पूर्णपणे परिवर्तन घडवू इच्छिणाऱ्या आणि ती बदलण्यासाठी सर्वांगीण विचार करणाऱ्या चिंतनशील राजकीय कार्यकर्त्याचे चित्र समोर येते.

स्वातंत्र्यासाठी आंदोलन संघटित करणाऱ्या अन्य कुठल्याही प्रवाहापेक्षा गांधीजींच्या नेतृत्वाखालील प्रवाह हा त्यांना अधिक प्रभावी व परिणामकारक वाटत असला तरी केवळ तेवढ्याने आपले इप्सित साध्य होणार नाही. त्याहून अधिक काहीतरी केले पाहिजे, अशी या तरुणाची आंतरिक ऊर्मी आणि प्रेरणा होती. गांधीजींनी उभारलेल्या स्वातंत्र्यलढ्यातील नेताजी सुभाषचंद्र बोस आणि जवाहरलाल नेहरू हे तरुणांच्या गळ्यातील ताईत होते. त्यांची तोंडभरून स्तुती भगतसिंगांनी केली असून; पंडित नेहरू हे तरुणांना अधिक जवळचे आणि प्रेरक नेतृत्व आहे, असे फासावर जाण्याच्या आठ दिवस आधी एका पंजाबी नियतकालिकात लिहिलेल्या लेखात त्यांनी म्हटले आहे.

वैचारिक बंदुकांचे शेत : शहीद भगतसिंग या डॉ. विवेक कोरडे यांच्या पुस्तकात भगतसिंगांच्या व्यक्तिमत्त्वाचे मित्र व सहकारी यांबद्दलचे अनेक अज्ञात पैलू आहेत. त्यांची आत्मीयता, मातृभूमीवरचे त्यांचे निरतिशय प्रेम, गांधी-नेहरू-सुभाष यांच्याबद्दलचा त्यांचा आदरभाव असे अनेक पैलू समोर येतात. स्वातंत्र्यलढ्याचा एकांगी विचार करणाऱ्या आणि गांधी विचारांच्या विरोधात क्रांतिकारी प्रवाह आहे असे चित्र निर्माण करून त्यांचा प्रतिनिधी असलेले भगतसिंग यांच्याबद्दलचे अनेक गैरसमज निर्माण करून ठेवण्यात आलेले आहेत. त्याचा प्रतिवाद, ऐतिहासिक पुरावे, भगतसिंगांचे समकालिनांचे लिखाण यांचा आधार डॉ. कोरडे यांनी समर्थपणे केला आहे. भगतसिंगांच्या 'मी नास्तिक का आहे?' या तुरुंगात लिहिलेल्या दीर्घ लेखाचे या दृष्टीने महत्त्व आहे. एका ठिकाणी भगतसिंग म्हणतात, 'आता यापुढे गूढवाद नाही आणि अंधविश्वासही नाही. वस्तुवाद ही आमची उपासना बनली आहे. अत्यंत आवश्यकता असेल तेव्हाच बळाचा वापर समर्थनीय आहे. एक धोरण म्हणून अहिंसा ही सर्व जनआंदोलनात अपरिहार्य आहे.' हा भगतसिंगांवरचा गांधीजींचा प्रभाव नाही तर दुसरे काय? भगतसिंग हे त्यांच्या आधीच्या क्रांतिकारकांहून भिन्न व अद्वितीय आहेत. कारण त्यांनी देशाच्या संपूर्ण स्वातंत्र्याच्या मार्गांची उद्घोषणा केली होती आणि क्रांतीची वैज्ञानिक दृष्टीने व्याख्या करून तिला तत्कालीन तसेच आगामी संदर्भांशी जोडले होते. हे लेखकाचे मत इतरांहून भगतसिंगांचा वेगळेपणा दाखवते.

भगतसिंगांच्या चरित्रावर व कार्यावर लिहिली गेलेली अनेक पुस्तकांचा व लेखांचा आधार डॉ. कोरडे यांनी हे पुस्तक लिहिताना घेतला आहे. त्या सर्वांची एक यादी पुस्तकाच्या शेवटी दिली आहे.

भगतसिंगांची एकूण राजकीय, सामाजिक व आर्थिक मांडणी पाहता, त्यांची साम्यवादी विचारांशी अधिक जवळीक दिसून येते. मार्क्स, एंजल्स, बाकुनिन यांचा त्यांनी तपशीलवार अभ्यास केला होता आणि त्यावर स्वतःचे विश्लेषण व ठाम मतेही मांडलेली दिसून येतात. मार्क्सवादी विचारसरणीला 'वैज्ञानिक विचारसरणी' असेही म्हणण्याचा प्रघात आहे. त्या दृष्टीने भगतसिंगांनी त्यांचा भारतीय संदर्भात विचार केलेला आढळतो. तथापि, भारतातला मार्क्सवादी किंवा कम्युनिस्ट हे भगतसिंगांना भारतीय संदर्भात मार्क्सवादी विचार मांडणारा आपला आयकॉन मानत नाहीत. कम्युनिस्ट चळवळीचा जगाचा इतिहास पाहता प्रत्येक देशातील कम्युनिस्ट चळवळीने मूळ मार्क्सच्या वैचारिक चौकटीत आपल्या देशातील परिस्थितीचा विचार करून कम्युनिस्ट विचार व चळवळ विकसित केल्याचे व त्यासाठी आपला नेता निवडल्याचे दिसून येते. भारतात मात्र असे काही घडले नाही. भारतात अजूनही कम्युनिस्ट पक्षाचे पुढारी मार्क्स, लेनिन यांची मांडणी जशीच्या तशी भारतीय परिस्थितीला सदासर्वकाळ लागू करण्याचा आग्रह धरतात. तीच त्यांच्या प्रगतीच्या मार्गातील आणि नित्य वाढता लोकसंग्रह निर्माण करण्यातील अडथळा आहे.

भगतसिंगांवरील गांधीजींचा प्रभाव हा सतत जाणवत राहतो. स्वातंत्र्यासाठी क्रांती करण्याच्या मार्गातील हिंसेची अनिवार्यता त्यांनी मांडली नाही. उलट, आवश्यक असेल तेव्हाच ती क्षम्य मानली. असे असूनसुद्धा गांधींच्या नेतृत्वाखालील अहिंसात्मक, शांततामय आंदोलनाच्या मार्गात ते सहभागी झाले असते, तर त्यांची ध्येयनिष्ठा, पराकोटीचा त्याग करण्याची तयारी, स्वातंत्र्याची अटळ ऊर्मी या सर्वांचा देशासाठी दीर्घ काळ उपयोग झाला असता आणि या जिंदादील तरुणाचे भारतीय स्वातंत्र्याच्या इतिहासातील स्थान अधिक अढळ झाले असते, असे वाटल्याशिवाय राहत नाही.

डॉ. विवेक कोरडे यांनी स्वातंत्र्य चळवळ, गांधीविचार आणि अन्य आनुषंगिक घटनाप्रसंग व विचार यांचा सखोल अभ्यास करून हे अनमोल पुस्तक उपलब्ध करून दिले याबद्दल त्यांचे आभारच मानले पाहिजेत.

– डॉ. रत्नाकर महाजन

काँग्रेस नेते आणि राजकीय विचारवंत

अनुक्रमणिका

१.
क्रांतिकारी आंदोलन : पार्श्वभूमी

जिवंत राहण्याची इच्छा नैसर्गिकपणे माझ्यातही असायला हवी. मी ती लपवू इच्छित नाही, पण माझे जिवंत राहणे एका अटीवर आहे. मी कैद होऊन, बंधने लादून घेऊन जिवंत राहू इच्छित नाही.

माझे नाव भारतीय इन्कलाब पार्टीच्या (भारतीय क्रांती) केंद्रस्थानी आहे आणि इन्कलाब पसंद पार्टीच्या (भारतीय क्रांतिदल) आदर्शांनी आणि बलिदानांनी मला अतिउच्च स्थानी ठेवले आहे. इतके उंच, की जिवंत राहिलो तरी मी याहून अधिक उंच कधीही होऊ शकणार नाही.

आज माझ्यातील दुर्बलता लोकांसमोर नाही. परंतु मी फाशी जाण्यातून वाचलो तर त्या जाहीर होतील आणि क्रांतीची वाटचाल कदाचित मंद वा बंदच होईल. पण माझ्या दिलदार वृत्तीने हसत-हसत फासावर चढल्याने हिंदुस्थानातील माता, आपल्या मुलांनी भगतसिंग बनावे अशा आकांक्षा करतील आणि देशाच्या स्वातंत्र्यासाठी बलिदान करणाऱ्यांची संख्या इतकी वाढेल, की क्रांती रोखणे साम्राज्यवाद्यांच्या राक्षसी शक्तींच्या आवाक्यात राहणार नाही.

होय! एक विचार आजही उचंबळून येतो. देशासाठी आणि मानवतेसाठी जे काही करण्याच्या आकांक्षा माझ्या मनात होत्या, त्याचा हजारावा भागही मी पूर्ण करू शकलेलो नाही. जिवंत राहू शकलो असतो, तर कदाचित त्या पूर्ण करण्याची संधी मिळाली असती आणि मी माझ्या आकांक्षा पूर्ण करू शकलो असतो.

फाशीतून वाचण्यासाठी याखेरीज कोणतीही लालसा माझ्या मनात कधी आली नाही. माझ्याहून चांगले नशीब कोणाचे असेल? आजकाल मला माझाच गर्व वाटतो. माझ्यात आता कोणतीच आकांक्षा शिल्लक नाही. आता तर मी अगदी अधीरपणे अंतिम परीक्षेची वाट पाहतोय. ती आणखी जवळ यावी, अशी इच्छा आहे.

आपला साथी,

भगतसिंग

(*युगद्रष्टा भगत सिंह और उनके मृत्युंजय पुरखे*, वीरेंद्र सिंधु, पृ. २४५-२४६)

स्वातंत्र्यासाठी ब्रिटिश साम्राज्यशाहीच्या विरोधात अनेक क्रांतिकारी आंदोलने आणि बलिदाने झाली. भगतसिंगांनी तुरुंगातील १४ क्रमांकाच्या साथींनी, 'सरदार, आपल्याला वाचवावे, असे एक क्रांतिकारक म्हणून वाटते का?' या प्रश्नाला लिहिलेले हे उत्तर भारतीय क्रांतिकारी आंदोलनांच्या इतिहासातील एक परमोच्च क्षण आहे. ब्रिटिश साम्राज्यशाहीच्या विरोधात स्वातंत्र्यासाठीच्या बलिदानांचा परमोच्च बिंदू आहे. भगतसिंग आणि क्रांती यांचा विचार करताना, भारतीय क्रांतिकारी आंदोलनाची पार्श्वभूमी पाहणे आवश्यक बनते. कारण क्रांतिकारक जन्मत नसतात; परिस्थिती आणि संस्कार क्रांतिकारक घडवत असते.

१८५७च्या विद्रोहाला पहिले स्वातंत्र्ययुद्ध म्हटले जात असले तरी क्रांतिकारी आंदोलनांचा प्रारंभ १८५७च्या बऱ्याच आधी झाला होता. त्या संघर्षांचे स्वरूप आणि शैली काळानुसार बदलती राहिली. ज्या दिवशी इंग्रजांनी भारतीय भूमीवर पाय ठेवला, त्या दिवसापासून त्यांना जनतेच्या विद्रोहाचा सामना करावा लागला. वि. दा. सावरकरांच्या शब्दांत सांगायचे तर,

> 'स्वधर्म आणि स्वराज्य या देवतांच्या अधिष्ठानासाठी ५७मध्ये सुरू झालेल्या रणमखाचा संकल्प कधी सोडला गेला होता? इंग्रज इतिहासकारांच्या मताप्रमाणे या रणमखाचा संकल्प डलहौजी साहेबांच्या कारकिर्दीत सोडला गेला होता, ही त्यांची समजूत भ्रामक आहे. ज्या क्षणी हिंदुस्थानच्या किनाऱ्यावर पारतंत्र्याने पहिला पाय टाकला, तेव्हाच!... ५७च्या क्रांतियुद्धाचे कारण ब्रिटिशांच्या 'चांगल्या अंमलात' किंवा वाईट अंमलात नसून फक्त अंमलातच आहे.'

(*१८५७चे स्वातंत्र्यसमर*, वि. दा. सावरकर, पृ. १२)

ब्रिटिश राज्याच्या अतोनात आर्थिक शोषणाने भारतीय जनतेला बरबाद करून टाकले होते. अठराव्या शतकाच्या उत्तरार्धात २८ दुष्काळ पडले. या दुष्काळांमध्ये २८५ लाख लोक मरण पावले. या दुष्काळांपैकी १८ दुष्काळ १८व्या शतकाच्या अंतिम २५ वर्षांत पडले. या आर्थिक विपन्नतेमुळे साऱ्या देशात शेतकऱ्यांच्या सशस्त्र विद्रोहांची

लाट उसळली. हे विद्रोह सामंतवाद-साम्राज्यवादाविरोधी होते (*भगत सिंह और स्वतंत्रता संग्राम*, डॉ. रघुवीर सिंह, पृ. २).

यानंतरच्या काळात नवोदित सुशिक्षित मध्यम वर्गाचे लोक वैधानिक आंदोलन विकसित करण्यात व्यग्र होते; तर या देशातील शेतकरी ब्रिटिश वसाहतवादी आणि त्यांच्या संरक्षणातील जमीनदार, सावकार आणि व्याजखोरी करणाऱ्यांच्या विरुद्ध सशस्त्र आंदोलनाचा मार्ग हाताळत होते.

महाराजा नंदकुमार पहिले विद्रोही होते, त्यांनी इंग्रजांना भारताबाहेर घालवण्यासाठी गुप्त योजना बनवली होती. ('महाराजा' ही उपाधी त्यांना बादशाह शहाआलम याने मे १७६४मध्ये प्रदान केली होती.) त्यांनी बादशाह शहाआलमच्या नेतृत्वाखाली भारतातील विभिन्न शक्तींना एकजूट केले आणि पुण्याच्या पेशव्यांशी संपर्क करून योजना अमलात आणण्यासाठी पावले उचलली. परिणामतः त्यांच्यावर फसवणुकीचा खोटा खटला चालवून नंदकुमार यांना फाशी देण्यात आले (*क्रांतिकारी भगत सिंह, व्यक्तित्व, विचारधारा और प्रासंगिकता*, चयनिका उनियाल पंडा, पृ. १७). यानंतर १७७६मध्ये जंगल महालच्या जमीनदारांनी ब्रिटिश शासनाविरुद्ध बंडाचा झेंडा उभारला आणि ब्रिटिशांचे आधिपत्य नाकारले. १८व्या शतकाच्या उत्तरार्धात सशस्त्र संन्याशांच्या आणि फकिरांच्या विद्रोहाने बंगालच्या कंपनी सरकारला सतावून सोडले. १७९८मध्ये चुआडांनीही इंग्रजांना खुले आव्हान दिले. भारतातून विदेशी शासन समाप्त करण्याचा सर्वप्रथम संघबद्ध प्रयत्न वहाबी आंदोलनाच्या रूपाने झाला. अत्याचारी सरकारचे निरंकुश शासन समाप्त करणे, हाच त्याचा उद्देश होता. १८५४-५५मध्ये नोकरशाहीचे अत्याचार आणि कुशासन याने क्षुब्ध होऊन निरीह संथाळांनीही बंड केले होते (तत्रैव, पृ. १७).

अशा प्रकारे १८व्या शतकातील शेतकऱ्यांचा संघर्ष वगळता १८५७पर्यंतचे बहुतेक संघर्ष राजा, धार्मिक नेते आणि ज्यांचे नुकसान झाले अशा जमीनदारांचे होते. निरीह संथाळांसारखे काही लोकसंघर्षही झाले. हे सारे संघर्ष १८५७च्या विद्रोहात आपल्या परमसीमेला पोहोचले. ब्रिटिश शासनाच्या गेल्या १०० वर्षांतील (१७५७च्या प्लासीची लढाई जिंकल्यानंतर ब्रिटिश कंपनीचे साम्राज्य सुरू झाले असे मानले जाते.) अन्याय, अत्याचार, अपमान, जातीय विद्वेष याने गांजलेले भारतीय पारतंत्र्याच्या पाशातून मुक्तीसाठी व्याकूळ झाले. हिंदू-मुसलमान पारंपरिक भेदभाव विसरून त्यांनी १८५७च्या क्रांतीत उडी घेतली (*१८५७चे स्वातंत्र्यसमर*, वि. दा. सावरकर, पृ. १२).

१८५७च्या विद्रोहाला पहिले स्वातंत्र्ययुद्ध मानले जाते, त्यामागील कारणांचा आढावा घेणे, सयुक्तिक होईल :

- १८५७च्या विद्रोहाचे स्वरूप व्यापक होते. हा विद्रोह देशाच्या बऱ्याच विभागांमध्ये सर्वसाधारणपणे एकाच वेळी सुरू झाला.
- या विद्रोहात हिंदू-मुसलमान संघटितपणे एका समान परकीय शत्रूविरुद्ध म्हणजे इंग्रजांविरुद्ध उभे राहिले. त्यात राजे-महाराजे, बादशाह-नबाब, जमीनदार होते, तसे सैन्यातील शिपाईही होते. शिवाय, दोन्ही धर्मांचे धार्मिक नेते, साधू, संन्यासी, मौलवी आणि फकीरही होते. सर्वसामान्य लोकही अल्प प्रमाणात या विद्रोहात सामील होते.
- या विद्रोहाला दिल्लीचा बादशाहा बहादूर शहा जफरचे नेतृत्व होते आणि हे नेतृत्व हिंदू राजे-संस्थानिक, जमीनदार आणि धार्मिक नेते यांनी सर्वसाधारणपणे मान्य केले होते.
- भारत एक राष्ट्र म्हणून संघटित व्हायची सुरुवात या विद्रोहाने झाली.

या विद्रोहाची मर्यादा ही होती की, या बंडाला सर्वसामान्यांनीही प्रवृत्त व्हावे म्हणून धार्मिक आवाहने करण्यात आली. त्यात राजा राममोहन राय यांच्यासारख्या समाजसुधारकांच्या मागणीवरून लॉर्ड बेटिंगने सतीची चाल बंद करण्यासारख्या चांगल्या सुधारणा केल्या, त्यांचा वापरही करण्यात आला.

१८५७च्या युद्धात भारतीयांचा पराभव झाला. पण त्याने ब्रिटिशांना मोठा हादरा बसला होता. हे होईपर्यंत भारतावर ब्रिटिशांचे नव्हे, तर ईस्ट इंडिया कंपनीचे राज्य होते. १८५७च्या विद्रोहामुळे इंग्लंडच्या राणीला जाहीरनामा काढून भारताचा कारभार ब्रिटिश सरकारच्या हाती द्यावा लागला.

ब्रिटिश सरकारचा कारभार सुरू झाल्यावरही इंग्रजी राज्याकडून अंदाधुंद लूट सुरूच राहिली. विद्रोहाला जबाबदार धरून अनेक गावे जाळण्यात आली. हजारोंना गावातील झाडांवरच फाशी देण्यात आले. काळ्या पाण्याच्या, जन्मठेपेच्या शिक्षा देण्यात आल्या. केवळ संशय वाटतो म्हणून अनन्वित अत्याचार करण्यात आले. यामुळे ब्रिटिशविरोधी जनमत तयार होण्यास मदत झाली. आक्रोश होताच. त्या आक्रोशाने पुढेही अनेक सशस्त्र विद्रोहांना जन्म दिला.

नील विद्रोह (१८५६-६०), जयंतीचा विद्रोह (१८६०-६३), फुला गुडी दंगा (१८६१), कुका विद्रोह (१८६९-७२), पबनाचा किसान विद्रोह (१८७२-७३), महाराष्ट्रात शेतकऱ्यांचा मोर्चा (१८७५), पुण्यात वासुदेव बळवंत फडके यांच्या नेतृत्वाखाली विद्रोह (१८७९) आणि रंपा विद्रोह (१८७९-८०) (*भगत सिंह और स्वतंत्रता संग्राम*, डॉ. रघुवीर सिंह, पृ. २)

१८७१मध्ये वहाबींकडून कलकत्त्याचे मुख्य न्यायाधीश नॉर्मनची हत्या आणि फेब्रुवारी १८७२मध्ये अंदमानचा व्हाइसरॉय मेयोची हत्याही ब्रिटिश अत्याचारांविरुद्धचा विद्रोह होता.

कुका आंदोलन आणि वासुदेव बळवंत फडके यांच्या नेतृत्वाखाली झालेला शेतकरी विद्रोह याला क्रांतिकारी आंदोलनाचा भाग मानले जाते. पंजाबात कुका लोकांनी अर्थात नामधारी शिखांनी रामसिंग कुका यांच्या नेतृत्वाखाली ब्रिटिश हुकमतीच्या विरोधात समांतर हुकमत कायम करण्याचा प्रयत्न केला. ते स्वदेशी आंदोलन वाढवण्यासही साहाय्यक ठरले. ब्रिटिश वसाहतवाद्यांना हिंदुस्थानातून हाकलून देण्यासाठी रामसिंग कुकांनी रशियाच्या बादशाहाकडूनही मदत घेण्याचा प्रयत्न केला होता (*भारत का मुक्तिसंग्राम,* अयोध्या सिंह, पृ. ७१).

१८५७पासून १८८०पर्यंत क्रांतिकारी आंदोलने ही काही घटना तसेच सशस्त्र बंडे इथपर्यंतच सीमित होती. या काळातील क्रांतिकारी आंदोलने स्पष्ट रूपाने राष्ट्रीय संघर्षाच्या समांतर काही ठोस स्वरूप घेऊ शकली नव्हती. 'संघटित आंदोलनांचा मार्ग सर्वप्रथम महाराष्ट्रात अजमावला गेला.' (*भारत का मुक्तिसंग्राम,* अयोध्या सिंह, पृ. २३४)

वासुदेव बळवंत फडके नव्या बुद्धिवादी वर्गाचे प्रतिनिधित्व करत होते. 'ब्रिटिश साम्राज्यवाद्यांचे राज्य नष्ट करण्यासाठी त्यांनी शहरांत आणि गावांत संघटना उभी केली होती. शेतकरी, विद्यार्थी आणि बुद्धिजीवी यांना संघटित केले होते. नव्या बुद्धिवादी वर्गाच्या प्रतिनिधींनी कृषी क्रांतीचे नेतृत्व करण्याचा प्रयत्न केला होता. भारताच्या स्वातंत्र्यासाठी तो फारच शुभसूचक होता, परंतु विदेशी शासकांसाठी फारच अशुभ.' (*भारतीय राष्ट्रीय आंदोलन का संक्षिप्त इतिहास,* अयोध्या सिंह, पृ. २) सीमित उद्देश असतानाही या सशस्त्र संघर्षाचे महत्त्व मोठे होते. कारण १८५७च्या पहिल्या विफल स्वातंत्र्यसंग्रामानंतर पहिल्यांदाच हा संघटित सशस्त्र विद्रोहाचा उल्लेखनीय प्रयत्न होता (*भगत सिंह और स्वतंत्रता संग्राम,* रघुवीर सिंह, पृ. ३).

१८५७च्या अयशस्वी स्वातंत्र्ययुद्धानंतर झालेल्या ब्रिटिशविरोधी सशस्त्र संघर्षांनी क्रांतिकारी प्रवृत्ती दिवसेंदिवस बळकट होत होत्या आणि १९व्या शतकाच्या आठव्या दशकात जणू सारे राष्ट्रच क्रांतीचे द्वार ठोठावत होते. भारतीय जनता आणि ब्रिटिश साम्राज्यवाद्यांमध्ये, बुद्धिजीवी आणि ब्रिटिश राज्यामध्ये, तसेच शेतकरी वर्ग आणि जमीनदारांमध्ये असणारा अंतर्विरोध तीव्र होत चालला होता.

जनतेतील या असंतोषाला वाट मिळावी, या कारणाने आणि क्रांतिकारी आंदोलनांच्या दबावामुळे २० डिसेंबर १८८५ रोजी काँग्रेसची स्थापना झाली. ती होण्यात ब्रिटिश शासनाने मोठी भूमिका बजावली. 'याने सशस्त्र क्रांतीची शक्यता संपेल आणि त्यामुळे असणारा

धोका टळेल, हा राष्ट्रीय काँग्रेसच्या स्थापनेमागचा सरकारी दृष्टिकोन होता.' (*आज का भारत*, रजनी पाम-दत्त, पृ. ३२२)

ॲलन ह्यूम काँग्रेसचे संस्थापक असणे आणि अशी संस्था स्थापण्यात सरकारची संमती असणे, याचा दुसरा अर्थ लावता येणार नाही. याच वेळी ब्रिटिश शासनाने आणखी एक खेळी खेळली. हिंदू-मुसलमान ऐक्याचे पुरस्कर्ते समजले जाणाऱ्या, ब्रिटिशांशी प्रामाणिक असणाऱ्या सर सय्यद अहमद यांचा उपयोग ब्रिटिशांनी यासाठी करून घेतला होता. सर सय्यद अहमद या काळात काँग्रेसला विरोध करत वरिष्ठवर्गीय हिंदू-मुसलमानांना ब्रिटिशांच्या बाजूने राहण्यासाठी ऐक्याचे आवाहन करत होते. पण वस्तुतः त्यांना ब्रिटिश नीतीनुसार हिंदू-मुसलमानांमध्ये फूट पाडायची होती.

त्यासाठी १८८८मध्ये 'द युनायटेड इंडियन पॅट्रियॉटिक असोसिएशन'ची स्थापना सर सय्यद अहमद खान आणि बनारसचे राजा शिवप्रसादसिंग यांनी केली. या संघटनेच्या सदस्यांमध्ये वरिष्ठ वर्गाचे काही हिंदू असले तरी ही संघटना प्रामुख्याने वरिष्ठवर्गीय मुसलमानांची होती. काँग्रेस ही हिंदुस्थानातील सर्व जातिधर्माच्या लोकांची संघटना आहे, या काँग्रेसच्या प्रचाराशी मुसलमान सहमत नाहीत, मुसलमान इंग्रजांचे सच्चे मित्र आहेत, हे इंग्लंडमधील लोकांना पटवून देणे हे संघटनेचे कार्य होते. २२ नोव्हेंबर १८८८ रोजी संघटनेचा ठरावच यासंबंधी बरेच काही सांगून जातो (*हिंदुस्थानच्या स्वातंत्र्य चळवळीचा इतिहास*, डॉ. जयसिंगराव पवार, पृ. २२६). *पायोनियर* या पत्राला पाठवलेल्या खुलासेवजा पत्रात सर सय्यद या ठरावासंबंधी लिहितात, 'सभा असा ठराव पास करत आहेत की, सभा राष्ट्रीय काँग्रेसला विरोध करते आणि उत्तर-पश्चिम, अवध या संस्थानांतून कुणीही व्यक्ती, हिंदू वा मुसलमान अलाहाबाद काँग्रेसला गेली, तर तिला संस्थानांचे प्रतिनिधी समजले जाऊ नये.' (*Writings and Speeches of Saiyad Ahmad Khan*, Sham Mohemmad, p. 219)

सर सय्यद अहमदांचे मुख्य सल्लागार, अलिगडच्या मोहम्मद कॉलेजचे प्राचार्य थिओडोर बेक यांचा हिंदू-मुसल्मान यांच्यात फूट पाडण्यात मोठा सहभाग होता. आयुष्याच्या अखेरपर्यंत बेकने हिंदू-मुसलमान संबंधात वितुष्ट आणण्यासाठी प्रयत्नांची पराकाष्ठा केली. (*हिंदुस्थानच्या स्वातंत्र्य चळवळीचा इतिहास*, प्रा. जयसिंगराव पवार, पृ. २२६)

बेकच्या सहकार्याबद्दल जयसिंगराव पवार लिहितात, इ.स. १८९३मध्ये सर सय्यद अहमदांच्या साहाय्याने प्रि. बेकने 'मोहम्मद डिफेन्स असोसिएशन ऑफ अप्पर इंडिया' ही संघटना स्थापन केली. मुस्लीम समाजाने राष्ट्रसभेपासून अलिप्त राहावे, हेच या संघटनेचे उद्दिष्ट होते. प्रि. बेक म्हणतो,

> 'या देशातील राजकीय सत्ता ब्रिटिशांपासून आपल्याकडे घेणे, हे राष्ट्रसभेचे (काँग्रेस) ध्येय आहे. मुसलमानांची या मागणीस कधीच सहानुभूती असणार नाही. या देशाला अयोग्य अशी लोकशाही शासनपद्धती मागणाऱ्या चळवळींविरुद्ध मुसलमान आणि इंग्रज यांनी एक होणे गरजेचे आहे. म्हणून आम्ही सरकारशी निष्ठा आणि इंग्रज-मुस्लीम संघटन, यांचा पुरस्कार करत आहोत.'

आणखी एका ठिकाणी प्रि. बेक म्हणतो,

> 'हिंदुस्थानला संसदीय राज्यपद्धती लागू होऊ शकत नाही. आणि तशी ती लागू केली तर मुसलमानांना बहुसंख्य हिंदूंच्या हुकमतीत राहावे लागेल. या गोष्टीचा मुसलमान तिरस्कार करतील आणि ती सहजासहजी स्वीकारणारही नाहीत.' (तत्रैव, पृ. २२७)

१८५७मध्ये हिंदू-मुस्लीम ऐक्य दिसले होते, ते पुढे कमी होत गेलेले दिसते. '२२ जून १८९७ रोजी चापेकर बंधूंनी (दामोदर व बाळकृष्ण चापेकर) पुण्याचे कमिशनर डब्ल्यू. सी. रँड यांची हत्या करून क्रांतिकारी आंदोलनाची सुरुवात केली. या दोन बंधूंनी 'हिंदू धर्म संरक्षिणी सभा' या नावाची एक क्रांतिकारी संस्था स्थापन केली होती. ही सभा दर वर्षी शिवाजी तसेच गणपती उत्सवाचे आयोजन नियमितपणे करत होती. चापेकर बंधू या उत्सवांच्या प्रसंगी ज्या श्लोकांचा जप करत, त्यातून त्यांच्या धार्मिक भावना सिद्ध होतात.' (*भगत सिंह और स्वतंत्रता संग्राम,* रघुवीर सिंह, पृ. ४) शिवाजी आणि गणपती यांच्या श्लोकातून धर्म नष्ट करणाऱ्या इंग्रजांना मारण्याची आवाहने होती. ९ ऑगस्ट १८९७ रोजी दामोदर चापेकरांना अटक करण्यात आली. रँडची हत्या जाणीवपूर्वक केल्याचे त्यांनी न्यायालयात कबूल केले. या घटनेआधी मुंबईत व्हिक्टोरियाच्या पुतळ्यावर डांबर ओतणारेही तेच होते, याचा त्यांनी स्वीकार केला. यात उद्देश हा होता, की आर्य बंधूंच्या हृदयात उत्साहाची लाट निर्माण व्हावी. पुणे सत्र न्यायालयाने त्यांना मृत्युदंड दिला, त्याची पुष्टी उच्च न्यायालयानेही केली. अंततः त्यांना येरवडा मध्यवर्ती कारागृहात १८ एप्रिल १८९८ रोजी फाशी देण्यात आले (*क्रांतिकारी भगत सिंह : व्यक्तित्व, विचारधारा और प्रासंगिकता,* चयनिका उनियाल पंडा, पृ. २२).

बाळकृष्ण चापेकर या वेळी निजामाच्या राज्यात लपून बसले होते. बाळकृष्णाकडे खाण्यासाठीही पैसे नाहीत ही गोष्ट लोकमान्य टिळकांना समजली, तेव्हा त्यांनी हैद्राबादचे मुख्य न्यायाधीश केशवराव कोटकर यांच्या माध्यमातून साहाय्य पाठवले. पण लवकरच ते पकडले गेले. तिसरे बंधू वासुदेव यांच्यावर कोणताही गुन्हा दाखल नव्हता. वासुदेव

यांनी ब्रिटिशांचे खबरे द्रवीड बंधूंना ठार मारले. त्यात त्यांनी साठे आणि रानडे या दोन युवकांना बरोबर घेतले होते. परिणामी, या चौघांना फाशी देण्यात आली (तत्रैव, पृ. २२).

लोकमान्य टिळक तत्कालीन क्रांतिकारकांच्या प्रत्यक्ष कृतींमध्ये सामील नसले तरी त्यांना क्रांतिकारकांच्या कारवायांपासून वेगळे करून पाहता येणार नाही. आपल्या लेखनांतून आणि भाषणांतून त्यांनी क्रांतिकारकांना प्रेरणा दिली. त्यांनी धर्माला राजकारणाशी जोडले आणि क्रांतिकारी भावना निर्माण करण्यात महत्त्वाची भूमिका निभावली. धार्मिक रूपाने सुरू असलेल्या गणपती उत्सवाला त्यांनी सार्वजनिक रूप देऊन पुढे त्याला क्रांतिकारी स्वरूप दिले. त्यांनी शिवाजी महाराज जयंतीलाही सार्वजनिक उत्सव बनवले. या दोन्हींद्वारे त्यांनी लोकभावना चेतावून क्रांतिकारकांना स्फूर्ती दिली. या उत्सवांचे दुर्भाग्य असे की, हे उत्सव धार्मिक पुनरुत्थान हिंदू संप्रदायापुरतेच सीमित राहिले (*भगत सिंह और स्वतंत्रता संग्राम*, रघुवीर सिंह, पृ. ५).

चापेकर बंधू काँग्रेसचे कट्टर शत्रू होते आणि त्याने काहीही होणार नाही असा त्यांचा समजही होता. दामोदर हरी चापेकर यांनी आपल्या आत्मचरित्रात राष्ट्रीय काँग्रेस स्थापून वा भाषणबाजीने काहीही प्राप्त केले जाऊ शकत नाही, असे स्पष्टपणे लिहिले आहे. देशाचे भले तेव्हाच होईल, जेव्हा देशातील करोडो सक्षम लोक देशासाठी युद्धभूमीवर प्राणांची बाजी लावण्यास आणि तलवारीच्या धारेवर चालण्यास तयार होतील. देशाच्या भल्याचा अन्य कोणताही मार्ग नाही (तत्रैव, पृ. ६). सनदशीर मार्गावर त्यांचा विश्वास नव्हता.

चापेकर बंधूंनंतर १८९९मध्ये नाशिक येथे गणपती उत्सव आयोजनाच्या घटनाक्रमात 'मित्र मेळ्याची' स्थापना करण्यात आली. १९०४मध्ये सावरकर बंधू त्याचे प्रमुख सदस्य बनले. याच मित्र मेळ्यातून १९०७मध्ये 'अभिनव भारत'या गुप्त संघटनेचा जन्म झाला (*Political Trouble in India : 1907-1917*, J. C. Ker, 159-160). त्याच्या अनेक शाखा मुंबई आणि पुण्यातील कॉलेजांत, महाराष्ट्राच्या अन्य जिल्ह्यांत, कर्नाटक तसेच मध्य प्रदेश येथे स्थापन झाल्या. तिचे सदस्य महत्त्वपूर्ण सरकारी पदांवर, आणि अगदी दिल्ली सचिवालयातही होते (*History of Freedom Movement in India*, Ramesh Chandra Majumdar, Part II, p. 451).

या संघटनेचे वार्षिक अधिवेशन गुप्तपणे होत असे. तिने बंगालच्या क्रांतिकारकांशीही संबंध प्रस्थापित केले होते (*भारत के राष्ट्रीय आंदोलन का संक्षिप्त इतिहास*, अयोध्या सिंह, पृ. २३६). अभिनव भारताच्या सदस्यांचा उद्देश संपूर्ण स्वराज्य होता.

१९०६मध्ये सावरकर लंडनला गेले होते. ते नसतानाही अभिनव भारतने मराठी हृदयात राष्ट्रीय स्वाधीनतेच्या भावना जागृत केल्या. शिवजयंती - गणपती उत्सव, गीते, सभा, मेळे, पुस्तके या माध्यमांतून नवतरुणांना क्रांतिकारी कार्यासाठी मानसिकदृष्ट्या

तयार केले. शारीरिकदृष्ट्या तयार करण्यासाठी लाठी वा तलवार चालवणे, लष्करी कसरत आणि कवायत, घोडेस्वारी, पोहणे, डोंगर चढणे, मैलोन्‌मैल धावणे यांद्वारे साम्राज्यशाहीशी सशस्त्र संघर्षासाठी सभा युवकांना तयार करत होती. ही क्रांतीची लाट महाराष्ट्रातून बंगालला पोहोचली आणि मग बंगालमधून पंजाबात. सर्वप्रथम या तीन प्रांतांनी क्रांतीच्या मार्गावरून वाटचाल सुरू केली.

संघटनेने देश-विदेशातून तऱ्हेतऱ्हेची शस्त्रास्त्रे गोळा करण्याचा प्रयत्न केला होता. लंडनहून सावरकरांनी कित्येक पिस्तुले मिर्झा अब्बास सिकंदर हयात यांच्या माध्यमातून या संस्थेकडे पाठवली होती. नाशिक षड्यंत्र खटल्यात (१९१०) साक्ष देताना स्कॉटलंड यार्डच्या पार्करने, भारतीयांनी इंग्लंड येथून आणि खासकरून युरोपातून शेकडो पिस्तुले खरेदी केली होती, असे म्हटले आहे (*History of Freedom Movement in India*, Ramesh Chandra Majumdar, Part II, p. 290).

अभिनव भारतने पांडुरंग महादेव बापट यांना रशियन क्रांतिकारकांकडून बॉंब बनवण्याची कला शिकण्यासाठी पॅरिसला पाठवले होते. तेथे हेमचंद्र दास आणि मिर्झा अब्बास यांच्याबरोबर त्यांनी ही कला शिकून घेतली होती (*Political Trouble in India, 1907-1917*, J. C. Ker, p. 236). पॅरिसला गेलेल्या भारतीयांनी बॉंब बनवण्याच्या संबंधात एक रशियन पुस्तिका मिळवली होती. तिचा अनुवाद इंग्लिशमध्ये केला होता. नंतर त्याच्या सायक्लोस्टाइल प्रती भारतात आणल्या गेल्या होत्या. त्याने कित्येकांना बॉंब बनवण्याची कला शिकवली होती. टिळकांनाही या पुस्तिकेची एक प्रत देण्यात आली होती (*History of Freedom Movement in India*, Ramesh Chandra Majumdar, Part II, p. 291). १९०८मध्ये टिळकांच्या पुणे कार्यालयाची झडती घेण्यात आली, तेव्हा एक कार्ड सापडले, त्यावर बॉंब बनवण्याचे विवरण लिहिले होते (*क्रांतिकारी भगत सिंह : व्यक्तित्व, विचारधारा और प्रासंगिकता,* चयनिका उनियाल पंडा, पृ. २४).

अभिनव भारतशिवाय अनेक गुप्त संघटना, मुंबई, पुणे, नाशिक, औंध, सातारा, ग्वाल्हेर, बडोदा, अमरावती, यवतमाळ, नागपूर या ठिकाणी स्थापन झाल्या होत्या. आणि या सर्वांशी अभिनव भारतचा संपर्क होता. खुद्द पुण्यात खेरे गट, कोल्हापूर गट आणि महाजन गट असे तीन गट कार्यरत होते. बॉंब बनवण्याचे कारखाने मुंबई, नाशिक, पुणे, कोठरा, पेण, औंध, खानपूर, वसई या ठिकाणी उघडले होते (*भारत का मुक्तिसंग्राम*, अयोध्या सिंह, पृ. २९२).

१९०८मध्ये टिळकांना अटक करून सहा वर्षे मंडाले येथे धाडण्यात आले. त्यामुळे क्रांतिकारकांमध्ये क्रोध निर्माण झाला. याच काळात कोल्हापूर येथील बॉंब बनवण्याच्या कारखान्यात एक बॉंब फुटला, त्यामुळे सरकारला कटाचा सुगावा लागला. बऱ्याच लोकांना

अटक करून त्यांच्यावर कोल्हापूर बाँब खटला चालवण्यात आला. कित्येकांना मोठी शिक्षा झाली (*History of Freedom Movement in India*, Ramesh Chandra Majumdar, Part II, p. 292).

१९०९मध्ये लॉर्ड आणि लेडी मिंटो अहमदाबादला आले होते. तेव्हा त्यांच्यावर गर्दीमधील कुणीतरी बाँब फेकला. तो बाँब फुटला नाही. पण, काय घडले हे पाहण्यासाठी एका माणसाने तो उचलला तेव्हा तो फुटून त्या माणसाचा हात तुटला (*भारतीय क्रांतिकारी आंदोलन का इतिहास,* मन्मथनाथ गुप्त, पृ. ३४).

नाशिक येथील क्रांतिकारकांच्या कर्वे गटाने जिल्हा मॅजिस्ट्रेट जॅक्सनची हत्या करून गणेश सावरकरांच्या शिक्षेचा बदला घेतला. औरंगाबादच्या लक्ष्मण कान्हेरेने २१ डिसेंबर १९०९ रोजी जॅक्सनला गोळी मारली (तत्रैव, पृ. ३५). कान्हेरेकडून कबुलीजबाब घेतला जाऊ नये म्हणून, पळून जाता आले नाही तर त्याला आत्महत्या करण्याची सूचना कर्वेंने दिली होती. पण कान्हेरे हे करू शकला नाही. त्याने सर्वांची नावे सांगितली. परिणामी, पोलिसांनी गुप्त समितीच्या साऱ्या नेत्यांना शोधून काढले. पोलिसांपासून वाचण्यासाठी गुप्त समित्यांनी बाँब आणि मीठ बनवण्याचे सर्व साहित्य नष्ट केले. वसईच्या कारखान्यातील बाँब आणि अन्य सामान समुद्रात फेकले (*History of Freedom Movement in India*, Ramesh Chandra Majumdar, Part II, p. 291).

सात जणांवर जॅक्सन हत्येचा खटला चालवण्यात आला. त्यात तिघांना फाशी देण्यात आली. नाशिकमधील षड्यंत्रात २८ व्यक्तींवर खटला चालवण्यात आला. त्यातील २७ जणांना दोषी ठरवून शिक्षा देण्यात आली. त्यात पकडलेले महाराष्ट्राच्या कानाकोपऱ्यांतून आले होते. त्यातून षड्यंत्र सर्वदूर पसरले होते हे कळते. ग्वाल्हेरमध्येही दोन षड्यंत्रे उघड झाली होती. एकात २२ तर दुसऱ्यात १९ व्यक्तींना अडकवण्यात आले (*भारतीय क्रांतिकारी आंदोलन का इतिहास,* मन्मथनाथ गुप्त, पृ. ३५). नाशिक षड्यंत्र खटल्यानंतर महाराष्ट्रातील क्रांतिकारी आंदोलनांचा जोर काही काळासाठी थंडावला होता.

बंगालमध्ये क्रांतिकारकांची पहिली संघटना 'अनुशीलन समिती'ची स्थापना १९०२च्या वसंत पौर्णिमेला झाली. समितीचे पहिले सभापती बॅरिस्टर प्रथमनाथ मिश्र होते. बंगालच्या क्रांतिकारकांनी या समितीच्या मंचावरून संपूर्ण स्वराज्याची घोषणा केली. ती त्या काळातील एक महत्त्वाची घोषणा होती. समितीने आपला आदर्श जाहीर करताना म्हटले होते –

> '..... अनुशीलनच्या कल्पनेतल्या समाजात अशिक्षित-गरीब, भेकड, दुष्ट आणि अस्वस्थ लोकही असणार नाहीत. अशा समाजाच्या निर्माणासाठी सर्व प्रकारच्या

विषमतांना संपवावे लागेल. विषमतेमध्ये मानवता विकसित होऊ शकत नाही. मानव समाजातून आर्थिक विषमता, सामाजिक विषमता, सांप्रदायिक विषमता आणि प्रादेशिक विषमता दूर करून सर्व माणसांत समता आणावी लागेल. केवळ राष्ट्रीय सरकारद्वारेच असे करणे संभव आहे. पारतंत्र्याच्या अवस्थेत अनुशीलनच्या स्वप्नातील समाज शक्य नाही, म्हणून अनुशीलन पारतंत्र्याविरुद्ध विद्रोहाची घोषणा करत आहे. अनुशीलन भारताचे स्वातंत्र्य इच्छिते.' (*भगत सिंह और स्वतंत्रता संग्राम*, डॉ. रघुवीर सिंह, पृ. ८)

अनुशीलनच्या या घोषणेने संपूर्ण स्वातंत्र्य हेक्रांतिकारकांचे ध्येय घोषित केले. आर्थिक, सामाजिक, सांप्रदायिक विषमतांना संपवण्याची घोषणा करण्यात आली. यावरून जिथे क्रांतिकारी आंदोलनाच्या पहिल्या युगात क्रांतिकारी हिंदू राष्ट्रवादी होते, तिथे अनुशीलन तसेच बंगालचे अन्य क्रांतिकारक धर्मपरायण असूनही प्राधान्याने राष्ट्रवादी होते (*भारतीय क्रांतिकारी आंदोलन का इतिहास*, मन्मथनाथ गुप्त, पृ. १९-२०).

त्या काळात बंगालमध्ये *संध्या* (उपाध्याय ब्रह्ममाधव), *युगांतर*, आणि अरविंद घोषांचे दैनिक पत्र *वंदे मातरम्* अशी वर्तमानपत्रे निघत होती. ही वर्तमानपत्रे त्या काळी क्रांतीच्या वाहकाची भूमिका निभावत होती. शिक्षित वर्गाला उत्तेजित करून क्रांतीसाठी त्यांच्या हृदयात समर्पण भाव निर्माण करत होती.

उपरोक्त वर्तमानपत्रे पूर्ण स्वातंत्र्याचे आणि सशस्त्र क्रांतीचे आवाहन करून जनमानसात जागृती आणण्यात योगदान देत होती. *संध्या*ने लिहिले आहे –

'आम्हांला हवी आहे पूर्ण मुक्ती. देशात लेशमात्रही म्लेच्छ फिरंग्यांचे आधिपत्य राहिले तर देशाच्या उन्नतीची काहीच आशा नाही आणि आमच्या पूर्ण मुक्ती मिळवण्याचा उपाय नसेल तर विदेशी मालाचा बहिष्कार निरर्थक आहे. ....फिरंग्यांनी दिलेल्या कृपादानावर थुंकतो, ते ठोकरून लावतो. आम्ही आमच्या शक्तीने मुक्तीचा उपाय करून टाकू.' (*भारतीय क्रांतिकारी आंदोलन का इतिहास*, मन्मथनाथ गुप्त, पृ. १२९)

११ एप्रिल १९०७च्या *युगांतर*चा 'आओ अराजकता' या लेखात म्हटले होते –

'अराजकता येऊ शकते म्हणून त्या अराजकतेला आव्हान देण्यात यावे. इतिहासात याचे नाव क्रांती आहे. इंग्रजांच्या भारतीय सैनिकांमध्ये स्वातंत्र्याच्या मंत्राचे सावधानपूर्वक प्रचार करण्याचे आमचे कार्य पुढे जाऊ शकेल. या प्रकारे शासक शक्तींबरोबर खरोखर प्रत्यक्ष संघर्ष छेडला जाईल, तेव्हा ते सैनिकच केवळ क्रांतिकारकांच्या मध्ये नसतील, तर शासनाने दिलेली शस्त्रास्त्रेही कामास येतील.' (तत्रैव, पृ. १३५)

वंदे मातरम् पत्राने काँग्रेसच्या ब्रिटिश तुष्टीकरणाच्या धोरणावर कडक टीका केली होती (तत्रैव, पृ १३९-१४०).

प्रारंभिक काळातील महाराष्ट्र तसेच बंगालमधील क्रांतिकारकांमध्ये असणारे अंतर रेखांकित करणे आवश्यक आहे. दोन्ही प्रांतांतील क्रांतिकारकांनी भारतीय संस्कृतीतून प्रेरणा घेतली होती. किंग्जफोर्डच्या बग्गीवर फेकण्यात आलेल्या बाँबच्या संदर्भात टिळकांनी २२ जून १९०८ रोजी *केसरी*मध्ये आपले मत प्रकट केले, ते महाराष्ट्र तसेच बंगालच्या क्रांतिकारी आंदोलनातील अंतर दर्शवते.

> '१८९७ची हत्या आणि बंगालमधील बाँबकांड यामध्ये मोठे अंतर आहे. जोवर धाडस आणि कुशलतापूर्वक कार्य करण्याचा प्रश्न आहे, चापेकर बंधूंचा दर्जा बंगालमधील बाँब पार्टीच्या सदस्यांपेक्षा वरचा आहे. पण, साध्य आणि साधन या दृष्टीने पाहिले तर बंगालची जास्त प्रशंसा करावी लागेल....
>
> ... १८९७मध्ये पुण्याचे रहिवाशी प्लेगच्या अत्याचारांचे बळी होते आणि त्या अत्याचारांनी निर्माण झालेल्या आवेशाला कोणतीही शुद्ध राजकीय विचारसरणी नव्हती. ही शासनव्यवस्थाच खराब आहे आणि जोवर अधिकाऱ्यांना एकेक करून व्यक्तिगत रूपाने आतंकित केले जात नाही, तोवर ते व्यवस्था बदलण्यास तयार होणार नाहीत, असा कोणताही महत्त्वपूर्ण विचार चापेकर बंधूंसमोर नव्हता. त्यांचे कृत्य प्लेगनंतर करण्यात आलेल्या अत्याचारांच्या म्हणजे एका विशेष कार्याच्या विरुद्ध होते. निश्चितच बंगालची बाँब पार्टी एका दृष्टीने अधिक पटलावर होती. तिला बंगालच्या विभाजनाने उभारी दिली होती.'

डिसेंबर १९०९मध्ये बंगालमध्ये एक अति महत्त्वपूर्ण घटना घडली. राष्ट्रवादी क्रांतिकारकांनी दहाव्या जाट रेजिमेंटबरोबर गव्हर्नर जनरल, प्रधान सेनापती आणि ब्रिटिश शासनाच्या अन्य उच्च अधिकाऱ्यांना संपवण्याची योजना बनवली होती (*भारत का मुक्तिसंग्राम*, अयोध्या सिंह, पृ. २५०). अनुशीलन समितीला डिसेंबर १९०८मध्ये बेकायदेशीर ठरवण्यात आले होते.

पंजाबात क्रांतिकारी कार्याचे प्रमुख प्रेरणास्त्रोत आणि संचालक लाला लजपत राय, सरदार अजितसिंग, सुफी अंबाप्रसाद तसेच बांके दयाल होते. याशिवाय सरदार किशनसिंग आणि त्यांचे छोटे भाऊ सरदार स्वर्णसिंगही सक्रिय होते. पंजाबच्या 'पगडी संभाल ओ जट्टा' नावाच्या आंदोलनाने महत्त्वपूर्ण आयाम स्थापित केले. या आंदोलनाचे मुख्य सूत्रधार हेच लोक होते. सुफी अंबाप्रसाद आणि सरदार अजितसिंग यांनी 'भारत माता सोसायटी'ची स्थापनाही केली होती. नंतर आंदोलन जोमाने पुढे जात असल्याचे पाहून ब्रिटिश सरकारने लालजी आणि सरदार अजितसिंगांना अटक करून मंडाले येथील तुरुंगात

पाठवले. पंजाबात या काळात राजकीय घडामोडी आपल्या उत्कर्षावर होत्या. त्या वेळेच्या तप्त वातावरणाचा आणि आंदोलनांना आलेल्या भरतीचा अंदाज लॉर्ड मोर्लेने ६ जून १९०७ रोजी ब्रिटिश संसदेच्या हाउस ऑफ कॉमन्समध्ये केलेल्या वक्तव्याने येतो –

> '१ मार्च ते १ मेच्या दरम्यान मध्य पंजाबात आंदोलकांनी २० सभा घेतल्या. त्यातील केवळ पाच सभा कृषी समस्यांशी संबंधित आहेत. बाकी १५ सभा शुद्ध रूपाने राजकीय होत्या.'
>
> (*भगत सिंह और स्वतंत्रता संग्राम,* डॉ. रघुवीर सिंह, पृ. ११)

लेफ्टनंट गव्हर्नरने म्हटले होते –

> 'एप्रिल १९०७च्या अखेरीस स्थिती अत्यंत धोकादायक होत चालली होती आणि तत्काळ उपाय योजण्याची मागणी करत होती.'
>
> (*Political Trouble in India : 1907-1917*, J. C. Ker, p. 22-23)

संयुक्त प्रदेशातील क्रांतिकारकांचे केंद्र बनारस होते. येथूनच साऱ्या क्रांतिकारी कारवायांचे संचलन होत होते. पंडित सुंदरलाल, लाला लजपत राय, अरविंद घोष आणि टिळकांपासून सर्व जण प्रभावित होते आणि त्यांनी १९१३पर्यंत क्रांतिकारकांशी संबंध कायम ठेवले होते. बनारसमध्ये बंगाली क्रांतिकारकांचा जोर होता. १९०८मध्ये *संध्या*चे संपादक प. मोक्षदाचरण समध्यायांचे जवळचे साथी सुरानाथ भादुडींनी बनारसला येऊन शचिंद्रनाथ संन्यालांना भेटून अनुशीलन समितीची स्थापना केली. शचिंद्रनाथ संन्याल कालांतराने उत्तर भारतातील फार मोठे क्रांतिकारी नेता बनले. प्रारंभी संन्याल यांनी रासबिहारी बोस यांच्याकडे लेफ्टनंटचे काम केले (*भगत सिंह और स्वतंत्रता संग्राम,* डॉ. रघुवीर सिंह, पृ. ११).

याच काळात बिहार, ओरिसा, दिल्ली, राजस्थान, मध्य प्रदेश आणि मद्रासमध्येही बंगाली क्रांतिकारकांच्या निरंतर प्रयत्नांमुळे क्रांतिकारी संघटना आणि क्रांतिकारी घटना झाल्या. कलकत्त्यात (सध्याचे कोलकाता) या काळात राष्ट्रीय भावना चरमोत्कर्षाला पोहोचल्या होत्या. कलकत्ता हे क्रांतिकारी हालचालींचे केंद्र बनले होते. याच कारणाने भारताची राजधानी १९१२मध्ये कलकत्त्याहून हटवून दिल्लीला नेण्यात आली. २३ डिसेंबर १९१२ रोजी दिल्लीच्या चांदणी चौकात हत्तीवर बसलेल्या भारताच्या व्हाइसरॉयवर, लॉर्ड हार्डिंगवर बॉंब फेकण्यात आला. हा प्रयत्न सफल झाला नाही. हार्डिंग वाचला. या कृत्याची योजना प्रसिद्ध क्रांतिकारक रासबिहारी बोस यांची होती.

क्रांतिकारकांवर दिल्ली षड्यंत्र खटला चालला. या खटल्यात मास्टर अमीरचंद, अवधबिहारी, बालमुकुंद आणि वसंतकुमार विश्वास यांना फाशी देण्यात आले.

अमीरचंदने एक पत्रक मागे सोडले. या पत्रकात, परकीय आक्रमकांनी कधीही खुशीने देशाला स्वातंत्र्य दिलेले नाही, ते नेहमीच तलवारीने मिळवावे लागते, असे म्हटले आहे (*भारतीय क्रांतिकारी आंदोलन का इतिहास,* मन्मथनाथ गुप्त, पृ. ६५-६६). रासबिहारी अटकेच्या भीतीने जपानला गेले होते.

> 'विदेशातील क्रांतिकारी कार्यात सर्वात पहिले नाव श्यामजी कृष्ण वर्मा यांचे येते. १९०५मध्ये त्यांनी लंडनमध्ये होमरुल सोसायटीची स्थापना केली आणि *इंडियन सोशालॉजिस्ट* मुखपत्र काढण्यास प्रारंभ केला. भारतासाठी होमरुल (स्वराज्य) प्राप्त करणे आणि ब्रिटनमध्ये सर्व व्यावहारिक उपायांनी भारताच्या बाजूने वास्तविक प्रचार करणे, हा सोसायटीचा उद्देश त्यांनी आपल्या पत्रात स्पष्ट केला. सुसंस्कृत आणि देशभक्त भारतवासी आपल्या अधिकारांचा समर्थक समजतात, अशा हिडमन या ब्रिटन समाजवादी नेत्याच्या सूचनेने त्यांनी सोसायटीची स्थापना केली, याचाही त्यांनी स्वीकार केला.'
>
> (*Political Trouble in India*, J.C. Ker, 1907-1917, p. 20)

श्यामजी कृष्ण वर्मा या सोसायटीचे अध्यक्ष होते आणि अब्दुल्ला सोहरावर्दी उपाध्यक्ष होते (*History of the Freedom Movement in India*, Part II, Rameshchandra Majumdar, p. 258).

लंडनमध्ये त्यांनी भारतीयांसाठी 'इंडिया हाउस' नावाच्या होस्टेलची स्थापना केली. त्याचे उद्घाटन जुलै १९०५मध्ये हिडमन यांच्या हस्ते करण्यात आले. टिळक आणि बिपिनचंद्र पाल यांच्या सल्ल्याने त्यांनी डिसेंबर १९०५मध्ये एक-एक हजार रुपयांच्या सहा शिष्यवृत्ती भारतीय लेखक, पत्रकार आणि अन्य योग्य व्यक्तींना देण्याची घोषणा केली; जेणेकरून भारताबाबत भाषणे देण्यासाठी ते युरोप, अमेरिका आणि जगाच्या अन्य भागांमध्ये जातील, त्याने भारतीय जनतेमध्ये स्वातंत्र्याची आणि राष्ट्रीय ऐक्याची भावना निर्माण करण्याच्या कामात ते आपल्याला पुरेसे तयार करू शकतील (*Political Trouble in India : 1907-1917*, J. C. Ker, p. 158). त्याचबरोबर त्यांनी पॅरिसच्या सरदारसिंगांचे पत्र प्रकाशित केले. त्यात त्यांनी विदेशी जाणाऱ्या भारतीयांना राणा प्रताप, छत्रपती शिवाजी आणि सम्राट अकबर यांच्या नावाने दोन-दोन हजारांच्या तीन शिष्यवृत्त्या देण्याची घोषणा केली होती (ibid, p. 158). या शिष्यवृत्त्यांद्वारे काही भारतीय क्रांतिकारकांना लंडनमध्ये जमा करता आले, त्यात विनायक दामोदर सावरकर, लाला हरदयाल आणि मदनलाल धिंग्रा हे प्रमुख क्रांतिकारक होते (*भारत का मुक्तिसंग्राम,* अयोध्या सिंह, पृ. २६४).

मे १९०५पासूनच सोसायटीने १८५७च्या स्वातंत्र्यसंग्रामाची जयंती नियमितपणे साजरी करण्यास सुरुवात केली. १८५७च्या एका जयंती दिनी *इंडियन सोशालॉजिस्ट*ने डॉ. रिचर्ड कॉंग्रिड यांचे, ब्रिटिशांनी साजऱ्या केलेल्या ११ मे १८५७च्या विजयोत्सवाला अन्याय्य असे संबोधून, त्यांचा प्रतिवाद करणारे पत्रक छापले होते. लंडनमध्ये राहणे असुरक्षित वाटल्याने श्यामजी कृष्ण वर्मा पॅरिसला निघून गेले आणि १९१४पर्यंत तेथेच राहिले. नंतर पहिल्या महायुद्धाच्या काळात स्वित्झर्लंडला गेले.

श्यामजी कृष्ण वर्मा पॅरिसला गेल्यानंतर इंडिया हाउसचे राजकीय नेतृत्व सावरकरांकडे आले. १० मे १९०८ची स्वातंत्र्य आंदोलनाची जयंती धूमधडाक्यात साजरी करण्यात आली. सावरकरांनी *१८५७चे भारतीय स्वातंत्र्यसमर* या नावाचे पुस्तक लिहिले. त्या वेळी 'एक भारतीय राष्ट्रवादी' असे लेखकाचे नाव देण्यात आले होते (*Political Trouble in India : 1907-1917*, J. C. Ker, p. 162). १ जुलै १९०९ रोजी मदनलाल धिंग्राने इंपिरियल इन्स्टिट्यूटमध्ये भारतातील सचिव कर्नल सर विल्यम कर्झन वायलीला सर्वांसमक्ष गोळी घालून मारले. वायलीच्या हत्येच्या गुन्ह्यात त्यांना फाशी देण्यात आले. 'भारतीय नौजवानांची अमानुष हद्दपारी आणि फाशींच्या विरोधात मी जाणीवपूर्वक एका इंग्रजाचे रक्त वाहवले आहे,' असे त्यांनी आपल्या जबाबात सांगितले (ibid, p. 164).

कर्नल वायलीच्या हत्येची योजना सावरकरांनी तयार केली, असे इंग्रज अधिकाऱ्यांना वाटत होते. इंडिया हाउसमध्ये स्वयंपाकाचे काम करत असलेल्या चतुर्भुजकडून फेब्रुवारी १९०९मध्ये ब्राउनिंग पिस्तुले आणि काडतुसे भारतात पाठवली, ती त्यांच्या सहकाऱ्यांकडे सुरक्षित पोहोचली होती, असाही आरोप त्यांच्यावर होता. १३ मार्च १९१० रोजी लंडनला सावरकरांना अटक करण्यात आली आणि १ जुलै रोजी भारतात पाठवण्यात आले. त्यांनी बोटीतून उडी मारून पळून जाण्याचा असफल प्रयत्न केला. शेवटी त्यांना भारतात आणून नाशिक षड्यंत्र खटल्यात अन्य ३७ जणांबरोबर आरोपी बनवण्यात आले (*भारत का मुक्तिसंग्राम*, अयोध्या सिंह, पृ. २६७-६८). सावरकरांना दोन खटल्यांमध्ये २५ वर्षे जन्मठेपेच्या दोन स्वतंत्र शिक्षा देऊन अंदमानात पाठवण्यात आले.

सावरकरांच्या अटकेनंतर वीरेंद्रनाथ चट्टोपाध्याय आणि व्ही. व्ही. एस. अय्यर यांनी इंडिया हाउसचे नेतृत्व आपल्या हाती घेतले. पण पोलिसांची बारीक नजर असल्यामुळे त्यांना लंडन सोडावे लागले. आता पॅरिस प्रवासी क्रांतिकारकांचे मुख्य केंद्र बनले. १८ ऑगस्ट १९०७ रोजी स्टटगार्टमध्ये मादाम कामा आणि एस. आर. राणा यांनी सोशालिस्ट इंटरनॅशनलमध्ये शिरकाव केला होता. यामध्ये मादाम कामा यांनी ब्रिटिशांचे राज्य भारतात राहणे भारतासाठी विनाशकारी आणि हानिकारक आहे आणि म्हणून त्यांच्या

मुक्तीसाठी साथ द्यावी, असे आवाहन केले होते (*History of Freedom Movement in India*, Rameshchandra Majumdar, p. 302).

श्यामजी कृष्ण वर्मांनी *इंडियन सोशालॉजिस्ट*चे प्रकाशन सुरू ठेवले. राणांनी तसेच कामांनीही संयुक्तपणे *वंदे मातरम्* नावाने आपले पत्र सुरू केले. *वंदे मातरम्*वर 'भारतीय स्वातंत्र्याचे मुखपत्र' असे लिहिलेले असे. याच्या १० डिसेंबर १९०९च्या पहिल्या अंकात म्हटले होते की, 'भारताच्या क्रांतिकारकांना तीन टप्प्यांतून जावे लागेल; पहिले जनतेला शिक्षित करण्याचे, दुसरे युद्ध आणि तिसरे पुनर्निर्माण.' (तत्रैव, पृ. ३०३). पहिले महायुद्ध सुरू झाल्यावर सर्व क्रांतिकारकांना फ्रान्स सोडावे लागले.

१९०८पासून अमेरिका भारतीय क्रांतिकारकांचे आश्रयस्थान बनू लागले होते. या क्रांतिकारक घटनांमधील सर्वात महत्त्वाची घटना म्हणजे १९१३मध्ये स्थापन करण्यात आलेला गदर पार्टी. गदर पार्टीचे प्रचार विभाग आणि प्रहारक (मिलिटरी) विभाग हे दोन विभाग होते. (*क्रांतिकारी भगत सिंह : व्यक्तित्व, विचारधारा और प्रासंगिकता,* चयनिका उनियाल पंडा, पृ. ३८)

भारतीय क्रांतिकारी आंदोलनांच्या संदर्भात असे म्हणणे सर्वथैव योग्य होईल की, गदर पार्टीच्या स्थापनेआधी त्यांचे स्वरूप राष्ट्रवादी होते. राष्ट्रवादाचा परीघ ओलांडून आंतरराष्ट्रीय दृष्टिकोन स्वीकारून पार्टीने अद्वितीय काम केले. लोकशाही सरकारची घोषणा करण्यात पार्टी अन्य क्रांतिकारी संघटनांपेक्षा एक पाऊल पुढे होती. आजवरच्या इतिहासातील ही सर्वात क्रांतिकारक घोषणा होती. गदर पार्टीच्या स्थापना सभेत भाषण देताना लाला हरदयाल म्हणाले –

> '..... या पक्षाला १८५७च्या विद्रोही भावनेने प्रेरित व्हायला हवे. क्रांतीसाठी येथे तयारी करायला हवी, मग भारतात येऊन इंग्रजी शासकांना काढून, जसे अमेरिकेत आहे तसे जनवादी शासन आणले पाहिजे. ज्यात धर्म, संप्रदाय, जात वा वर्णभेदांशिवाय सर्व भारतीय समान रूपाने स्वतंत्र असतील.'
>
> (*भगत सिंह और स्वतंत्रता संग्राम,* डॉ. रघुवीर सिंह, पृ. १६)

लाला हरदयाल यांनी सशस्त्र लढाईने भारताला इंग्रजांच्या गुलामीतून मुक्त करणे, समता आणि न्याय या आधारांवर राष्ट्रीय सरकार स्थापित करणे, हा पक्षाचा उद्देश स्पष्ट केला. पक्षाच्या कार्यालयात वा वर्तमानपत्रात जे लोक काम करतील, त्यांना पगार मिळणार नाही. पक्ष कोषातून समतेच्या आधारे त्यांच्या खाण्याचा-कपड्यांचा खर्च करण्यात येईल. प्रत्येक कारखान्यात श्रमिक आपली एक समिती नियुक्त करतील आणि ती पक्षाच्या कार्यकारिणीबरोबर थेट संबंधित असेल. कार्यकारिणी आपल्या सदस्यांमधून तीन जणांचे

एक कमिशन बनवेल, जे राजकीय तसेच गुप्त कार्य करेल. धर्माला प्रत्येक व्यक्तीची खासगी बाब मानण्यात येईल आणि धार्मिक विषयांवर कोणताही विवाद केला जाणार नाही. पक्ष समित्यांची निवडणूक दर वर्षी होईल, (तत्रैव, पृ. १६-१७) असेही त्यांनी म्हटले.

१८५७नंतर गदर पार्टीचे नवीन काम क्रांतीसाठी तयारी करणे हे होते. विदेशात जे भारतीय श्रमिक होते, त्यांच्याशी पार्टीने थेट संबंध प्रस्थापित केले होते. त्यांनी धर्मनिरपेक्षतेला संघटनेचा आधार बनवले होते. पक्ष समित्यांची निर्मिती लोकशाही (पद्धतीने) निवडणूक व्यवस्थेने व्हावी, हे निश्चित करून त्यांनी कार्यकारिणी तसेच तीन व्यक्तींचे कमिशन सर्वांच्या वर ठेवले. तीन व्यक्तींचे हे कमिशन कम्युनिस्ट पॉलिट ब्युरोशी मिळतेजुळते आहे. या पक्षाने खुले आणि गुप्त असे दोन्ही प्रकारचे कार्य करण्याचा निर्णय घेतला होता. खुल्या कार्यासाठी यांनी उर्दू, पंजाबी, सिंधी या भाषेत 'गदर साप्ताहिक' प्रकाशनाची योजना बनवली होती. भारताला स्वतंत्र करून लोकशाही सरकारची स्थापना हा त्या पक्षाचा कार्यक्रम होता. ही भूमिका त्यांच्या सदस्यांची होती. या क्रांतीत जनतेची भूमिका गौण होती, अशा गुप्त क्रांतिकारी संस्थांच्या भूमिकेहून भिन्न होती. त्यांचे लक्ष्य उघडपणे राजकीय प्रचार करण्याचे होते. सैनिकांसह आम जनतेत राष्ट्रीय चेतनेचा प्रसार करण्याचे होते (तत्रैव, पृ. १७).

१९१५-१६मध्ये गदर पार्टीने ब्रिटिश साम्राज्यवादी सत्ता उलटण्याचा विफल प्रयत्न केला. फलस्वरूप पक्षाच्या क्रांतिकारकांना फासावर लटकवणे, काळ्या पाण्याची शिक्षा, आजीवन कारावास आदी माध्यमांनी चिरडण्याचा प्रयत्न ब्रिटिश सरकारने केला. (*क्रांतिकारी भगत सिंह : व्यक्तित्व, विचारधारा और प्रासंगिकता,* चयनिका उनियाल पंडा, पृ. ३७)

यानंतरच्या काळात भारतात गांधींचे नेतृत्व क्रमाने विकसित होत गेले. चंपारण्य, खेडा, बारडोली, गिरणी कामगारांचा संप या मार्गाने गांधींनी सर्वसामान्यांच्या प्रश्नांवर आंदोलने उभारून त्यांच्या उत्थानाचा आशय स्वातंत्र्य आंदोलनाशी जोडला. रौलेट ॲक्ट, जालियनवाला बाग यांसारख्या अमानुष घटनांमुळे गांधींचा ब्रिटिश शासनाच्या चांगुलपणावर विश्वास राहिला नाही आणि ते असहकारवादी बनले. क्रांतिकारकांच्या कारवायांमुळे असहकार आंदोलन दडपण्याची संधी सरकारला मिळू नये म्हणून गांधींनी चित्तरंजन दासांच्या मध्यस्थीने क्रांतिकारकांशी चर्चा करून त्यांच्याकडून केवळ हिंसक कारवाया थांबवण्याचे आश्वासनच मिळवले नाही, तर या आंदोलनात त्यांचा सहभागही मिळवला. या चर्चेच्या वेळी क्रांतिकारी नेते चंद्रशेखर आझादही उपस्थित होते.

गांधीजींच्या असहकाराच्या आंदोलनाला क्रांतिकारकांकडून दिलेल्या आश्वासनाची पुष्टी शिव वर्मांच्या या शब्दांतून व्यक्त होते –

> 'गांधीजींनी देशाचे राजकारण आपल्या हातात घेतले आणि तरुणांकडून एक वर्षाची वेळ मागितली. आणि खासकरून तरुणांनी त्यांना सहयोग दिला, तर ते देशाला एक वर्षात स्वतंत्र करतील, असे म्हटले. गांधीजींच्या आवाहनावर क्रांतिकारकांनीही आपली हत्यारे खाली ठेवली आणि त्यांनी असहयोग आंदोलनात उडी घेतली. पण चौरीचौरा घटनेनंतर गांधीजींनी अचानक सत्याग्रह मागे घेतला, तेव्हा देशातील युवक खिन्न झाले आणि त्यांनी पुन्हा पुढे गेलेल्या विचारांसह हत्यारे उचलली.'
>
> (*भारतीय क्रांतिकारी आंदोलन का इतिहास*, मन्मथनाथ गुप्त, पृ. २२)

भगतसिंगांचा जन्म २८ सप्टेंबर १९०७ रोजी झाला. गांधीजींच्या असहकार आंदोलनांतून भगतसिंगांनी आपल्या कार्याची सुरुवात केली. ब्रिटिशांनी १७५७ची प्लासीची लढाई जिंकून या देशावर राज्य प्रस्थापित करताना त्यांना विरोध करण्यासाठी जे विद्रोह झाले, त्या विद्रोहांमध्ये आणि तो विद्रोह करणाऱ्या क्रांतिकारकांच्या विचारांमध्ये परिवर्तन घडले, त्या आंदोलनांचा जो वैचारिक विकास होत गेला, धर्मप्रधान राष्ट्रवाद ते लोकशाही, समाजवाद अशी जी वैचारिक क्रांती या आंदोलनांमध्ये घडत गेली; ती समजणे भगतसिंगांचे वेगळेपण समजून घेण्यासाठी आवश्यक आहे. शिव वर्मा म्हणतात त्याप्रमाणे 'पुढे गेलेल्या विचारांसह देशातील युवकांनी हत्यारे उचलली' त्या वैचारिक क्रांतीचे एक महत्त्वाचे प्रणेते शहीद भगतसिंग आहेत.

■■■

२.
जन्म, कुटुंब आणि बालपण

भगतसिंग या युगपुरुषाचा जन्म २८ सप्टेंबर १९०७ रोजी लायलपूर जिल्ह्यातील बंगा (आता पाकिस्तानात) येथे झाला. या जन्माबाबत भगतसिंगांच्या घराण्यात जन्मलेल्या वीरेंद्र सिंधु लिहितात, 'भगतसिंगांच्या जन्मावर निसर्ग पूर्णपणे प्रभावित झाला असावा! जणू आपल्या इशाऱ्याने त्याने साफ जाहीर करून टाकले की, भारतीय राजकारणाचा भावी कर्णधार जन्मला आहे.' या दिवशी त्यांचे काका सरदार अजितसिंगांची हद्दपारी संपल्याची सूचना मिळाली आणि त्याच दिवशी त्यांचे पिता सरदार किशनसिंग आणि छोटे काका स्वर्णसिंग हे तुरुंगातून सुटले. सर्वांनी त्यांना 'भागोंवाला' (भाग्यवान) म्हटले आणि त्यांच्या आजी श्रीमती जय कौर यांनी त्यांचे नाव ठेवले भगतसिंग.

भगतसिंगांचे आजोबा सरदार अर्जुनसिंग मोठे जमीनदार होते. राष्ट्रवादी भावनांनी ते ओतप्रोत भारलेले होते. सरदार अर्जुनसिंगांचे भाऊ सरदार बहादुर दिलबागसिंग तथा अन्य नातेवाईक इंग्रज सरकारची सेवा करून फार श्रीमंत झाले होते. परंतु सरदार अर्जुनसिंगांनी वेगळा रस्ता निवडला. परिणामी, त्यांच्या नशिबी गरिबी आणि बेदखलपणाचा अभिशाप आला. भगतसिंगांची आजी, श्रीमती जय कौर या सामान्य स्त्रिया होत्या (*भगत सिंह से दोस्ती*, सं. विकास नारायण राय, पृ. १६).

भगतसिंगांनी ज्या कुटुंबात जन्म घेतला, त्या कुटुंबात क्रांतिकारी परंपरा आधीपासूनच होत्या. त्यांचे काका सरदार अजितसिंग त्या वेळचे पंजाबचे ख्यातनाम क्रांतिकारक नेते होते. त्यांची चर्चा सेडीशन कमिटीच्या अहवालातही आली आहे. भगतसिंगांच्या आधी

सरदार अजितसिंग आणि सरदार अर्जुनसिंग यांनी या दिशेने पंजाब आर्य समाजाचे एक अग्रणी नेते म्हणून आपली पावले पुढे टाकली होती.

क्रांतिकारी असण्याबरोबरच भगतसिंगांचे कुटुंब संप्रदायाने शीख होते. मात्र, सांप्रदायिकतेबाबत या परिवारात रूढिनिष्ठा नव्हती. डोक्यावर केस असूनही हे कुटुंब शीख असण्यापेक्षा आर्य समाजीच अधिक होते. भगतसिंगांचे पिता सरदार किशनसिंग तर सामाजिक प्रश्नांवर सांप्रदायिकतेची उपेक्षा करून त्याकडे केवळ राजकीय दृष्टीनेच पाहत असत. सरदार किशनसिंग आर्य समाजाच्या समाजसुधारणांच्या कार्यक्रमांत फार रुची घेत असत. कोणत्याही सांप्रदायिक अनुष्ठानात, पूजापाठात, हवनसंध्येत त्यांना रुची नसे. भगतसिंगांचे आजोबा अर्जुनसिंग धार्मिक रूढी परंपरांवर निष्ठा ठेवत असत (*सिंहावलोकन*, यशपाल, भाग १, पृ. २२). ते रोज हवन करत असत आणि आपल्या पोतडीत हवनकुंड आणि हवनसामग्री बांधूनच प्रवासाला निघत असत. अशा आधुनिकता आणि पारंपरिकता यांचे मिश्रण असलेल्या कौटुंबिक वातावरणात भगतसिंगांनी तर्क, विद्रोह आणि साहस यांची दीक्षा मिळवली होती. आर्य समाजाकडे असणारा भगतसिंगांच्या कुटुंबाचा कल, विचारस्वातंत्र्य आणि क्रांतीकडे असणाऱ्या प्रवृत्तीच्या कारणानेच आला होता (तत्रैव, पृ. २५).

'विदेशी शासन भले कितीही सुखदायक आणि उन्नतिशील असू दे, आपल्या धर्माच्या स्वतंत्र शासनाहून चांगले असू शकत नाही,' या स्वामी दयानंदांच्या वाक्याने देशभक्तीची आग प्रज्वलित करण्यात मोठी भूमिका निभावली. आर्य समाजाच्या आंदोलनात प्रभावित होणाऱ्या लोकांवर या वाक्याचा प्रभाव पडला नसेल, असे होऊ शकत नाही. हा सामाजिक चेतनेचा अनिवार्य परिणाम होता (तत्रैव, पृ. २६).

भगतसिंगांचे आजोबा अर्जुनसिंग, आर्य समाजाच्या नवजागृती आणि सामाजिक जागृतीचे वाहक बनले. संस्कारांनी ते शीख होते. आता कट्टर आर्य समाजी झाले. सामाजिक सुधारणांचा पुरस्कार करतानाही त्यांनी राजकारणाबाबत उदासीनता बाळगली नाही. त्यांनी आपल्या सर्व मुलांना राजकारण आणि देशप्रेम यांची दीक्षा दिली. आपल्या तीनही मुलांवर देशप्रेमाचे संस्कार करून, त्यांनी त्यांना देशासाठी कोणताही त्याग करण्यास प्रवृत्त केले. 'जीवन तेव्हाच जीवन असते, जेव्हा ते कुणाच्यातरी कामी येते. कामी येण्यालायक राहत नाही तेव्हा ते ओझं बनते. ते ओझं सहजतेने फेकून देता येते. हे ओझं वाहत राहणे जगातील सर्वात मोठा मूर्खपणा आहे.' (*युगद्रष्टा भगत सिंह और उनके मृत्युंजय पुरखे*, वीरेंद्र सिंधु, पृ. ९)

किशनसिंग, त्यांचे सर्वात ज्येष्ठ पुत्र. किशनसिंगांचे व्यक्तिमत्त्व प्रभावशाली होते. त्यांनी जालंदर, विदर्भ, अहमदाबाद येथील दुष्काळांमध्ये, कांगडा (१९०४) भूकंप,

तसेच झेलम नदीला आलेल्या पुरात प्रशंसनीय असे मदतकार्य केले. ते काँग्रेसच्या जहाल पक्षाच्या राजकारणाच्या बाजूने होते. १९०७च्या सुरत अधिवेशनात त्यांनी अजितसिंगांबरोबर भाग घेतला होता. रासबिहारी बोस, शचिंद्रनाथ संन्याल आणि अन्य गदरवादी प्रसिद्ध क्रांतिकारक नेत्यांशी त्यांचे उत्तम संबंध होते.

सरदार अर्जुनसिंगांचे मधले पुत्र अजितसिंग होते. कुटुंबात भगतसिंगांच्या आधी ते सर्वात अधिक क्रांतिकारी स्वभावाचे होते. १९०६च्या कलकत्ता काँग्रेस अधिवेशनातून परतल्यानंतर त्यांनी सुफी अंबाप्रसादांबरोबर त्यांच्या सहकार्याने 'भारत माता सोसायटी'ची स्थापना केली. 'न्यू कॉलनायझेशन ॲक्ट' विरोधात अजितसिंगांनी पंजाबव्यापी आंदोलन संघटित केले. पंजाबातील शेतकरी साम्राज्यवादी-सामंतवादी शोषणाने त्रस्त होते. 'पगडी संभाल ओ जट्टा' या नावाच्या शेतकरी आंदोलनाला त्यांनी आपले कुशल नेतृत्व दिले. अजितसिंग प्रभावी वक्ते होते. आपल्या क्रांतिकारी आणि ओजस्वी भाषणांनी त्यांनी शेतकऱ्यांना पेटून उठवण्यासाठी ठिणगीचे काम केले. त्या आंदोलनाला राजकीय स्वरूप प्रदान करण्याचे कार्य किशनसिंगांनी केले (*भगत सिंह और स्वतंत्रता संग्राम*, डॉ. रघुवीर सिंह, पृ. ४१).

विसाव्या शतकाच्या पहिल्या दशकात पंजाबमध्ये क्रांतिकारी लाट उसळली होती, तिचे नायक सरदार अजितसिंग होते. २ जून १९०७ रोजी त्यांना रेग्युलेशन III कायद्याखाली अटक करण्यात आली होती. ११ नोव्हेंबर १९०७ रोजी त्यांना तुरुंगातून सोडण्यातही आले. डिसेंबर १९०७मध्ये काँग्रेसचे सुरत अधिवेशन सुरू होते. जहाल गटाच्या सभेत टिळकांनी भावनावेगाने म्हटले –

> 'सरदार अजितसिंग एक विलक्षण व्यक्ती आहेत. त्यांची पात्रता इतकी आहे की, त्यांना स्वतंत्र भारताचे पहिले राष्ट्रपती बनवले जावे. आमच्याकडे त्यांच्यासारखा सुयोग्य दुसरा कुणी मनुष्य नाही.'
>
> (*भगत सिंह और उनके मृत्युंजय पुरखे*, वीरेंद्र सिंधु, पृ. ६९)

टिळकांनी खूश होऊन अजितसिंगांच्या डोक्यावर मुकुटही ठेवला होता. *मुहिब्बाने वतन* या नावाचे पुस्तक त्यांनी लिहिले होते. मंडालेहून परतल्यावर साहित्य प्रकाशनाचे कार्य त्यांनी भारतमाता सोसायटीद्वारे केले. त्याद्वारे त्यांनी *पेशवा* या नावाने एक वर्तमानपत्रही सुरू केले होते. प्रकाशित साहित्य आणि उक्त पत्र सरकारविरोधी असत. सरकार पक्ष अधिक आक्रमक होत आहे, हे पाहून ते विदेशी गेले. अजितसिंगांचे भगतसिंगांवर खूप प्रेम होते. (*भगत सिंह और स्वतंत्रता संग्राम*, डॉ. रघुवीर सिंह, पृ. ४३)

सरदार अर्जुनसिंगांचे तिसरे पुत्र सरदार स्वर्णसिंग होते. देशसेवेमध्ये ते कुणापेक्षाही कमी नव्हते. त्यांनी भारत माता सोसायटीत सक्रिय भूमिका निभावली. साहित्य लोकांपर्यंत पोहोचवण्यात ते अग्रेसर राहिले. सरकारने त्यांच्यावर खटला भरला. या अपराधासाठी ब्रिटिश सरकारने त्यांना दीड वर्षांची सश्रम कारावासाची कडक शिक्षा दिली. जेलमध्ये कडक मेहनतीचा आणि एकांतवासाचा परिणाम त्यांच्यावर झाला होता. क्षयाच्या आजाराने, भर तारुण्यात, वयाच्या तेविसाव्या वर्षी ते या जगातून निघून गेले (तत्रैव, पृ. ४३).

भगतसिंगांचे आजोबा, वडील, काका असे सर्वच देशसेवा आणि ब्रिटिशविरोधी कारवायांमध्ये अग्रेसर होते. स्वाभाविकच देशभक्ती, लोकसेवा, त्याग, देशाच्या स्वातंत्र्यासाठी लढणे आणि त्यासाठी शिक्षा भोगणे, अपार कष्ट सहन करण्याची तयारी ठेवणे या साऱ्या गोष्टी त्यांच्या घराण्यात परंपरेने आल्या होत्या. नेते आणि क्रांतिकारक हे परिस्थिती आणि संस्कार निर्माण करतात, असे म्हटले जाते. त्याचा प्रत्यय भगतसिंगांच्या घराकडे पाहिल्यावर येतो. जन्मापासूनचे सारे वातावरण त्यांच्या महान बलिदानाची पार्श्वभूमी तयार करत होते.

अर्थातच, ब्रिटिशांशी सरळपणे टक्कर घेतल्यावर भोगाव्या लागणाऱ्या शिक्षा आणि यातना यांचे ज्ञान भगतसिंगांना अगदी बालवयापासूनच झाले होते. क्रांतीची किंमत चुकवणाऱ्या घरात भगतसिंग वाढत होते. क्रांतिकारी असल्यामुळे एक काका तुरुंगात झालेल्या अत्याचारांचे बळी होऊन तेविसाव्या वर्षीच मरण पावले होते. दुसरे काका ब्रिटिशांपासून वाचण्यासाठी विदेशी निघून गेल्यामुळे भटकंती करत हलाखीचे जिणे जगत होते. वडिलांचा एक पाय तुरुंगात तर एक पाय बाहेर होता. घरातली पुरुष मंडळी ब्रिटिशांशी लढत अपार कष्ट सोसत होती आणि हेच कष्ट त्यांच्या घरातील स्त्रियाही भोगत होत्या.

घरातील स्त्रियांना तशाच दु:खांच्या कडवेपणाचा अनुभव येत होता. आई आणि काक्या दु:खाने रात्रंदिवस अश्रू ढाळत होत्या. त्यांच्या या दु:खाचे कारण ब्रिटिशांचे या देशातील अस्तित्व आहे, हे भगतसिंगांना बालपणीच जाणवले होते. भगतसिंगांनी आपल्या घरातील स्त्रियांचे दु:ख दूर करण्यासाठी शपथ घेतली होती. बालसुलभ शब्दांत ते म्हणत, "काकी, आपण दु:खी होऊ नका! इंग्रजांना येथून घालवून देईन आणि काकांना परत आणेन." (*युगद्रष्टा भगत सिंह और उनके मृत्युंजय पुरखे*, वीरेंद्र सिंधु, पृ. १३२). घरातील स्त्रियांना दिलेली वचने भगतसिंगांचे मिशन बनले आणि त्याच वचनपूर्तीसाठी त्यांनी आपले जीवन वेचले.

भगतसिंग अडीच-तीन वर्षांचे असतानाची गोष्ट. त्या वेळी शेतात नवी बाग केली जात होती. जमीन तयार केली होती आणि त्यात आंब्याची रोपे लावली जात होती. सरदार किशनसिंग आपला मित्र नंदकिशोर मेहताबरोबर बाग पाहायला शेतावर आले. भगतसिंगही

बरोबर होते. वडिलांचे बोट सोडून ते शेतात उतरले आणि खाली बसून छोट्या-छोट्या सुक्या काड्या रोपांप्रमाणे जमिनीत रोवू लागले. पित्याने लाडाने विचारले, "क्या कर रहे हो भगतसिंग?" उत्तराने दोहोंनाही स्तब्ध केले आणि मुग्धसुद्धा! उत्तर आले, 'बन्दुके बो रहा हूँ।' (बंदुका पेरत आहे.) (तत्रैव, पृ. १३०)

पहिल्या महायुद्धाच्या काळात १९१५मध्ये गदर पार्टीचा देशाला इंग्रजांच्या गुलामीतून मुक्त करण्याचा प्रयत्न करून झाला होता. ब्रिटिश साम्राज्यवाद्यांच्या विरुद्धच्या या विफल प्रयत्नानंतर गदरवाद्यांना मोठ्या प्रमाणावर फाशी आणि काळ्या पाण्याच्या शिक्षा देण्यात आल्या होत्या. या बातम्या वाचून भगतसिंगांच्या मन:पटलावर प्रतिरोधाच्या आणि द्वेषाच्या रेषा उमटल्या होत्या. भगतसिंग गदरवाद्यांचे किशोर नेता कर्तारसिंग सराभांना आपला आदर्श मानत होते. सराभांच्या फाशीच्या वेळी भगतसिंगांचे वय केवळ दहा वर्षांचे असेल. ते कर्तारसिंगांचा फोटो सतत आपल्या खिशात ठेवत असत. आईने विचारल्यावर म्हणाले, 'प्यारी माँ, यह मेरा नायक, मित्र और साथी है।' (*भगत सिंह और स्वतंत्रता संग्राम*, डॉ. रघुवीर सिंह, पृ. ४४-४५). देशासाठी मृत्यू पत्करण्याची आकांक्षा याच काळात निर्माण झाली असावी.

१३ एप्रिल १९१९ रोजी अमृतसरला जालियनवाला कांड झाले. भगतसिंगांचे वय तेव्हा १२ वर्षांचे होते. दुसऱ्या दिवशी ते शाळेत गेले. पण वेळेवर परत आले नाहीत. घरातून निघाले ते शाळेत न जाता सरळ अमृतसरला पोहोचले. जालियनवाला बागेत जाऊन जनतेच्या रक्ताने माखलेली माती त्यांनी उचलली आणि कपाळी लावली, आणि थोडी एका बाटलीत भरून घेऊन परत आले. बहिणीने त्यांच्या वाट्याची फळे त्यांना खाण्यास सांगितली, तेव्हा ती खाण्यास नकार देऊन त्यांनी बहिणीला ती रक्ताने रंगलेली बाटली दाखवली आणि म्हणाले, "इंग्रजांनी आपली अनेक माणसे मारली आहेत." साऱ्या गोष्टी बहिणीला सांगितल्यावर फुले तोडून आणली आणि बाटलीच्या चारही बाजूंनी ठेवली. नंतर अनेक दिवस हा फुले वाहण्याचा क्रम सुरू राहिला (*युगद्रष्टा भगत सिंह और उनके मृत्युंजय पुरखे*, वीरेंद्र सिंधु, पृ. १३४-१३५). ही बलिदानाला केलेली वंदना होती. रक्ताने रक्ताला ओळखले होते. रक्ताने रक्ताला साद घातली होती. एक किशोरवयीन रक्त दुसऱ्या किशोराला पुकारत होते. कदाचित फुलांनी त्याचे समाधान होत नसावे. फुलांचा नव्हे, रक्ताचा अभिषेक हवा होता आणि तसा अभिषेक झालाही!

आणखी एक वृत्ती लहानपणापासूनच त्यांच्यामध्ये दिसे. ती होती मित्रत्वाची वृत्ती. सहाध्यायी त्यांचे मित्र होतेच; पण मोठमोठ्यांशीही ते मैत्री जोडत. याचीही एक वेगळी तऱ्हा होती. एके दिवशी गावातील वृद्ध शिंपी त्यांचा शर्ट शिवून त्यांना देऊन गेला. शर्ट पाहून ते म्हणाले, "शिंपी माझा मित्र आहे. बघा, मला हे देऊन गेला आहे."

एक दिवस असे झाले की, त्यांनी एकाच दिवशी अनेकदा म्हटले की, 'यह मेरा दोस्त है, वह मेरा दोस्त है।' घरातील कुणी म्हटले, "यह और वह क्या, तुम्हारा तो सारा गांव दोस्त है।" ते छातीवर हात ठेवून समजदार माणसाप्रमाणे म्हणाले, "होय, सारेच माझे दोस्त आहेत." त्यांची सांगण्याची पद्धत बघून सारेच हसले. पण त्या दिवशी हसणाऱ्यांना माहीत नव्हते, की हे बालक १६-१७ वर्षांनंतर आपल्या मरणाने करोडो स्त्री-पुरुषांची मैत्री विकत घेईल. आणि हे शब्द त्याचे नाही; तर इतिहासाचे शब्द होतील (तत्रैव, पृ. १३१).

चौथ्या इयत्तेत आल्यानंतर सर्व विद्यार्थ्यांना विचारत असत; 'तुम्ही मोठे होऊन काय करणार?' कोणी म्हणायचे नोकरी करेन, कोणी शेती करेन म्हणायचा, कोणी दुकानदारी. ते ऐकून घेत असत. पण कुणी म्हणाले 'मी लग्न करणार', तर ते जोशाने म्हणत, 'लग्न करणे म्हणजे काय मोठी गोष्ट आहे. मी अजिबात लग्न करणार नाही. मी तर इंग्रजांना देशाबाहेर घालवणार.' (तत्रैव, पृ. १३२)

भगतसिंगांचे बालपण त्यांच्या भविष्यातील कार्याचा पाया होता. क्रांतीचे विलक्षण आकर्षण असणारा क्रांतिकारक भगतसिंगांच्या बालपणीच्या अनेक प्रसंगांतून व्यक्त होत होता. मोठेपणी त्यांना दिगंत कीर्ती आणि लोकप्रियता मिळाली, त्याची पायाभरणी त्यांच्या बालवयात झाली होती. त्यांचे बालपण खरोखरच भविष्याची सूचना देणारे होते.

■■■

३.
शिक्षण, अध्ययन आणि विवाह

भगतसिंगांचा जन्म एका शिक्षित कुटुंबात झाला होता. पारंपरिक संस्कारांच्या बरोबरीने नवे मानवतावादी संस्कार झालेला, असा हा आदर्श परिवार होता. त्या काळात भारतात शिक्षणाचे प्रमाण कमी होते. शाळा केवळ शहरे आणि मोठ्या गावांमध्येच होत्या. शिकणे-लिहिणे या गोष्टींना कदाचित त्यामुळेच फार सन्मानाचे काम मानले जात होते. आपल्या जीवनव्यवहाराने भगतसिंगांनी हे काम अधिक सन्मानित आणि श्रद्धेचे बनवले (*क्रांतिकारी भगत सिंह : व्यक्तित्व, विचारधारा और प्रासंगिकता,* चयनिका उनियाल पंडा, पृ. ६९).

भगतसिंगांचे शिक्षण गावातल्या प्राथमिक शाळेत सुरू झाले. तेथे ते श्रेष्ठ विद्यार्थी सिद्ध झाले. धडा लक्षात ठेवण्यात ते दक्ष होते, तर लेखन सुंदर बनवण्यात तत्पर! वाचताना आणि लिहिताना ते काळजीपूर्वक वागत. शिक्षकांबरोबर त्यांचे वागणे शालीन होते, तर सर्व विद्यार्थ्यांबरोबर सहकारी मित्राचे! त्यांच्या वर्तणुकीमुळे शाळा हा त्यांचा परिवार बनला होता (*युगद्रष्टा भगत सिंह और उनके मृत्युंजयी पुरखे,* वीरेंद्र सिंधु, पृ. १३१).

बालपणापासूनच ते मोठे प्रतिभाशाली आणि परिपक्व स्वभावाचे विद्यार्थी होते. डॉ. रघुवीर सिंहांनी लिहिले आहे की, वयाने तर ते बालक होते; परंतु चिंतन, विचारविमर्श आणि बोलण्या-चालण्याबाबत ते आपल्या वयाहून बरेच मोठे होते (*भगत सिंह और स्वतंत्रता संग्राम,* डॉ. रघुवीर सिंह, पृ. ४४). बालपणापासूनच ते राजकारणाबाबत कसे जागृत आणि संवेदनशील होते, याचा प्रत्यय त्यांनी १४ नोव्हेंबर १९२१ रोजी आपल्या आजोबांना सरदार अर्जुनसिंगांना पत्र लिहिले त्यातून येतो –

'आजकाल रेल्वेवाले संपाची तयारी करत आहेत. आशा आहे की, पुढील आठवड्यानंतर लवकरच सुरू होईल.' कार्डावर त्यांनी या ओळी उलट्या दिशेने लिहिल्या होत्या. वयाच्या चौदाव्या वर्षी हा विचार त्यांच्यातील राजकीय विवेक आणि जागरूकता दर्शवतो. हाच किशोर भविष्यात एके दिवशी समाजवादाचा उद्गाता बनला (तत्रैव, पृ. ४६).

शिक्षण सुरू असतानाच देशात गांधीजींचे असहकाराचे आंदोलन सुरू झाले होते. हे आंदोलन भगतसिंगांच्या रोमारोमांत भिनू लागले. वीरेंद्र सिंधुंच्या शब्दांत सांगायचे तर –

> ते १९२१ साल होते आणि इयत्ता नववी होती. त्यांनी निश्चय केला की, त्यांना डीएव्ही शाळेत शिकायचे नाही, आंदोलनात उडी घ्यायची आहे. तसे वडिलांना कळवणे आवश्यक होते. पण त्या वेळेपर्यंत ते फार संकोची होते. म्हणून त्यांनी त्यांचे साथी जयदेव गुप्तांना म्हटले, 'तुम्ही सांगा वडिलांना.' त्यांनी सरदार किशनसिंगांना सांगितले, तर ते तयारच होते. 'ज्याने होळीच्या जल्लोषात स्वतःच उडी घेतली आहे, तो आपल्या मुलाला गुलालापासून दूर राहण्यास कसे सांगू शकतो?'
>
> भगतसिंगांनी शाळा सोडली आणि ते आंदोलनाची पहिली शिडी चढले. आंदोलनाची दुसरी शिडी होती, स्वदेशीचा प्रचार आणि विदेशीचा बहिष्कार. दोन्ही कार्यांचा संबंध कपड्यांशी होता. भगतसिंगांच्या घरात कातण्या-विणण्याची परंपरा होती. आधीपासूनच घरातील सारे लोक खादी वापरत होते. म्हणून स्वदेशीचे त्यांना फार आकर्षण नव्हते. मात्र, विदेशी वस्त्रांची होळी पेटवण्यात त्यांना रस होता. त्याचे त्यांना पूर्ण आकर्षण होते. ते मुलांची टोळी बनवायचे, घराघरांतून विदेशी वस्त्रे मागून घ्यायचे, मग जोशाने त्यांची मिरवणूक काढायचे आणि एखाद्या चौकात त्यांची होळी पेटवायचे....
>
> .... आपल्या टोळीच्या मिरवणुकीच्या घोषणांत त्यांचा आवाज सर्वात मोठ्याने ऐकू येत असे आणि त्यांच्या चालण्यात असा अभिनिवेश असे की, ते एखाद्या ऐतिहासिक चित्रपटाचे हिरो आहेत.
>
> (*क्रांतिकारी भगत सिंह और उनके मृत्युंजयी पुरखे*, वीरेंद्र सिंधु, पृ. १३५-३६)

असहकाराचे आंदोलन अगदी जोराने सुरू होते. त्यातच एक अत्यंत हिंसक घटना घडली. गोरखपूर जिल्ह्यातील चौरीचौरा येथे जमावाने २१ पोलिसांना पोलीस ठाण्यात बंद करून पोलीस ठाण्याला आग लावली. त्यात सारे पोलीस शिपाई जिवंत जाळले गेले. या आधीही मुंबई, मद्रास (आताचे चेन्नई) येथे हिंसाचाराच्या अशा काही घटना घडल्या होत्या. परिणामी, १२ फेब्रुवारी १९२२ रोजी काँग्रेस कार्यकारिणीच्या बैठकीत गांधींनी असहकार आंदोलन मागे घेतले. पंडित नेहरूंपासून अनेकांना हा निर्णय आवडला नाही. लोकांमध्येही

निराशा आली. गांधींच्या आवाहनाला प्रतिसाद देऊन, हिंसेचा एक वर्षासाठी त्याग करून, या अहिंसक आंदोलनात उतरलेल्या क्रांतिकारकांच्या गटाला या निर्णयाने सर्वात जास्त धक्का बसला. गांधींच्या या निर्णयाला साऱ्या देशातून विरोध झाला. भगतसिंगही क्षुब्ध झाले.

असहयोग आंदोलनाच्या समाप्तीनंतर भगतसिंग गुरुद्वारा आंदोलनात भाग घेण्यास गेले. या आंदोलनाचे स्वरूप सामंतवाद-साम्राज्यवादविरोधी होते. या आंदोलनाचे लक्ष्य गुरुद्वारांची जमीन व अन्य संपत्तीवर व्यक्तिगत आधिपत्य होते, त्यांचे समाजीकरण करणे हे होते. या आंदोलनात भाग घेण्याची संधी मिळावी म्हणून भगतसिंगांनीही डोक्यावरचे केस वाढवले होते. 'अकाली' बनून काळी पगडी घालून कृपाणही बाळगू लागले होते. पण धार्मिक आस्थेने नव्हे, विदेशी सरकारविरोधी भावना आणि राजकारणासाठी (*सिंहावलोकन*, यशपाल, पृ. १६).

भगतसिंगांनी नॅशनल कॉलेजमध्ये प्रवेश घेण्याचे ठरवले, तेव्हा त्यांचे अर्धवट शिक्षण आड आले. कारण असहयोग आंदोलनात भाग घेतल्याने त्यांचे शिक्षण नववीतच थांबले होते. राष्ट्रीय विद्यालयात प्रवेशासाठी हायस्कूल पास होणे ही अर्हता होती. भगतसिंगांनी ही गोष्ट विद्यालयाचे प्रा. भाई परमानंदजी यांच्यावर सोपवली. प्रवेशाचा निर्णय तर प्रवेश परीक्षेद्वारेच होणार होता. परंतु भगतसिंगांची कष्टाळू वृत्ती, वयाहून अधिक असलेला मेधावीपणा तसेच त्यांच्या शिक्षणाविषयीची आस्था यांनी प्रभावित होऊन प्रवेश परीक्षा पास न करताच प्रा. परमानंदजींनी त्यांना दाखल करून घेतले.

राष्ट्रीय महाविद्यालयात सुखदेव, यशपाल, भगवतीचरण बोहरांसारखे क्रांतिकारी मित्र, जयचंद्र विद्यालंकार तसेच भाई परमानंदजींसारखे योग्य, कर्तव्यनिष्ठ, तेजस्वी व्यक्तिमत्त्व असलेले आणि मर्मज्ञ अध्यापक मिळाले. त्यांनी इतिहास, साहित्य, अर्थशास्त्र, राजकारण तसेच क्रांती यांच्या व्यापक ज्ञानाचे धडे शिकवले. राष्ट्रीय विद्यालयात प्रवेश घेतल्यानंतर भगतसिंगांनी अकाली आंदोलनापासून स्वतःला विलग करणे सुरू केले. कारण आता ते सांप्रदायिकतेपासून दूर होऊ लागले होते (*भगत सिंह और स्वतंत्रता संग्राम*, डॉ. रघुवीर सिंह, पृ. ४४).

भगतसिंग आता क्रांतिदलाचे रीतसर सदस्य होते आणि नॅशनल कॉलेजचे विद्यार्थीही! अजून एका क्षेत्रात ते भाग घेऊ लागले होते; ते क्षेत्र होते अभिनयाचे. उद्देश होता जनतेत गुलामीची चीड आणि स्वातंत्र्याची बेचैनी निर्माण करणे. नॅशनल कॉलेजमध्ये एका 'नॅशनल नाट्य क्लब'ची स्थापना करण्यात आली. 'राणा प्रताप', 'भारत दुर्दशा' आणि 'सम्राट चंद्रगुप्त' या नाटकांमध्ये आपली भूमिका निभावण्यात भगतसिंग पूर्णतः यशस्वी झाले. त्यांनी केलेल्या 'सम्राट चंद्रगुप्ता'च्या अभिनयाने प्रसन्न होऊन त्यांचे प्राध्यापक भाई परमानंदांनी

त्यांना मंचावरच मिठी मारली आणि कौतुकाने म्हणाले, 'माझा भगतसिंग खरोखरच भविष्यात शशिगुप्त सिद्ध होईल.' या क्लबच्या नाटकांवर इंग्रज सरकारने बंदी घातली, यातूनच या नाटकांची सफलता सिद्ध होते. नाटके बंद करण्यात आली (तत्रैव, पृ. ४८).

कॉलेजचे वातावरण पूर्णपणे राजकीय होते. अधिकांश विद्यार्थी इतिहास, अर्थशास्त्र आणि राज्यशास्त्र शिकत होते. भगतसिंग आणि त्यांच्या साथींचा कल क्रांतिकारी प्रवृत्तींकडे दिवसेंदिवस वाढत होता. असहयोग आंदोलनाच्या विफलतेनंतर त्यांचे लक्ष याच प्रश्नाभोवती केंद्रित होते की, राष्ट्राच्या राजकीय समस्येच्या समाधानाचा मार्ग केवळ क्रांतिकारीच असू शकतो. त्याचे मुख्य कारण जगभरच्या क्रांतिकारी साहित्याचे गहन अध्ययन होते. यशपालांच्या शब्दांतच सांगायचे तर –

> 'सत्याग्रह आंदोलनाच्या विफलतेचे अनुभव आणि दुसरे मार्ग शोधण्याची इच्छा या काळात आम्हा लोकांच्या हाती कोणते साहित्य आले?' डॅन ब्रीनचे *माय फाइट फॉर आयरिश फ्रीडम*, मॅझिनी आणि गॅरिबाल्डीची चरित्रे, फ्रेंच राज्यक्रांतीचा इतिहास, वॉल्टेअर आणि रुसोचे रूढीवादविरोधी विचार, विराफिन्गार, कॉम्रेड पोटकिन या रशियन क्रांतिकारकांची चरित्रे आणि टॉलस्टॉय, इव्हान तुर्गनेव्हच्या कादंबऱ्या; तसेच त्याच्या बरोबरीने देश स्वतंत्र करण्यासाठी केल्या गेलेल्या सत्याग्रहाहून भिन्न प्रयत्नांचा परिचय, ज्यात संन्याल दादांचे *बंदीजीवन* (आपबीती) प्राथमिक पुस्तकाच्या रूपात होते आणि मग रौलेट समितीचा अहवाल.
>
> (*सिंहावलोकन*, यशपाल, पृ. ८१)

भगतसिंग आणि त्यांचे सारे साथी नॅशनल कॉलेजातच क्रांतीच्या मार्गाचे पथिक बनले होते. आता ते रात्रंदिवस क्रांतीची स्वप्ने पाहत असत. एक दिवस यशपालने भगतसिंगांना रावी नदीत नौकाविहार करताना म्हटले होते –

> "Let us pledge our lives to our country." (आपण आपले जीवन देशाला अर्पण करण्याची प्रतिज्ञा करू या.) यशपालना भगतसिंगांकडून सकारात्मक प्रत्युत्तर मिळाले, "I do pledge." (मी प्रतिज्ञा करतो.) (तत्रैव, ८३)

१९२३मध्ये भगतसिंग एफए उत्तीर्ण होऊन बीएत गेले. पण त्याच वेळी परिस्थितीने त्यांना तेथून ओढून काढून दुसऱ्या मार्गावर आणून उभे केले. ते त्यांची आजी जय कौरचे लाडके नातू होते. त्यांचे भाऊ जगतसिंगांच्या अकाली मृत्यूने या लाडाला मोहात बदलले. त्यांनी आपला पुत्र सरदार किशनसिंगांकडे आता भगतसिंगांचे लग्न करायचे, असा आग्रह धरला. ते हुकूमशाही स्वभावाचे होते. जे सांगितले तेच करा.... पण भगतसिंग विवाहाला कसे तयार होणार? किशनसिंगांची तर मोठी पंचाईत झाली होती. एकीकडे मातेचा आग्रह,

दुसरीकडे पुत्राचा अटळ निश्चय होता (*युगद्रष्टा भगत सिंह और उनके मृत्युंजय पुरखे*, वीरेंद्र सिंधु, पृ. १४३).

सरदार किशनसिंग भगतसिंगांच्या विवाहाबाबत का आग्रही होते, ही गोष्ट समजण्यासाठी त्यांचा दृष्टिकोनही समजून घ्यायला हवा. वीरेंद्र सिंधु लिहितात –

> 'ते आपल्या पुत्राच्या, भगतसिंगांच्या क्षमता ओळखत होते आणि त्यांच्या मनात भावना होती की, भगतसिंगांनी मवाळ लजपत रायांच्या जागी जहाल लजपत राय बनावे. त्यांच्या मनात लोकमान्य टिळकांची योजना होती, जी काँग्रेसला, म्हणजे स्वातंत्र्याच्या लोक आंदोलनाला प्रगतिशील ऊब देऊन भारताला स्वातंत्र्य मिळवेल. आणखी स्पष्ट शब्दांत सांगेन की, नेताजी सुभाषचंद्र बोस यांनी जे तेजस्वी रूप नंतर धारण केले, आपल्या पुत्राचे तेच रूप त्यांच्या डोळ्यांत सामावले होते. लपवण्याची गोष्ट नव्हती, की फासावर लटकवलेल्या भगतसिंगांचे चित्र त्यांच्या डोळ्यांसमोर नव्हते; त्यांना ते त्यांना प्रियही नव्हते. त्यांनी आपले लहान भाऊ सरदार अजितसिंग, आपले परम मित्र रासबिहारी बोस आणि पुत्रवत प्रिय शहीद कर्तारसिंग सराभा यांच्या कार्याचा परिणाम पाहिला होता. त्यांचा दृष्टिकोन समजून घेण्यासाठी आपण हेदेखील विसरता कामा नये की, त्यांनी गदर पार्टीच्या कामासाठी आर्थिक साहाय्य केले होते. पण सराभांना साफ सांगितले होते की, तुझे गदर पार्टीचे आंदोलन ज्या मुक्त वातावरणात संघटित होत आहे, ते भारतात सफल होऊ शकणार नाही. कारण ही अमेरिका नाही. सरदार किशनसिंगांच्या जीवनाचा एकेक क्षण भारत स्वतंत्र करण्यासाठी लागला आहे. त्यांची दुर्बलता आणि ताकद यांची तुलना करताना, आर्य समाजाचे महान नेते आणि डीएव्ही कॉलेजचे संस्थापक महात्मा हंसराज यांच्या पुत्राला जेव्हा १९१४च्या षडयंत्र खटल्यात काळ्या पाण्याची शिक्षा झाली, तेव्हा त्यांनी आपल्या पुत्राशी संबंध नसल्याची जाहीर घोषणा केली होती, ही घटना लक्षात ठेवायला हवी. याउलट, सरदार किशनसिंग पावलापावलांवर, क्रांतिकारकांच्या पाठीशी अगदी ठामपणे, 'जगलो काय, मेलो काय' या जीवनसूत्राबरोबर उभे राहिले. क्रांतिविरोधी असणे ही त्यांची दुर्बलता नव्हती. ही त्यांची हतबलता पिता म्हणून येणारा राग होता....' (तत्रैव, पृ. १४३-४४)

एके दिवशी त्याच भागातील एक फार श्रीमंत गृहस्थ भगतसिंगांना आपल्या बहिणीसाठी पाहायला आले. भगतसिंग त्या दिवशी अगदी आनंदी होते आणि स्वत: टांगा हाकत त्यांना लाहोरपर्यंत सोडायला गेले. भगतसिंग त्यांना पसंत पडले आणि लग्नाची तारीख निश्चित केली.

लग्नाच्या या बोलण्यांमुळे भगतसिंगांचे मार्ग खुले झाले. तयारी तर आधीपासूनच होती. ही तयारी समजण्यासाठी शचिंद्रनाथ संन्याल यांचे हे शब्द मार्गदर्शक ठरले होते –

> 'माझा एक नियम होता की, दलातील व्यक्तीची परीक्षा करण्याच्या गरजेतून मी हे पाहू इच्छित होतो की, आपल्या दलातील व्यक्ती कुठपर्यंत त्याग करायला तयार आहेत. आम्ही तर केवळ त्यालाच दलाची व्यक्ती समजत होतो, जी व्यक्ती प्रत्येक वेळी जेव्हा सांगितले जाईल, तेव्हा घर सोडून काम करण्यासाठी मैदानात उतरेल. या धोरणानुसार मी भगतसिंगला विचारले, "तू घरदार सोडण्यास तयार आहेस का? जर तू लग्न केलेस तर पुढे अधिक काम होण्याची आशा तुझ्याकडून करता येणार नाही आणि तू घरी राहिलास तर तुला लग्न करावे लागेल. तू लग्न करावेस असे मला वाटत नाही. म्हणून माझी इच्छा आहे की, तू घर सोडून, मी जिथे सांगेन तिथे राहायला लाग." भगतसिंग घर सोडायला तयार झाले.' (तत्रैव, पृ. १४४)

विवाहाला काही दिवस उरले असताना भगतसिंग घरातून लाहोरला निघून गेले आणि तेथून न जाणे कुठे पसार झाले. त्यांच्या वडिलांना मेजाच्या खणात ठेवलेले एक पत्र मिळाले –

> पूज्य पिताजी, नमस्ते!
>
> मेरी जिंदगी मकसदे-आला यानी आझादी-ए-हिन्द के असूल के लिए वफ्फ हो चुकी है। इसलिए मेरी जिंदगी में आराम और दुनियानी खाहशात बायसे कशिश नहीं है।
>
> आपको याद होगा की जब मैं छोटा था तो बापूजीने मेरे यज्ञोपवीत के वक्त ऐलान किया था की मुझे खिदमते-वतन के लिए वफ्फ कर दिया गया है। लिहाजा मैं उस वक्त की प्रतिज्ञा पूरी कर रहा हूँ।
>
> उम्मीद है आप मुझे माफ फरमायेंगे।
>
> आपका ताबेदार
> भगत सिंह
> (तत्रैव, पृ. १४५)

आता भगतसिंगांचे औपचारिक शिक्षण संपले होते. भारतीय स्वातंत्र्यसंग्रामाच्या इतिहासातील नवा अध्याय सुरू झाला होता. एका वादळाची सुरुवात झाली होती आणि त्या वादळाचे रूपांतर झंझावातात होणार होते. देशाच्याच नव्हे, तर देशवासीयांच्या गुलामीच्या मुक्तीचा संग्राम सुरू झाला होता. ही १९२३च्या उत्तरार्धातील घटना आहे.

■■■

४.
लेखन आणि विचारधारा

भगतसिंगांचे वाचन जितके अफाट होते, तितकेच ते प्रभावशाली लेखकही होते. त्यांच्या आयुष्याच्या अल्प काळात त्यांनी धर्म, ईश्वर, गूढवाद, भाषा, कला, साहित्य, संस्कृती, आधीच्या व समकालीन क्रांतिकारकांची चरित्रे आणि क्रांती यांसारख्या विषयांवर लेखन केले.

१९२४मध्ये त्यांनी 'पंजाब की भाषा और लिपि की समस्या' या विषयावर लिहिलेल्या निबंधाला पहिल्या क्रमांकाचे पारितोषिक मिळाले. तीनही प्रकारच्या सांप्रदायिकता पंजाबियतच्या विकासाला बाधक आहेत, हे अत्यंत दु:खाने लिहिताना भगतसिंग लिहितात,

> 'पंजाबची भाषा अन्य प्रांतांप्रमाणे पंजाबीच असायला हवी होती, मग का झाली नाही? हा प्रश्न साहजिकच उठतो. येथील मुसलमानांनी उर्दूचा अंगीकार केला. मग शिखांची पाळी आली. त्यांचे सारे साहित्य गुरुमुखी लिपीत आहे. भाषा अगदी बरीच हिंदीसारखी आहे, परंतु मुख्य पंजाबी आहे. म्हणून शिखांनी गुरुमुखी लिपीत लिहिल्या जाणाऱ्या पंजाबी भाषेचाच अंगीकार केला. ते तिला कशाही प्रकारे सोडू शकत नव्हते. तिला धार्मिक भाषा बनवून ते तिला चिकटून राहिले. येथे आर्य समाजाचे कार्य सुरू झाले. स्वामी दयानंद सरस्वतींनी समस्त भारतवर्षात हिंदीचा प्रचार करण्याचे ठरवले. हिंदी भाषा आर्य समाजाचे एक धार्मिक अंग बनली आणि आर्य समाजींच्या कट्टरतेत हिंदीने आपले स्थान निर्माण केले. आर्य समाजाच्या प्रारंभीच्या दिवसांत शीख आणि आर्य समाजी यांच्या धार्मिक सभा एकाच जागेवर होत असत. तेव्हा त्यांच्यात काही भिन्नता वा भेदभाव नव्हता. परंतु 'सत्यार्थ प्रकाश'च्या काही दोन-एक वाक्यांनी

आपसांतील मतभेद वाढले आणि एकमेकांविषयी घृणा वाटू लागली. या प्रवाहात वाहत जाऊन शीख लोक हिंदी भाषेलाही घृणेच्या नजरेने पाहू लागले.' (*गोदारण*, अंक ७, जानेवारी २००९, संपादक : अलोक सिंह, पृ. २१७)

एक जुने क्रांतिकारक रामशरण दास यांनी 'स्वप्नभूमी' या आपल्या काव्यसंग्रहासाठी भगतसिंगांना प्रस्तावना लिहिण्यास सांगितली. भगतसिंगांना असलेली साहित्याची जाण, त्यांचे चौफेर वाचन, क्लिष्ट विषय आकलन करण्याची त्यांची क्षमता आणि सहज-सोप्या शब्दांत लिहिणे या त्यांच्या लिखाणाच्या विशेषता या प्रस्तावनेत तर दिसतातच; पण त्याचबरोबर जुन्या क्रांतिकारकांबाबत त्यांना असणारा आदर, आपल्याला न पटणारे विचार समजून घ्यायची त्यांची इच्छा आणि क्षमता हे गुणही त्यातून प्रगट होतात. या प्रस्तावनेच्या शेवटी ते म्हणतात,

'या काव्यसंग्रहाची मी बऱ्याच विस्तृतपणे चर्चा केली आहे. खरे तर मी त्यावर टीकाच केली आहे. पण मी त्यात कोणत्याही प्रकारचे बदल करा, असे सांगणार नाही. कारण याला त्याचे ऐतिहासिक मूल्य आहे. १९१४-१५ या काळातील क्रांतिकारकांच्या त्या कल्पना आहेत.

या पुस्तकाची खासकरून युवकांसाठी मी शिफारस करतो. पण त्याचबरोबर एक इशाराही देतो : कृपा करून, अंधानुकरणासाठी ते वाचू नका आणि त्यात जे काही लिहिले आहे ते गृहीत धरू नका. ते वाचा, त्यावर टीका करा, त्यावर चिंतन करा आणि त्याच्या आधारे तुमच्या स्वतःच्या कल्पनांची मांडणी करा.'

(*Bhagat Singh Selected Speeches and Writings,*
Editor : D. N. Gupta, p 75)

भगतसिंग उद्देश्यवादी लेखक होते. त्यांचे प्रत्येक पाऊल, प्रत्येक काम एका उद्देशाला समर्पित होते. तो उद्देश होता, जनतेला क्रांतीसाठी तयार करणे. आपल्या उद्देशांच्या पूर्तीसाठी ते आपल्या कामांना तीन भागांत विभागत होते, हे त्यांचे लेख वाचल्यावर लक्षात येते. 'जनतेच्या झोपलेल्या बुद्धीला हलका धक्का देऊन तिला जागवणे, हा पहिला भाग होता. दुसरा भाग होता जनतेला माहिती देणे. आणि तिसरा भाग होता, तिला ही प्रेरणा देणे, की जे काही दुसऱ्यांनी केले ते तुम्हीही करू शकता.' (*युगद्रष्टा भगत सिंह और उनके मृत्युंजय पुरखे*, वीरेंद्र सिंधु, पृ. ३००)

पूर्वकालीन आणि समकालीन क्रांतिकारकांवर त्यांनी अनेक लेख लिहिले आहेत. कर्तारसिंग सराभांचा फोटो भगतसिंग लहानपणापासून आपल्या खिशात ठेवत असत.

१९ वर्षांच्या वयात हसत-हसत फाशी गेलेल्या या क्रांतिकारकाविषयी त्यांना अतीव आदर आणि श्रद्धा वाटत असे. त्यांच्यावर लिहिलेल्या लेखाचा प्रारंभ त्यांनी असा केला आहे,

> 'रणचंडीचा परमभक्त बंडखोर कर्तारसिंगांचे वय त्या वेळी २० वर्षेही नव्हते, तेव्हा त्यांनी स्वतंत्रतादेवीच्या बलिवेदीवर निज रक्तांजली वाहिली. वादळासारखे ते अचानक कुठूनसे आले, आग भडकवली, सुषुप्त रणचंडीला जागवण्याचा प्रयत्न केला, विद्रोहाचे यज्ञकुंड रचले आणि शेवटी त्यातच स्वाहा झाले. ते काय होते, कोणत्या लोकांतून एकाएकी आले होते आणि मग झटकन कुठे निघून गेले, आम्ही काहीच समजू शकलो नाही.' (तत्रैव, पृ. ३०२)

डॉ. मथुरा सिंहांवरचा लेख त्यांनी या प्रकारे समाप्त केला आहे :

> 'मग २७ मार्च १९१७ हा दिवस आला. त्या दिवशी पुन्हा त्याच नाटकाचा प्रारंभ झाला. त्या दिवसाच्या नाटकात एकच दृश्य असते आणि तेही काही मिनिटांचे. हे वेडे लोक न जाणे कुठून आले, त्यांना न मृत्यूचे भय होते, न जीवनाची लालसा. कार्यक्षेत्रात तर हसलेच; पण फाशीच्या तख्तावरही स्मित केले. त्यांचा महिमा अपरंपार आहे. हों फरिश्ते भी फिदा जिन पर ये वो इंसान है।'

डॉ. अरुण सिंहांच्या परिचयाचा प्रारंभ त्यांनी या प्रकारे केला होता -

> 'देशप्रेमात धुंद होऊन लवलवत्या ज्वालेकडे झेप घेणाऱ्या बेडर पतंगाप्रमाणे त्यांनी आपले सर्व काही स्वाहा करून टाकले.
>
> त्यांच्यासाठी तर –
> जिंदगी नाकिस थी आखीर, कर दिया मदफन पसन्द,
> सुना था यह राहते कामिल, इसी मंज़िल में हैं।' (तत्रैव, पृ. ३०३)

क्रांतिकारकांचे वर्णन करताना अशा ओघवत्या भाषेत ते लिहीत असत आणि जनतेला जागृत करण्याचा प्रयत्न करत. शिव वर्मा लिहितात –

> 'हिंदी, उर्दू, पंजाबी आणि इंग्लिश या भाषांवर त्यांचे सारखेच प्रभुत्व होते. त्या काळी कॉम्रेड सोहन सिंह जोश अमृतसरमध्ये 'कीर्ती' नावाने गुरुमुखी आणि उर्दू भाषेत एक मासिक काढत असत. भगतसिंग त्यात नियमितपणे लिहीत असत. वेगवेगळ्या नावांनी कीर्तीमध्ये क्रांतिकारी शहिदांची चरित्रे प्रकाशित झाली होती. त्यातील अधिकांश भगतसिंगांच्या लेखणीतून उतरली होती. हिंदीमध्ये त्यांनी बरेच लिखाण 'प्रताप' तसेच 'प्रभा' (कानपूर), 'महारथी' (दिल्ली) आणि 'चांद' (अलाहाबाद) यांतून केले होते.

त्यांनी इंग्लिशमध्ये लिहिलेले लेख, न्यायालयातील वक्तव्ये, पत्रे, पत्रके इत्यादी त्यांच्या सशक्त शैलीचे प्रमाण आहे. नौजवान भारत सभेचा इंग्लिश मसुदा भगवतीचरण यांनी भगतसिंगांबरोबर १९२८मध्ये तयार केला होता. भाषाशैली तसेच देशाचा त्या वेळचा राजकीय स्तर पाहता विचारांच्या परिपक्वतेच्या दृष्टीने त्या घोषणापत्राला आजही ऐतिहासिक महत्त्व आहे. असेंब्ली बाँबमध्ये पकडले गेल्यावर त्यांनी न्यायालयात जो जबाब दिला, तो त्याच वेळी एक आंतरराष्ट्रीय ख्यातीचा दस्तऐवज बनला होता.'

(*संस्मृतियाँ : क्रांतिकारी शहीदों के रेखाचित्र,* शिव वर्मा, पृ. २४)

पत्रकार जगतामध्ये ते एक निष्ठावान आणि सजग कार्यकर्ता म्हणून प्रसिद्ध होते. 'अर्जुन'मधील त्यांचे साथी दीनानाथ सिद्धालंकार यांनी लिहिले आहे –

'त्यांच्यात बातमी लिहिण्याची अपार क्षमता होती. ते बातमीच्या आत्म्याला जाणत आणि ती अशा प्रकारे लिहीत की, तो आत्मा समोर यावा. त्या बातमीमागे इतिहास असेल, तर ते ती बातमी लेखाच्या रूपाने देत.'

(*भगत सिंह और स्वतंत्रता संग्राम,* डॉ. रघुवीर सिंह, पृ. २१५)

जेलमध्येच भगतसिंग यांनी 'मैं नास्तिक क्यों हूँ?' नावाचा एक दीर्घ लेख लिहिला. त्यात त्यांनी वैज्ञानिक दृष्टिकोनातून 'ईश्वर आणि धर्मा'च्या बाबतीत लिहून क्रांतिकारी जगामध्ये एका सार्थक चर्चेला सुरुवात केली (*भगत सिंह की चुनी हुई कृतियाँ,* शिव वर्मा, पृ. २०१).

या लेखनातून त्यांच्या भौतिकवादी विचारांचा परिचय होतो आणि त्याचबरोबर ही माहितीही मिळते की, त्यांच्या क्रांतीची कल्पना, हिंदू धर्माला आपल्या आंदोलनाचा शक्तिस्रोत मानून बसलेल्या, त्यांच्या आधीच्या क्रांतिकारकांपेक्षा भिन्न होती (*भगत सिंह और स्वतंत्रता संग्राम,* डॉ. रघुवीर सिंह, पृ. २१४).

त्यांचे शिक्षण उर्दू माध्यमातून झाले होते. त्यांनी त्यांचा भाऊ कुलतारसिंग यांना ८ मार्च १९३१ रोजी तुरुंगातून लिहिलेले शेवटचे पत्र उर्दूतूनच लिहिले आहे. फाशीच्या कोठडीतून लिहिलेले हे पत्र आहे. त्यात एक शेर आहे, तो असा –

'हवा में रहेगी मेरे ख्याल की बिजली,
यह मुश्ते खाक है फानी, रहे ना रहे!'

भगतसिंगांनी लिहिलेला हा शेर उर्दू भाषेवरच्या त्यांच्या अधिकाराचे सुंदर उदाहरण आहे (*क्रांतिकारी भगत सिंह : व्यक्तित्व, विचारधारा और प्रासंगिकता,* डॉ. चयनिका उनियाल पंडा, पृ. ११२-१३).

भगतसिंग त्यांच्या आधीच्या क्रांतिकारकांहून भिन्न आणि अद्वितीय आहेत. कारण त्यांनी देशाच्या संपूर्ण स्वातंत्र्याच्या मार्गांची उद्घोषणा केली होती आणि क्रांतीची वैज्ञानिक दृष्टीने व्याख्या करून तिला तत्कालीन तसेच आगामी संदर्भांशी जोडले होते.

दिल्ली सत्र न्यायालयाच्या न्यायाधीशांनी 'क्रांती'चा अर्थ विचारला, तेव्हा दिलेल्या उत्तरात ते म्हणाले –

> 'क्रांतीत घातक संघर्षांना अनिवार्य स्थान नाही ना त्यात व्यक्तिगत रूपाने सूड घेण्यास वाव आहे. क्रांती बॉंब आणि पिस्तुलांची संस्कृती नाही. अन्यायावर आधारित वर्तमान समाजव्यवस्थेत परिवर्तन घडले पाहिजे, हा आमच्या क्रांतीचा उद्देश आहे. उत्पादक श्रमिक समाजाचा आवश्यक घटक आहे. तथापि, शोषक लोक त्यांना त्यांच्या श्रमांच्या फळांपासून आणि मौलिक अधिकारांपासून वंचित करतात.
>
> एकीकडे सर्वांसाठी अन्न उगवणारे शेतकरी परिवारांसह उपाशी मरत आहेत, साऱ्या जगाच्या वस्त्रांची पूर्ती करणाऱ्या विणकरांकडे आपल्या आणि आपल्या मुलांच्या शरीराला झाकण्यासाठी पुरेशी वस्त्रे मिळू शकत नाहीत. गवंडी, लोहार, सुतार सुंदर महालांचे निर्माण करून घाणेरड्या वस्तीत राहतात आणि मरतात.
>
> दुसरीकडे भांडवलदार, शोषक आणि समाजावर गोचिडाप्रमाणे जिवंत राहणारे लोक आपले शौक पुरे करण्यासाठी करोडो रुपये पाण्यासारखे वाहवत आहेत. या भयंकर विषमता आणि विकासाच्या संधींच्या कृत्रिम असमानता समाजाला अराजकाच्या दिशेने घेऊन जात आहेत. अशा परिस्थिती सदैव राहू शकत नाहीत; तसेच हे स्पष्ट आहे की, वर्तमान समाजव्यवस्था एका ज्वालामुखीच्या तोंडावर बसून आनंद मानत आहे आणि शोषकांची अबोध मुलेही करोडो शोषित मुलांप्रमाणे एका धोकादायक दरीच्या काठावर उभी आहेत.
>
> जर संस्कृतीच्या रचनेला वेळीच वाचवले नाही, तर ती नष्ट-भ्रष्ट होऊन जाईल. म्हणूनच क्रांतिकारी परिवर्तनाची आवश्यकता आहे. ज्या लोकांना ही आवश्यकता जाणवत असेल, त्यांचे हे कर्तव्य आहे की, त्यांनी समाजाचे समाजवादाच्या आधारे पुनर्गठन करावे. जोपर्यंत हे होत नाही, तोपर्यंत मनुष्याचे मनुष्याकडून आणि राष्ट्राचे राष्ट्राकडून शोषण होत राहील, त्याला 'साम्राज्यवाद' म्हणता येऊ शकेल. आणि हे असेल, तोपर्यंत त्याच्यापासून निर्माण झालेली दुःखे आणि अपमान यांपासून मानवजातीला वाचवता येणार नाही. तसेच युद्धे थांबवणे व सार्वजनिक शांतीच्या युगाच्या सूत्रपातासाठीच्या केल्या जाणाऱ्या समस्त चर्चा पाखंडी आहेत.
>
> आमच्या क्रांतीचा उद्देश अंततः एका अशा सामाजिक व्यवस्थेची स्थापना करणे आहे की, ज्याला या घातक धोक्यांचा सामना करावा लागू नये आणि सर्वहारा वर्गाच्या प्रभुत्वाला मान्यता दिली जावी... क्रांती मानवजातीचा जन्मजात अधिकार

आहे, जो कोणत्याही परिस्थितीत हिरावून घेतला जाऊ शकत नाही. श्रमिक वर्ग समाजाचा वास्तविक आधार आहे. लोकप्रभुत्वाची स्थापना श्रमिकांचे अंतिम ध्येय आहे. या आदर्शांसाठी तसेच या अवस्थेसाठी आम्ही त्या साऱ्या कष्टांचे स्वागत करतो, जे आम्हांला न्यायालयाद्वारे दिले जातील. क्रांतीच्या या वेदीवर आम्ही आमचे तारुण्य धूपबत्तीप्रमाणे जाळण्यासाठी संबद्ध झालो आहोत. इन्कलाब झिंदाबाद!'

(*भगत सिंह : पत्र और दस्तावेज,* वीरेंद्र सिंधु, पृ. ४०-४१)

अन्य एका ठिकाणी भगतसिंगांनी क्रांतीची धारणा या प्रकारे स्पष्ट केली आहे –

'... क्रांती शब्दाचा अर्थ प्रगतीसाठी परिवर्तनाची भावना तसेच आकांक्षा आहे.' (तत्रैव, पृ. ४७)

पुढे ते लिहितात –

'पिस्तुले आणि बाँब क्रांती घडवत नाहीत, तर क्रांतीच्या तलवारी विचारांच्या सहाणीवर धारदार होतात... आमच्या क्रांतीचा अर्थ पुंजीवादी युद्धांच्या आपत्तींचा अंत करणे आहे.' (तत्रैव, पृ. ४९)

'बम के दर्शन' या दस्तऐवजात क्रांतीची धारणा पुढील शब्दांत स्पष्ट केली आहे –

'क्रांतिकारकांना विश्वास आहे की, देशाला क्रांतीनेच स्वातंत्र्य मिळेल. ते ज्या क्रांतीसाठी प्रयत्नशील आहेत आणि क्रांतीचे जे रूप त्यांच्यासमोर स्पष्ट आहे, त्याचा अर्थ, केवळ विदेशी शासक आणि त्यांचे पित्ते यांच्याशी त्यांचा संघर्ष व्हावा असा नाही. परंतु या सशस्त्र संघर्षाबरोबर नव्या सामाजिक व्यवस्थेचे द्वार देशासाठी मुक्त व्हावे. क्रांती भांडवलशाही, वर्गवाद, तसेच लोकांना विशेषाधिकार देणाऱ्या प्रणालीचा अंत करेल. राष्ट्राला आपल्या पायांवर उभे करेल, त्याने नव्या राष्ट्राचा आणि नव्या समाजाचा जन्म होईल. क्रांतीने सर्वात मोठी गोष्ट ही होईल की, ती मजूर तसेच शेतकऱ्यांचे राज्य कायम करून, देशाची राजशक्ती काबीज करून बसले आहेत, अशा सर्व अवांछित घटकांना समाप्त करून टाकेल.' (तत्रैव, पृ. ५४)

भगवतीचरण व्होरा यांचा हा दस्तऐवज क्रांतीची व्याख्या स्पष्ट करतो आणि हीच त्यांच्या पक्षाचीही धारणा होती.

हेच ध्येय अधोरेखित करताना भगतसिंग जनतेला संदेश देतात –

'या उद्देशासाठी म्हणजे क्रांतीसाठी आपण आधी सरकारची यंत्रणा हातात घेऊ इच्छितो. या शासनाचे यंत्र मालकांच्या हातात आहे. सामान्य जनतेच्या हिताच्या रक्षणासाठी तसेच आपल्या आदर्शांना क्रियात्मक रूप देण्यासाठी समाजाची नव्याने

सुरुवात मार्क्सच्या सिद्धान्तानुसार करण्यासाठी आम्ही सरकारचे यंत्र हाती घेऊ इच्छितो. आम्ही त्याच उद्देशासाठी लढत आहोत, पण यासाठी आम्हांला सामान्य जनतेला एकत्र करायला हवे.' (तत्रैव, पृ. ९०)

क्रांतीबाबतची भगतसिंगांची कल्पना स्पष्ट होती : 'क्रांती म्हणजे निरर्थक रक्त सांडवत सुटणे नव्हे वा सरकार बदलणे नव्हे.' स्वातंत्र्याचे आंदोलनही भगतसिंगांनी अंतिम आंदोलन मानले नव्हते, तो क्रांतीतील एक भाग होता. त्यांना उत्पादन संबंध बदलायचे होते आणि सत्ता एका वर्गाच्या हातून दुसऱ्या वर्गाच्या हाती द्यायची होती. म्हणूनच स्वातंत्र्यानंतरही क्रांतीचा संघर्ष सुरू राहील हे भगतसिंग स्पष्ट करतात –

'आमच्या पक्षाचे लक्ष्य काय आहे आणि साधने काय आहेत, हेदेखील विचार करण्यायोग्य आहे. पक्षाचे नाव 'सोशालिस्ट रिपब्लिकन पार्टी' आहे आणि म्हणूनच त्याचे लक्ष्य समाजवादी सामाजिक संघटना स्थापन करणे आहे. काँग्रेस आणि या पक्षात हाच फरक आहे की, राजकीय क्रांतीने शासनशक्ती ब्रिटिशांच्या हातातून जाऊन हिंदुस्थानींच्या हाती येईल. हेच आमचे लक्ष्य आहे. त्यासाठी मजुरांना आणि शेतकऱ्यांना संघटित करणे आवश्यक असेल. कारण त्या लोकांना लॉर्ड रिडिंग वा आयर्विनच्या जागी तेजबहादुर वा पुरुषोत्तमदास वा ठाकुरदास यांच्या हातात सत्ता येण्याने काही फार मोठा फरक पडू शकणार नाही.' (तत्रैव, पृ. ९१)

राजकारणातील युवकांना आवाहन करताना भगतसिंगांनी क्रांतीमध्ये व्यक्तीची भूमिका महत्त्वपूर्ण न मानता आर्थिक-सामाजिक परिस्थिती आणि संघटित पक्षाची भूमिकाच महत्त्वाची मानली आहे.

'क्रांती हे फारच कठीण काम आहे. कुणीही एक व्यक्ती क्रांती आणू शकत नाही आणि एखाद्या आधी ठरवलेल्या दिवशी क्रांती होऊही शकत नाही. विशेष सामाजिक आणि आर्थिक परिस्थितीमुळे क्रांती होणे शक्य असते. एक संघटित पक्षच हे काम करू शकतो. या परिस्थितींद्वारे दिल्या गेलेल्या अशा संधीचा वापर करण्यासाठी जनतेला तयार करणे तसेच त्यांची शक्ती संघटित करणे, हे फार कठीण काम आहे.'
(*भगत सिंह और स्वतंत्रता संग्राम*, डॉ. रघुवीर सिंह, पृ. २१९)

अशा प्रकारे भगतसिंगांनी क्रांतीची शास्त्रीय मांडणी केली होती. क्रांती म्हणजे व्यक्तिगत सुडाच्या भावनेने प्रेरित होऊन केलेला हिंसक वा खुनी संघर्ष नव्हता, तर तो विद्यमान समाजरचनेत मूलभूत परिवर्तनासाठी शेतकरी-मजूर आणि समाजाच्या अन्य श्रमजीवी भागांद्वारे केला जाणारा व्यापक तसेच संघटित कणखर जनसंग्रामाचा संदेश होता. भगतसिंगांनी पूर्वीच्या क्रांतिकारी विचारांच्या क्रांतीच्या अवैज्ञानिक धारणेला व्यावहारिक

आणि अस्सल स्वरूप प्रदान करण्यासाठी नवे परिमाण स्थापित केले. अराजकतावादी प्रकारांना नाकारून समाजाला क्रांतीची यथार्थवादी दृष्टी मिळवून देण्याचे श्रेय भगतसिंगांचे आहे. सरदार भगतसिंगांचे क्रांतीचे प्रयोजन, एका वर्गहीन-शोषणहीन सामाजिक व्यवस्थेची स्थापना करून समाजाच्या विकासाचा मार्ग चहूबाजूंनी मोकळा करणे आणि व्यक्तीला स्वतः निर्णय घेण्याचा हक्क देणे होता. त्यांनी, क्रांती मानवाचा जन्मसिद्ध अधिकार आहे, असे म्हटले होते. 'इन्कलाब झिंदाबाद', 'साम्राज्यवाद मुर्दाबाद' आणि 'सर्वहारा झिंदाबाद'च्या घोषणा शोषणाच्या साऱ्या शक्यता समाप्त करून जगात एक चांगला, स्वस्थ मानवी मूल्यांनी परिपूर्ण व्यवस्थेच्या सृजनाचा मार्ग प्रशस्त करतात. या केवळ घोषणा नसून एका विशिष्ट विचारसरणीच्या प्रतीक आहेत, ज्यात मानवजातीच्या मुक्तीचा अतूट संबंध आहे.

अंततः असा दावा करता येईल आणि त्यांचे लिखाणही हे जाहीर करते की, अध्ययन आणि अनुभव वाढत गेल्यावर 'क्रांतिकारी कार्यवाही'ची त्यांची धारणाही बदलली होती. आता ते काही साहसी व्यक्ती वा समर्पित नायकांच्या छोट्या गटाचे कार्य नव्हते, तर एक स्पष्ट उद्देश आणि विचारसरणीने प्रेरित राजकीय योजनेप्रमाणे, जनता म्हणजे श्रमिकांचे कामगार आणि शेतकऱ्यांचे कार्य होते (तत्रैव, पृ. २२०, *भगत सिंह की राह पर*, ए. बी. वर्धन, पृ. १६).

भगतसिंगांना जी क्रांती करायची होती, ती क्रांती त्यांना 'जनतेद्वारे जनतेच्या हितासाठी' करायची होती. अपेक्षित स्वराज्य त्यांना जनतेद्वारे मिळवायचे होते. म्हणूनच ते जनतेला क्रांतिकार्याशी जोडू इच्छित होते. ज्या गोष्टी जनतेत क्रांतीबाबत वा क्रांतिकारकांबाबत अप्रीती निर्माण करत होत्या, त्या टाळण्याचा आणि नवे मार्ग शोधण्याचा त्यांचा प्रयत्न होता. वीरेंद्र सिंधुंनी या बाबतीत भाष्य केले आहे –

> 'आता भगतसिंग क्रांतिकारी दलाचे सदस्य झाले होते आणि दलाचे कामच त्यांचे काम होते. काम समजून घेणे, ते पूर्णपणे आत्मसात करून आपल्या हातात घेणे, त्यांचा स्वभाव होता. ते काम समजून घेत होते. पण जे काम त्यांच्या मनात खळबळ माजवत होते, ते दरोडा घालून दलासाठी पैसे आणण्याचे होते. दलाला पैशांची गरज होती, पैसे मिळवण्याचा दुसरा मार्गच नव्हता, हे दरोडे घालण्याचे एक कारण होते. पण, शेवटी दरोडाही एखाद्या नागरिकाच्या घरावरच घालावा लागे. त्यामुळे दरोडे संघटनेला जनतेपासून दूर करत होते. जनतेत दलाला अप्रिय करत होते, ही त्याची दुसरी बाजू होती. भगतसिंगांनी जगातील क्रांत्यांचे गहन अध्ययन केले होते. त्यामुळे त्यांना खातरी पटली होती की, धक्का देणाऱ्या काही हत्याकांडांनी देशात क्रांती होऊ शकत नाही. त्यासाठी जनतेला बरोबर घ्यावे लागेल; घ्यावेच लागेल. पण दरोडे तर

> त्यांना संघटनेपासून दूर करतात. त्यांनी निश्चय केला की, ते ही स्थिती बदलतील आणि तसे करणे हे आपल्या जीवनाचे उद्दिष्ट बनवतील.'
>
> (*युगद्रष्टा भगत सिंह और उनके मृत्युंजय पुरखे*, वीरेंद्र सिंधु, पृ. १४६)

हा विचार आणि त्या विचारांच्या अनुषंगाने केलेले कार्य भगतसिंगांना अन्य क्रांतिकारकांहून वेगळे तर करतेच; पण १६-१७ वर्षांच्या या क्रांतिकारकाच्या बुद्धीची प्रगल्भताही दाखवून देते.

'इन्कलाब झिंदाबाद', 'साम्राज्यवाद मुर्दाबाद' आणि 'सर्वहारा झिंदाबाद' या घोषणांमागे एक निश्चित कार्यक्रम होता. अर्थातच, हा कार्यक्रम काँग्रेसच्या कार्यक्रमांहून भिन्न होता. ही गोष्टही विचार करण्यासारखी आहे की, काँग्रेसने या घोषणांचा कधीही अंगीकार केला नाही. देशाचे स्वातंत्र्य मिळवणे हा काँग्रेसचा अग्रक्रम होता. त्यामुळे काँग्रेस समाजातील सर्व घटकांना एकत्र आणत होती, ही काँग्रेसची बाजू समजून घेतली तरी या घोषणा, हे काँग्रेसच्या धोरणाचा भाग कधीही नव्हता. अर्थातच भगतसिंग काँग्रेसचे कट्टर टीकाकार होते. ते काँग्रेसला एक सुधारणावादी, तडजोडवादी राजकीय विचारसरणी असलेला शोषक-शासक वर्गाचा पक्ष मानत होते. एक-न-एक दिवस काँग्रेस ब्रिटिश सरकारकडून प्रशासनाबाबत काही सुधारणा स्वीकारून ब्रिटिशांशी समझोता करेल. म्हणून सर्वसामान्य जनता आणि विशेषकरून नवयुवकांसमोर नवा आदर्श ठेवून त्यांच्यातून नवे नेतृत्व पुढे आणावे लागेल. नौजवान भारत सभेच्या स्थापनेच्या वेळी पूर्ण स्वराज्य आणि शेतकरी-कामगारांचे राज्य स्थापित करणे भारतीय जनतेचे लक्ष्य असायला हवे आणि श्रमिकांसमोर हेच लक्ष्य ठेवून त्यांना संघटित करायला हवे, यावर सहमती झाली होती (*भगत सिंह और स्वतंत्रता संग्राम*, डॉ. रघुवीर सिंह, पृ. २२०). याचा प्रत्यय काँग्रेसबाबत नौजवान भारत सभेचे घोषणापत्र बनवताना व्यक्त केलेल्या मतातून येतो.

> 'ते आमच्या देशातील भांडवलदार तसेच निम्न भांडवलदार वर्गाला सवलती देऊन आपल्या बाजूला वळवत आहेत. दोघांचे हित एक होत चालले आहे. भारतात ब्रिटिश भांडवलाच्या अधिकाधिक गुंतवणुकीचा अनिवार्यतः हाच परिणाम होईल. भविष्यात अगदी लवकरच आपण त्या वर्गाला तसेच त्यांच्या नेत्यांना विदेशी शासकांबरोबर जाताना पाहू. कुण्या मेज परिषदेत वा अशाच प्रकारच्या कुण्या संस्थेद्वारे दोघांमध्ये समझोता होऊन जाईल....'
>
> (*संस्मृतियाँ : क्रांतिकारी शहीदों के रेखाचित्र*, द्वितीयावृत्ती, शिव वर्मा, पृ. १६९)

ज्या गोष्टीला भगतसिंग आणि त्यांचे साथी त्या वेळीही तीव्र विरोध करत होते, ती गोष्ट गेल्या काही वर्षांमध्ये अभिमानाची समजली जात आहे. सरकारे बदलल्यावरही ती

तशीच सुरू असल्याने सारेच पक्ष भगतसिंगांना अभिप्रेत असलेल्या स्वराज्यापासून दूर असल्याचा प्रत्यय येतो. शिव वर्मा पुढे लिहितात –

'भगतसिंग आणि त्यांचे साथी भगवतीचरण व्होरा यांनी १९२८च्या प्रारंभिक काळातच भारताच्या राजकीय विकासाचा पुढील मार्ग योग्य प्रकारे पाहिला होता की, एक दिवस गोलमेज परिषद होईल, ब्रिटिश आणि काँग्रेसचे नेते यांच्यामध्ये एक प्रकारचा समझोता होईल. हळूहळू भारतीय भांडवलाचा एक भाग इंग्लिश भांडवलाबरोबर मिळून-मिसळून जाईल आणि काँग्रेसचे नेते शाही भारतीय भांडवलदारांच्या याच गटाचे प्रतिनिधित्व करू लागतील. त्यांनी यावरही जोर दिला होता की, त्यांच्या काळात स्वातंत्र्यासाठी लढणारे काही नेते पुढे जाऊन भारत आणि इंग्लंड यांच्यातील सहयोगाचे पाईक बनतील आणि राष्ट्रीय स्वातंत्र्याबरोबर गद्दारी करतील.'

(*भगत सिंह : व्यक्तित्व और विचारधारा*, गोपाल ठाकूर, पृ. ३)

स्वातंत्र्योत्तर काळातील अनेक कल्याणकारी योजना राबवूनही विषमतेच्या अंतरातील पराकोटीची वाढ, चंगळवादी उच्च-मध्यम वर्ग आणि या चंगळवादी वर्गाभोवताली केंद्रित आर्थिक, शैक्षणिक, आरोग्य, गृहनिर्माण, शहरी व्यवस्थापन, वाहतूक यांची धोरणे याचा प्रत्यय देतात. भांडवलदारांचे लाखो कोटींचे कर्ज माफ केले जाते, पण काही हजारांच्या कर्जापायी शेतकरी आत्महत्या करतात.

भगतसिंग आणि त्यांच्या साथींचे स्वराज्य आणि क्रांती भांडवलशाहीविरुद्ध होती आणि म्हणूनच भगतसिंगांनी 'हिसप्रस' घोषणपत्रात लिहिले होते –

'आम्हांला इंग्रजांशिवाय अंतर्गत शत्रूंशीही लढायचे आहे, म्हणून 'बम के दर्शन' दस्तऐवजात मिठाच्या सत्याग्रहाबाबत म्हटले होते की, गांधींची ही लढाई इंग्रजांविरुद्ध नसून आम्हा क्रांतिकारकांविरुद्ध आहे.'

(*भगत सिंह : एक ज्वलंत इतिहास*, हंसराज रहबर, पृ. १७४)

भगतसिंग आणि त्यांच्या साथींनी जसे काँग्रेसचे राजकारण ओळखले होते, तसे कम्युनिस्टांनाही ओळखले होते. हंसराज रहबर लिहितात –

'भगतसिंग आणि त्यांच्या साथींनी काँग्रेससारखी कम्युनिस्ट पक्षावर टीका केली नाही; पण कम्युनिस्ट पक्षाचा क्रांतिकारी पक्ष म्हणून स्वीकारही केला नाही. केला असता तर त्यांनी तुरुंगामध्ये काँग्रेसहून वेगळे आपले एक स्वतंत्र अस्तित्व ठेवणारी क्रांतिकारी पार्टी आणि क्रांतिकारी कार्यक्रमांचे जे प्रारूप तयार केले होते, ते करायची गरज पडली नसती.' (तत्रैव, पृ. १८०)

हंसराज रहबर आपला मुद्दा स्पष्ट करताना लिहितात –

'देशाचे दुर्भाग्य की, हिंदुस्थान समाजवादी प्रजातंत्र संघ विखुरल्यानंतर जी पोकळी निर्माण झाली, ती आजवर भरून निघू शकली नाही.

क्रांतिकारी दलाचे सदस्य शिक्षा भोगून सुटले आणि हळूहळू सारे कम्युनिस्ट पक्षात सामील झाले. कम्युनिस्ट नेत्यांनी भगतसिंगांना नेहमीच दहशतवादी म्हटले आणि अशी धारणा पसरवली की, त्यांचे साथी जेलमध्ये मार्क्सवाद वाचून क्रांतिकारक बनले आणि कम्युनिस्ट पक्षात आले. जेलमध्ये जाण्यापूर्वी ते मार्क्सवादी नव्हते. त्यामुळे भगतसिंगांबाबत हा भ्रमही निर्माण झाला की, त्यांनी मार्क्सवादाचा अभ्यास जेलमध्ये केला, त्यापूर्वी ते मार्क्सवादी नव्हते. ऐतिहासिक सत्य हे आहे की, कानपूरला गेल्यानंतर त्यांचे क्रांतिकारकामध्ये रूपांतर झाले. केवळ इतकेच नाही, ते राष्ट्रवादी होते, ते मार्क्सवादी बनले. परंतु आपल्या देशात मार्क्सवादाचे खरे प्रवक्तेही तेच होते. त्यांनी मार्क्सवाद-लेनिनवादाचा केवळ अभ्यास केला नाही, तर त्याला जनतेच्या क्रांतिकारी व्यवहारांशी जोडून राष्ट्रीय रूप दिले.

ज्या प्रकारे चीनच्या संदर्भात माओ त्से तुंग विचारसरणी मार्क्सवाद-लेनिनवादाचे राष्ट्रीय रूप आहे, त्याचप्रमाणे भगतसिंगांची विचारधारा मार्क्सवाद-लेनिनवादाचे भारतीय रूप आहे. विवेकानंद १९व्या शतकाच्या शेवटी आमच्या विचारांना विकसित करून येथवर पोहोचले होते, भगतसिंगांनी त्यांना तेथून पुढे नेले, विकसित केले. भगतसिंग पहिले क्रांतिकारक होते, ज्यांनी नास्तिक बनण्याची प्रक्रिया तर्कसंगत पद्धतीने मांडली. नास्तिक ते जेलमध्ये जाण्याच्या आधीपासून बनले होते, आणि जेलमध्ये जाण्याच्या आधीच 'हिंदुस्तान प्रजातंत्र संघा'बरोबर 'समाजवादी' शब्द जोडून मार्क्सवादानुसार नव्या समाजाच्या निर्माणाच्या आणि सर्वहारांच्या अधिनायकत्वाची गोष्ट त्यांनी केली होती....'

भगतसिंग आणि त्यांचे साथी कृतीने आणि कथनीनेही मार्क्सवादी होते. याउलट, कम्युनिस्ट नेते कृतीने नव्हे; केवळ कथनीने मार्क्सवादी होते आणि कथनीनेच क्रांतिकारी होते. कम्युनिस्ट नेत्यांनी भगतसिंग आणि त्यांच्या साथींना यासाठी अपरिपक्व आणि दहशतवादी म्हटले, कारण त्यांनी स्थिती परिपक्व होण्यापूर्वीच पिस्तूल आणि बॉंब यांचा मार्ग वापरला होता. परंतु हे टीकाकार स्थिती परिपक्व होण्याची वाट पाहत म्हातारे होत मरून गेले आणि जात होते. पण स्थिती कधी परिपक्व झाली नाही आणि कदाचित कधी होणार नव्हती. संसदीय मार्गाचा स्वीकार केल्यानंतर त्याची गरजही कुठे राहिली आहे (तत्रैव, पृ. १७९-८०).

स्वामी विवेकानंद हे हंसराज रहबर यांचे आदरस्थान असल्याचे त्यांच्या अन्य लेखनावर नजर टाकल्यास लक्षात येते. त्यामुळे भगतसिंगांबाबत लिहिताना त्यांना स्वामींचे स्मरण होणे समजण्यासारखे आहे. दोन वेगळ्या क्षेत्रांतील सर्वात कर्तृत्ववान व्यक्तींची तुलना रहबर यांनी टाळायला हवी होती. भगतसिंग यांचा मार्क्सवादाचा अभ्यास ते तुरुंगात जाण्याच्या आधीपासूनचा होता, हे त्यांचे प्रतिपादन योग्य आहे.

कम्युनिस्टांच्या बोलण्या-वागण्यातील अंतर भगतसिंग आणि त्यांच्या साथींनी ओळखले होते.

भगतसिंगांना कम्युनिस्टांनी आपल्या इतिहासलेखनात दहशतवादी संबोधल्याबद्दल संघ-भाजप कम्युनिस्टांवर नव्याने टीका करू लागले आहेत. परंतु आज ज्या संदर्भात दहशतवाद शब्द वापरला जातो, त्या अर्थाने हा शब्द तेव्हा वापरला जात नव्हता. स्वतः भगतसिंगांनीही 'मी दहशतवादी नाही, ज्याच्याजवळ एक दीर्घ कार्यक्रम आणि त्या बाबतीत एक सुनिश्चित विचार आहे, असा मी एक क्रांतिकारक आहे. मी सर्व शक्ती एकवटून सांगू इच्छितो की, मी दहशतवादी नाही आणि कधीही नव्हतो. कदाचित ते दिवस सोडावे लागतील, जेव्हा मी माझ्या क्रांतिकारी जीवनाची सुरुवात करत होतो', असे म्हटले आहे (*शहीद भगत सिंह*, प्रकाशक : जनमुक्ती संघर्ष वाहिनी, मुंबई, संकलन : डॉ. विवेक मॉन्टेरो, पुरुषोत्तम त्रिपाठी, डॉ. राम पुनियानी, डॉ. विवेक कोरडे, पृ. ४०).

त्या काळातील क्रांतिकारक परंपरांचे अनुकरण करणाऱ्या तरुणांबाबत ही धारणा होती की, ते देशासाठी जीवनाचा मोह न ठेवता, मरण पत्करणारे होते. याखेरीज आणखी काही नव्हते. साहित्य, भाषा, समाजरचना याबाबतीत ते अनभिज्ञ होते. यात काही अंशी सत्य होते. तरीही, भगतसिंगांबाबत असे अजिबात म्हणता येणार नाही. १९२२-२३मध्ये पंजाब हिंदी साहित्य संमेलनाद्वारे पंजाबच्या भाषा आणि लिपी समस्येवर लेख मागवले होते. त्यात भगतसिंगांनीही भाग घेतला होता. भगतसिंगांनी आपल्या लेखाचा प्रारंभ उद्‌बोधक पद्धतीने केला होता —

> 'कुणा समाजाशी अथवा देशाशी परिचित होण्यासाठी त्या समाजाच्या अथवा देशाच्या साहित्याशी परिचित होण्याची परमावश्यकता आहे. कारण समाजाची प्राणांची प्रेरणा त्या समाजाच्या साहित्यात प्रतिबिंबित झालेली असते.'
>
> (*भगत सिंह : पत्र और दस्तावेज,* संपादक : वीरेंद्र सिंधु, पृ. ९०-९१)

रामसरण दास या मागच्या पिढीतील क्रांतिकारकाने लिहिलेल्या 'ड्रिम लँड' या काव्यसंग्रहाला त्यांनी लिहिलेल्या प्रस्तावनेतील पुढील अंश आपल्याला त्यांच्या साहित्यविचारांचा,

त्याच्या अध्ययनाचा आणि सामाजिक प्रगतीत साहित्याचे योगदान ते किती महत्त्वाचे मानत होते, त्याचा प्रत्यय देतो.

> 'शेवटी त्यांचा कवितेचा सर्वाधिक महत्त्वाचा भाग येतो, ज्यात त्यांनी त्या भावी समाजाबाबत लिहिले आहे; ज्याची रचना करण्यासाठी आम्ही सारे आसुसलेलो आहोत. परंतु मी अगदी सुरुवातीलाच एक गोष्ट स्पष्ट करून टाकू इच्छितो : 'ड्रिम लँड' खरं तर एक युटोपिया (काल्पनिक आदर्श) आहे. या गोष्टीचा स्वीकार स्वतः लेखकाने शीर्षकातच केला आहे. तो या विषयावर काही शोधप्रबंध लिहिण्याचा दावा करत नाही. परंतु निःसंदेहपणे 'युटोपिया'ची सामाजिक प्रगतीत एक महत्त्वपूर्ण भूमिका असते. सेंट सायमन, फूरीये, रॉबर्ट ओवेन तसेच त्यांचे सिद्धान्त नसते तर वैज्ञानिक मार्क्सवादी-समाजवादी सिद्धान्तही नसता. लाला रामसरण दासांच्या युटोपियाचेही त्याच प्रकारचे महत्त्व आहे. जेव्हा आमचे कार्य, आमच्या विचारसरणीला व्यवस्थित रूप देण्याचे आणि वैज्ञानिक दृष्टिकोनाचा अंगीकार करण्याचे महत्त्व समजेल, तेव्हा त्यासाठी हे पुस्तक बऱ्याच उपयोगाचे सिद्ध होईल.'
>
> (*भगत सिंह : एक ज्वलंत विचारधारा*, हंसराज रहबर, पृ. १७०)

भाषेच्या बाबतीत भगतसिंगांचा विचार व्यावहारिक आणि वैज्ञानिक होता. त्यांनी शुद्ध भाषेऐवजी सामान्य बोली भाषांना महत्त्व दिले. याबाबतीत प्रकाश टाकताना त्यांनी म्हटले होते –

> 'संस्कृतचे सारे साहित्य हिंदू समाजाला पुनर्जीवित करू शकले नाही, म्हणून सामायिक भाषेत नवीन साहित्याची निर्मिती करण्यात आली. या सामायिक भाषेतील साहित्याने आपला प्रभाव दाखवला, तो आजही आपल्या अनुभवाला येतो. एका चांगल्या, समजदार व्यक्तीसाठी क्लिष्ट संस्कृत मंत्र किंवा प्राचीन अरबीतील 'आयत' तितके प्रभावी होऊ शकत नाहीत, जितके त्याच्या साधारण भाषेतील साहित्य प्रभावी ठरते.'
>
> (*भगत सिंह और स्वतंत्रता संग्राम*, डॉ. रघुवीर सिंह, पृ. २२९)

भाषेला धर्माच्या नावाने वा संप्रदायाच्या नावाने जोडणे भगतसिंगांना अमान्य होते. त्यांच्या दृष्टीने भाषा साहित्याच्या अभिव्यक्तीचे एक अपरिहार्य माध्यम होते. त्यांच्या मते, भाषेला धर्माचा अंगरखा घालून एका उन्नतिशील समाजाचे निर्माण करता येणे शक्य नव्हते.

हिंसा आणि अहिंसा यांच्याबाबतही भगतसिंगांचे चिंतनही त्यांच्या अफाट वाचनाची आणि तर्कशुद्ध विचार करण्याची परिणती होती. त्यांना केवळ दहशतवादी वा हिंसावादी संबोधणे त्यांच्यावर अन्यायकारक असेलच; पण त्याचबरोबर ते ज्या मूल्यांचा पुरस्कार करत होते, त्या मूल्यांच्याही विरुद्ध होईल. ते हिंसेकडे मानवाच्या संपूर्ण मुक्तीसाठीचे

एक पावन ध्येय म्हणून पाहत होते. भगतसिंगांनी हिंसेची व्याख्या निरपेक्ष दृष्टिकोनातून न करता सापेक्षतेने केली. ते व्यक्तिगत हिंसेच्या पूर्णपणे विरुद्ध होते. मानवतेच्या सर्वोच्च हितासाठी केल्या जाणाऱ्या हिंसेला त्यांनी कधीही त्याज्य वा निंदनीय मानले नाही. त्यांच्या मते, शोषक वर्गाची हिंसा अन्यायपूर्ण आहे, तर शोषित वर्गाची हिंसा न्यायसंगत आहे (*भगत सिंह : पत्र और दस्तावेज,* सं. वीरेंद्र सिंधु, पृ. ३९).

त्यांनी हिंसेची व्याख्या अशी केली –

> 'आमच्या दृष्टीने बलप्रयोग तेव्हा अन्यायपूर्ण होतो, जेव्हा तो आक्रमक रितीने केला जातो. ही आमच्या दृष्टीने हिंसा आहे. परंतु शक्तीचा उपयोग सकारात्मक (समाजसंमत) उद्देशाच्या पूर्तीसाठी केला गेला, तर ते नैतिक दृष्टीने न्यायसंगत होते. बल प्रयोगाचा पूर्ण बहिष्कार शुद्ध भ्रांती आहे.' (तत्रैव, पृ. ५०-५१)

लाहोर उच्च न्यायालयाच्या खंडपीठासमोर केलेल्या निवेदनात ते हा मुद्दा अधिक स्पष्ट करतात –

> 'उंदरांना मारण्याचा हेतू असेल तर अर्सेनिक (सोमल विष) पिठात मिसळणे हा गुन्हा मानला जाणार नाही. पण एखाद्या माणसाला ठार मारायचे असेल, तर तो गुन्हा ठरतो. म्हणून विवेकबुद्धीच्या कसोटीला न उतरणारे आणि न्यायाच्या तत्त्वांविरुद्ध असणारे कायदे मोडीत काढले पाहिजेत. कारण अशा अन्याय्य कायद्यांमुळेच बऱ्याच थोर बुद्धिवंतांना बंडाचा मार्ग स्वीकारावा लागला आहे.'
>
> (*भगतसिंग : निवडक भाषणे आणि लेखन,*
> संपादक : डी. एन. गुप्ता, अनुवाद : रमेशचंद्र पाटकर, पृ. २९)

सत्र न्यायालयात चाललेल्या खटल्यात भगतसिंग आणि बटुकेश्वर दत्त यांचे निवेदन ६ जून १९२९ रोजी बॅ. असफ अलींनी वाचून दाखवले. तो मसुदा भगतसिंगांनी लिहिला होता. त्यातही भगतसिंगांनी क्रांतीचा अर्थ आणि त्यांचे हिंसाविषयक मत स्पष्ट केले आहे :

> 'क्रांतीत रक्तपाती संघर्ष आवश्यक नसतो किंवा त्यात व्यक्तिगत शत्रुत्वाला जराही जागा नसते. क्रांती म्हणजे बॉंब आणि पिस्तूल यांचा संप्रदाय नाही. उघडपणे दिसणाऱ्या अन्यायावर आधारलेली सध्याची व्यवस्था बदलली पाहिजे, हा आम्हांला अभिप्रेत असलेला क्रांतीचा अर्थ आहे...
>
> हे आदर्श व दृढविश्वास यासाठी भोगाव्या लागणाऱ्या कोणत्याही यातनांचे आम्ही स्वागत करू. त्यासाठी आम्हांला शिक्षा केली जाईल. या क्रांतीच्या वेदीवर धूपगंध म्हणून आमच्या युवकांना आम्ही आणले आहे; कारण एवढ्या भव्यदिव्य

प्रयोजनासाठी कोणताही त्याग हा फार मोठा असत नाही. आम्ही तृप्त आहोत; क्रांतीच्या आगमनाची प्रतीक्षा करत आहोत. इन्कलाब झिंदाबाद!'

धर्म आणि ईश्वर यांच्यासंबंधी भगतसिंगांनी तुरुंगातून 'मी नास्तिक का झालो?' या नावाचा एक दीर्घ लेख लिहून आपले परखड विचार मांडले. ते विचार त्यांनी या विषयावर केलेल्या वाचनाचा आणि चिंतनाचा परिणाम होता –

त्या वेळेपर्यंत मी फक्त एक हळवा आदर्शवादी क्रांतिकारक होतो. त्या वेळी आम्ही अनुयायी होतो. पण आता सर्व जबाबदारी खांद्यांवर पेलण्याची वेळ आली आहे. अपरिहार्य अशा प्रतिक्रियांमुळे पक्षाचे अस्तित्वच टिकणे काही काळ अशक्य वाटले होते. नेत्यांनीच नव्हे, तर उत्साही कॉम्रेड्सनीही आमची हेटाळणी सुरू केली होती. एखाद्या दिवशी आमच्या स्वत:च्या कार्यक्रमाची व्यर्थता मलादेखील पटेल अशी मला भीती वाटत होती. तो माझ्या क्रांतिकारी आयुष्याला वळण देणारा क्षण होता. 'अभ्यास कर' अशी हाक खोल अंत:करणात निनादू लागली. विरोधकांनी केलेल्या युक्तिवादांचा सामना करण्यासाठी अभ्यास करायचा होता. आमच्या संप्रदायाच्या वैचारिक बाजूने युक्तिवाद करून सक्षम बनण्यासाठी हा अभ्यास करायचा होता. मी अभ्यास करायला सुरुवात केली. माझ्या सुरुवातीच्या श्रद्धा व ठाम मते यात लक्षणीय बदल झाला. आमच्या पूर्वीच्या लोकांमध्ये निव्वळ हिंसक मार्गाचा अवलंब करण्याचा शूरपणा ठळकपणे दिसून येत होता. त्याची जागा गंभीर विचारांनी घेतली. आता यापुढे गूढवाद नाही आणि अंधनिष्ठाही नाही. वास्तववाद ही आमची उपासना बनली. अत्यंत आवश्यकता असेल तेव्हाच बळाचा वापर समर्थनीय आहे : एक धोरण म्हणून अहिंसा ही सर्व जनआंदोलनात अपरिहार्य आहे. हे झाले कार्यपद्धतीविषयी!

ज्या आदर्शांसाठी आम्हांला लढायचे होते त्याविषयी आम्हांला स्पष्ट कल्पना आली, ही अतिशय महत्त्वाची गोष्ट आहे. जगातील क्रांतीच्या विविध विचारांचा अभ्यास करायची मला भरपूर संधी मिळाली; कारण प्रत्यक्ष कृतीच्या क्षेत्रात महत्त्वाची कामे नव्हती. मी बाकुनिनचा अभ्यास केला. ते अराजकवादी नेते होते. साम्यवादाचे जनक मार्क्स यांच्याविषयीदेखील थोडेफार वाचले. आपापल्या देशांत यशस्वीपणे क्रांती घडवणारे लेनिन, ट्रॉट्स्की व इतरांबद्दल बरेचसे वाचले. ते सर्व नास्तिक होते. जरी अंशरूपात असले तरी बाकुनिनचे *गॉड ॲण्ड स्टेट* हे पुस्तक म्हणजे या विषयाचा उद्‌बोधक अभ्यास आहे. त्यानंतर निर्लंबस्वामीचे *कॉमन सेन्स* हे पुस्तक पाहण्यात आले. फक्त गूढवादी नास्तिकतेच्या प्रकारात मोडणारे हे पुस्तक आहे.

या विषयात मला सर्वात जास्त गोडी वाटू लागली. हे विश्व निर्माण करणाऱ्या, त्याला मार्गदर्शन करणाऱ्या व त्यावर नियंत्रण ठेवणाऱ्या सर्वशक्तिमान ईश्वराच्या अस्तित्वाच्या सिद्धान्तातील फोलपणाविषयी माझी खातरी झाली. त्याविषयीचा माझा अविश्वास मी व्यक्त केला. त्या विषयांवर मी माझ्या मित्रांशी चर्चा करायला सुरुवात केली. मी जाहीरपणे नास्तिक बनलो होतो.'

(*भगत सिंह : निवडक भाषणे व लेखन,*
संपादक : डी. एन. गुप्ता, अनुवाद : रमेशचंद्र पाटकर, पृ. ५४)

धर्म आणि ईश्वर यासंबंधीच्या आपल्या मतांवर ते अखेरच्या दिवसांपर्यंत केवळ ठाम राहिले. त्यांच्या लेखातील हे काही शेवटचे शब्द –

'ईश्वरावरील विश्वास तसेच मूर्तिपूजा, धर्मविषयक संकुचित संकल्पना याविरुद्ध समाजाला लढा द्यायला हवा. त्याचप्रमाणे माणसाने स्वतःच्या पायावर उभे राहण्याचा प्रयत्न करायला हवा. ज्या परिस्थितीत त्याला ढकलले जाईल त्या परिस्थितीला, विपत्तींना, अडचणींना समर्थपणे सामोरे जाऊन ईश्वरावरील आपला विश्वास टाकून देऊन त्याला वास्तववादी बनायला हवे. माझी आज नेमकी अशीच अवस्था आहे. माझ्या मित्रांनो! तो माझा वृथा अभिमान नाही. माझ्या विचार करण्याच्या पद्धतीने मला नास्तिक बनवले आहे.

माणसाची अत्यंत स्वार्थी व कालिमा फासणारी जर वृत्ती कोणती असेल तर ती म्हणजे ईश्वरावरील विश्वास व दररोजच्या प्रार्थना. पण हाच ईश्वरावरील विश्वास व दररोजच्या प्रार्थना मला साहाय्यकारी ठरतील, की माझी अवस्था अधिकच बिकट करतील, हे मला ठाऊक नाही. सर्व संकटांशी खंबीरपणे मुकाबला करणाऱ्या नास्तिकांबद्दल मी वाचले आहे. म्हणूनच मी शेवटपर्यंत, अगदी वधस्तंभापर्यंत, ताठ मानेने उभा राहणाऱ्या एका मर्दासारखा उभे राहण्याचा प्रयत्न करत आहे.

यातनांतून मी कसा काय पार पडतो हे पाहू या! माझ्या एका मित्राने मला प्रार्थना करायला सांगितले आहे. मी जेव्हा त्याला माझ्या नास्तिकतेविषयी सांगितले तेव्हा तो म्हणाला, "तुझ्या अखेरच्या दिवसांत तू ईश्वरावर विश्वास ठेवू लागशील." मी म्हणालो, "नाही, प्रिय मित्रा, असे होणार नाही. असे करणे हे माझी अधोगती व मनोधैर्य खच्ची करणारे कृत्य ठरेल, असे मी समजेन. स्वार्थी हेतूंसाठी मी प्रार्थना करणार नाही." वाचक आणि मित्रहो! 'याला तुम्ही वृथा अभिमान म्हणाल?' कारण तसे असेल तर त्याची जबाबदारी मी घेतो.' (तत्रैव, पृ. ६६)

सांप्रदायिकतेला भगतसिंगांचा विरोध होता. धार्मिक दंगे रोखण्यासाठी क्रांतिकारी आंदोलनाचे विचार व्यक्त करण्यासाठी जून १९२८मध्ये त्यांनी 'सांप्रदायिक दंगे और उनका इलाज' हा लेख लिहिला होता.

धार्मिक अंधविश्वास आणि कट्टरता याविषयी भगतसिंग लिहितात –

'धार्मिक अंधविश्वास आणि कट्टरता आमच्या प्रगतीला फार मोठी बाधा आणतात. या गोष्टी आमच्या रस्त्यावरची धोंड झाल्या आहेत आणि आपल्याला कोणत्याही परिस्थितीत त्यापासून सुटका करून घ्यायची आहे. जी गोष्ट स्वतंत्र विचारांना सहन करू शकत नाही, ती संपून जायला हवी. अशा प्रकारच्या अन्य बऱ्याचशा कमतरता आहेत, ज्यांवर आपल्याला विजय मिळवायला हवा. हिंदूंची फालतू परंपरांना चिकटून राहण्याची वृत्ती आणि कट्टरता, मुसलमानांची धर्मांधता आणि दुसऱ्या देशांची त्यांना असलेली ओढ आणि सर्वसाधारणपणे सर्वच समुदायांतील लोकांचा संकुचित दृष्टिकोन इत्यादी गोष्टींचा विदेशी शत्रू नेहमीच फायदा घेतात. या कामासाठी सर्व समुदायांमधून क्रांतिकारी उत्साह असलेल्या नवतरुणांची गरज आहे.'

(*शहीद भगत सिंह*, प्रकाशक : जनमुक्ती संघर्ष वाहिनी, मुंबई, पृ. २४)

'या वेळी भारताची दशा अगदीच दयनीय आहे. एका धर्माचे अनुयायी दुसऱ्या धर्माच्या अनुयायांचे जानी दुश्मन आहेत. आता तर एका धर्माचे असणे, हेच दुसऱ्या धर्माचे शत्रू होणे आहे.

आता आपण भारतवासी, आपण काय करत आहोत? पिंपळाची एक फांदी तुटताच हिंदूंच्या धार्मिक भावनांना जखम होते. मूर्त्या तोडणाऱ्या मुसलमानांच्या 'ताजिया' नामक कागदाचा एक कोपरा फाटताच अल्लाचा प्रकोप जागृत होतो आणि मग तो नापाक हिंदूंच्या रक्ताखेरीज अन्य कशानेही शमत नाही. मनुष्याला पशूहून अधिक महत्त्व द्यायला हवे, पण इथे भारतात लोक पवित्र पशूच्या नावाने एकमेकांची डोकी फोडतात.' (तत्रैव, पृ. २४)

जातीय दंग्यात वर्तमानपत्रांचा आणि राजकीय नेत्यांचा हात असतो, हे भगतसिंगांचे प्रतिपादन आजही प्रत्ययाला येते. ते लिहितात –

'अशा परिस्थितीत भारताचे भविष्य अगदीच अंधकारमय दिसते. या धर्मांनी हिंदुस्थानाची पार वाट लावून टाकली आहे आणि हे धार्मिक दंगे भारताची पाठ कधी सोडतील हेच कळत नाही. या दंग्यांनी साऱ्या जगात भारताला बदनाम केले आहे.

या दंग्यांमागे जातीयवादी नेत्यांचा आणि वर्तमानपत्रांचा हात असल्याचे दिसते. या वेळी हिंदुस्थानी नेत्यांनी अशी घाण करून टाकली आहे की गप्प राहणे उत्तम. तेच नेते, ज्यांनी भारताला स्वतंत्र करण्याचा विडा उचलला होता आणि जे 'समान

राष्ट्रीयता' आणि 'स्वराज्य-स्वराज्य' अशा गर्जना करताना थकत नव्हते, तेच एक तर आपलं तोंड लपवून चूपचाप बसले आहेत वा याच धर्मांधतेच्या पुरात वाहून चालले आहेत. असे वाटते की, भारतीय नेतृत्वाचे दिवाळे वाजले आहे.' (तत्रैव, पृ. २५)

> 'दुसरे सज्जन जे जातीय दंगे भडकवण्यात खास पद्धतीने भाग घेत आले आहेत, ते वर्तमानपत्रवाले आहेत.
>
> पत्रकारितेचा व्यवसाय जो एके काळी अत्यंत महान समजला जात होता, तो आज फारच गलिच्छ झाला आहे. हे लोक एकमेकांविरुद्ध मोठमोठी शीर्षके देऊन लोकांच्या भावना भडकवतात आणि त्यांना परस्परांची डोकी फोडायला लावतात. एक-दोन ठिकाणी नव्हे, कित्येक ठिकाणी स्थानिक वर्तमानपत्रांनी भडक लेख लिहिल्यामुळे दंगे झाले आहेत. ज्यांचे हृदय आणि डोके अशा दिवसांमध्येही शांत राहिले असेल, असे लेखक फारच कमी आहेत.
>
> वर्तमानपत्रांचे खरे कर्तव्य शिक्षण देणे, लोकांच्या मनातील संकुचितता काढून टाकणे, जातीयवादी भावना नष्ट करणे, परस्परविश्वास वाढवणे आणि संमिश्र भारतीय राष्ट्रीयता बनवणे हे आहे. परंतु त्यांनी अज्ञान फैलावणे, संकुचिततेचा प्रचार करणे, जातीयवादी बनवणे, लढाई-झगडे करणे आणि भारताचे सामाजिक ऐक्य नष्ट करणे, हे आपले मुख्य कर्तव्य बनवले आहे. भारताच्या वर्तमान स्थितीचा विचार केल्यावर डोळ्यांतून रक्ताचे अश्रू वाहू लागतात आणि काळजात प्रश्न निर्माण होतो, भारताचे काय होणार?' (तत्रैव, पृ. २६)

भारताच्या आर्थिक दशेत सुधारणा करणे, हा दंगे रोखण्याचा इलाज असल्याचे ते सांगतात –

> 'आपण जातीय दंग्यांचे मूळ शोधले तर त्याचे कारण आर्थिकच असल्याचे लक्षात येते.
>
> सर्व दंग्यांवर जर कोणता इलाज असेल, तर तो भारताच्या आर्थिक दशेत सुधारणा करणे हाच होय. कारण भारतातल्या सामान्य लोकांची आर्थिक स्थिती इतकी खराब आहे, की एक माणूस दुसऱ्याला चार आणे देऊन त्याच्याकडून कुणालाही अपमानित करू शकतो. भूक या दुःखाने व्याकूळ होऊन मनुष्य सर्व सिद्धान्त खुंटीला टांगून देऊ शकतो. खरं आहे, मरता क्या नही करता.' (तत्रैव, पृ. २७)

धर्मनिरपेक्षता आणि 'सेक्युलॅरिझम' हे शब्द आज हितसंबंधी लोक बदनाम करत आहेत. भारताचा आत्मघात टाळण्यासाठी भगतसिंग धर्मनिरपेक्षतेचा पुरस्कार करतात, समर्थन करतात –

'आता काही भारतीय नेतेही मैदानात उतरले आहेत, जे धर्माला राजकारणापासून वेगळं करू इच्छितात. भांडणे मिटवण्याचा हा सर्वात सुंदर उपाय आहे आणि आम्ही त्याचे समर्थन करतो.

धर्मानं भले आपण वेगवेगळे राहू. जर धर्म वेगळा काढला तर राजकारणात आपण सर्व एकत्र येऊ शकतो.

भारतातले सच्चे नागरिक आम्ही सांगितलेल्या उपायावर जरूर विचार करतील आणि भारताचा आज जो आत्मघात होतोय, त्यापासून आम्हांला वाचवतील असे मला वाटते.' (तत्रैव, पृ. २८)

'सर्व माणसे समान आहेत', असे म्हणून भगतसिंग अस्पृश्यतेचा कडक शब्दांत धिक्कार करतात –

'सर्व माणसे समान आहेत हा निर्णय सर्वप्रथम घेतला पाहिजे. आणि ना जन्माने कुणी वेगळा होतो ना कामाच्या वाटणीने. जर एखादा मनुष्य भंग्याच्या घरात जन्माला आला आहे, म्हणून आयुष्यभर विष्ठाच साफ करत राहील, तर जगात कोणत्याही प्रकारच्या विकासाचे दुसरे काम शोधण्याचा त्याला हक्कच असत नाही, ही गोष्टच निरर्थक आहे. अशा प्रकारे आमच्या आर्य पूर्वजांनी त्यांच्याशी अन्यायपूर्ण व्यवहार केला. तसेच त्यांना 'नीच' संबोधून धिक्कारले आणि त्यांना खालच्या दर्जाचे काम करण्यास भाग पाडले. त्यांनी विद्रोह करू नये, या चिंतेने त्यांनी पुनर्जन्माच्या सिद्धान्ताचा प्रचार केला आणि त्यांना सांगितले की, हे तुमच्या पूर्वजन्माच्या पापांचे फळ आहे. आता काय करणार? गुपचूप दिवस काढा. अशा प्रकारे त्यांना धीर धरण्याचा उपदेश करून त्यांना फार मोठ्या काळासाठी शांत करण्यात आले. पण त्यांनी फार मोठे पाप केले. मानवातील मानवतेला समाप्त केले. आत्मविश्वास आणि स्वावलंबनाच्या भावनांना समाप्त केले. मोठा अन्याय आणि दमन केले. आता या सर्वांचे प्रायश्चित घेण्याची वेळ आहे.

... वेगवेगळ्या संघटना आणि खाण्या-पिण्यातील भेदभाव कोणत्याही परिस्थितीत मिटवायला हवेत. स्पृश्य-अस्पृश्य या शब्दांना मुळातूनच काढून टाकावे लागेल.' (तत्रैव, पृ. २९)

अस्पृश्यांना संघटित होऊन संघर्ष करण्याचे आवाहन करताना ते लिहितात –

'यासाठी आम्ही हे मानतो की, त्यांचे स्वतःचे लोकप्रतिनिधी असावेत. त्यांनी त्यांच्यासाठी अधिकार मागावेत. आम्ही साफ सांगतो की, उठा! अस्पृश्य म्हटल्या जाणाऱ्या खऱ्या लोकसेवकांनो तथा बंधूंनो उठा! आपला इतिहास पाहा. गुरू गोविंद सिंहांच्या फौजेची खरी शक्ती तुम्हीच होता. शिवाजी तुमच्याच भरवशावर सर्व

काही करू शकले, त्यासाठी त्यांचे नाव आजही अजरामर आहे. तुमची बलिदाने सुवर्णाक्षरांनी लिहिली गेली आहेत. आपण प्रत्येक दिवस लोकांची सेवा करून, त्यांच्या सुखात वाढ करून आणि त्यांचे जीवन संभव करून जे फार मोठे उपकार करत आहात, ते आम्ही समजू शकत नाही. उठा! आपली ताकद ओळखा! संघटित व्हा! संघर्ष करा! वास्तवात स्वतः प्रयत्न केल्याशिवाय काहीच मिळू शकत नाही.' (तत्रैव, पृ. ३०)

खऱ्या स्वातंत्र्याचा अर्थ सांगताना ते लिहितात –

'जोपर्यंत आपण आपले मतभेद, जाती, वर्ण या बाबी विसरून एकत्र येत नाही, तोपर्यंत आपले खरे ऐक्य होऊ शकणार नाही. म्हणूनच वर लिहिलेल्या गोष्टींच्या अनुसरणाने आपण स्वातंत्र्याकडे जाऊ शकतो. आमच्या स्वातंत्र्याचा अर्थ केवळ इंग्रजांच्या गुलामीतून मुक्त होणे इतकाच नाही. लोक परस्परांशी मिळूनमिसळून राहतील आणि मानसिक गुलामीतून मुक्त होतील, हेच संपूर्ण स्वातंत्र्य आहे.' (तत्रैव, पृ. ३०)

क्रांतिकारकाच्या जीवनात प्रेमाचे स्थान यावरून भगतसिंग आणि सुखदेव यांच्यामध्ये गैरसमज होते. असेंब्लीत बाँब टाकण्याच्या योजनेत गुंतलेल्या भगतसिंगांना ते पुन्हा साथींना भेटू शकणार नाहीत, हे माहीत असल्याने त्यांनी सुखदेवना ५ एप्रिल १९२९ रोजी लिहिलेल्या पत्रात आपले प्रेमाविषयीचे विचार लिहिले आहेत. त्या पत्रातील हा मजकूर –

'जोपर्यंत प्रेमाचा नैतिक स्तराशी संबंध आहे, मी हे सांगू शकतो की, प्रेम एका आवेगाखेरीज काहीच नाही. पण ती पाशवी वृत्ती नाही, एक अत्यंत सुंदर मानवीय भावना आहे. प्रेम स्वतः कधी पाशवी वृत्तीचे नसते. प्रेम तर नेहमीच मनुष्याचे चारित्र्य उंचावण्याचे काम करते. ते त्याचे कधीही अधःपतन करत नाही. अट ही की, प्रेम हे प्रेमच असावे.

आपण चित्रपटात प्रेमिकांना दाखवतो की, ते सतत पाशवी वृत्तीच्या हाती खेळत असतात. तुम्ही या मुलींना कधीही 'त्या तशा पिसाट वेड्या आहेत' असे म्हणू शकत नाही. खरे प्रेम कधीही गाडले जाऊ शकत नाही. ते आपल्याच मार्गाने येते. कोणीही सांगू शकत नाही की कधी? परंतु हे नैसर्गिक आहे. होय, मी हे सांगू शकतो की, एक युवक आणि युवती एकमेकांवर प्रेम करू शकतात आणि आपल्या प्रेमाच्या साहाय्याने आवेगांवर मात करू शकतात. आपले पावित्र्य राखू शकतात. मी येथे एक गोष्ट स्पष्ट करू इच्छितो की, 'प्रेम मानवी कमजोरी आहे' असे मी जे म्हटले होते, ते साधारण मनुष्यासाठी म्हटले नव्हते की ज्या स्तरावर सामान्य माणसे असतात. जेव्हा मनुष्य प्रेम, घृणा इत्यादी आवेगांवर विजय मिळवेल, जेव्हा मनुष्य आपल्या

आत्म्याच्या निर्देशांना आपल्या कार्याचा आधार बनवेल, ती एक अत्यंत आदर्श स्थिती आहे. परंतु आधुनिक काळात ही गोष्ट काही वाईट नाही तर मनुष्यासाठी चांगले प्रेम लाभदायक आहे. मी एका व्यक्तीच्या एका व्यक्तीवरील प्रेमाची निंदा केली आहे. पण तीदेखील आदर्शाच्या पातळीवर केली आहे. हे असतानाही मनुष्यात प्रेमाची गहिऱ्यात गहिरी भावना असायला हवी. त्यामुळे तो एक मनुष्य म्हणून सीमित न राहता विश्वमय बनेल.' (तत्रैव, पृ. ३१)

भुकेची आणि आजाराची समस्या समाजसेवेने संपवता येणार नाही, हे सांगताना ते लिहितात –

'आता दोन शब्द समाजसेवेबाबत... अनेक सज्जन माणसे विचार करतात की, समाजसेवा ही (त्या संकुचित अर्थाने जो अर्थ आपल्या देशात समजला जातो.) आमच्या सर्व समस्यांवरचा इलाज आहे आणि देशसेवेचा सर्वात उत्तम प्रकार आहे. आपण असे पाहतो की, बरेच प्रामाणिक नवयुवक आयुष्यभर गरिबांना धान्य वाटून वा आजाऱ्यांची सेवा करून संतुष्ट होतात. ते चांगले आणि आत्मत्यागी लोक आहेत. पण ते ही गोष्ट समजू शकत नाहीत, की भारतात भूक आणि आजार या समस्यांना भिकेच्या माध्यमाने सोडवता येणार नाही.' (तत्रैव, पृ. ३२)

ही समस्या घेऊन जनतेत जाऊन जनतेला जागृत करणे, हे सांगताना ते 'स्वराज्य कसे असावे' हे पुन्हा एकदा स्पष्ट करतात –

''क्रांती जनतेद्वारे, जनतेच्या हितासाठी' या आदर्श वाक्याने देशाला तयार करण्याच्या भावी कार्यक्रमांची सुरुवात होईल. दुसऱ्या शब्दांत ९८ टक्क्यांसाठी स्वराज्य. स्वराज्य जनतेद्वारेच मिळवायचे नाही, तर जनतेसाठीही मिळवायचे. हे एक कठीण कार्य आहे. खरं तर आमच्या नेत्यांनी बऱ्याच सूचना केल्या आहेत. परंतु जनतेला जागृत करण्यासाठी काही योजना सुचवून त्या योजनेचा अंमल करण्याचे धाडस कुणीही दाखवलेले नाही. विस्तारात न जाताही आम्ही हा दावा करू शकतो की, आमच्या हजारो नवयुवकांना आपले जीवन रशियाच्या नवयुवकांप्रमाणे गावांमध्ये व्यतीत करावे लागेल आणि भारतीय क्रांती ही वास्तवात काय असेल हे लोकांना समजवावे लागेल. त्यांना हे समजावून सांगावे लागेल, की क्रांतीचा अर्थ केवळ मालकांना बदलणे हा नाही. त्याचा अर्थ असेल नव्या व्यवस्थेचा जन्म– एक नवी राज्यसत्ता.' (तत्रैव, पृ. ३२)

आपले वाचन, चिंतन, मनन, लेखन, सारे वक्तृत्व आणि कर्तृत्व भगतसिंगांनी लोकांच्या मुक्तीसाठी वाहिले होते. ज्या स्वराज्यात गरिबांना स्थान नसेल असे स्वराज्य, मग

त्यात कुणीही राज्य करो, भगतसिंगांना अभिप्रेत नव्हते. आपल्या साडेतेवीस वर्षांच्या अल्पायुष्यात भगतसिंगांनी जी प्रतिभा दाखवली, तशीच प्रतिभा देशातील युवकांनी दाखवावी आणि ते ती दाखवू शकतात, म्हणून भगतसिंगांच्या साऱ्या आशा या युवकांवर केंद्रित झाल्या होत्या. हिंदुस्तान सोशालिस्ट रिपब्लिकन असोसिएशनने १९२९मध्ये देशातील युवकांना आवाहन करताना म्हटले होते –

> ‘भारताच्या भविष्याची भिस्त या युवकांवर अवलंबून आहे. ते देशातील अतिशय उमदे लोक आहेत. यातना भोगण्याची त्यांची तत्परता, त्यांचे साहसी धाडस व त्यांचे देदीप्यमान बलिदान यांनी एक गोष्ट सिद्ध केली आहे आणि ती म्हणजे भारताचे भवितव्य त्यांच्या हाती अगदी सुरक्षित आहे... युवकांनो! भारतीय प्रजासत्ताकाच्या सैनिकांनो! रांगेत उभे राहा; आरामात उभे राहू नका! तुमच्या गुडघ्यांना कापरे भरू देऊ नका...! तुमचे जीवनकार्य उदात्त आहे. देशाच्या प्रत्येक कानाकोपऱ्यांत जा आणि निश्चितपणे येणाऱ्या भावी क्रांतीसाठी भूमी तयार करा... आळसात आयुष्य वाया घालवू नका... वाढीस लागा!... तुमच्या सहकारी युवकांच्या सुपीक मनात ब्रिटिश साम्राज्यवादाच्या तिरस्काराची आणि द्वेषाची बीजे पेरा! या बीजांना अंकुर फुटू द्या आणि टणक वृक्षांच्या जंगलात त्यांची वाढ होऊ द्या. कारण तुम्ही आपल्या गरम रक्ताचे पाणी बियांवर शिंपडणार आहात.’
>
> (*भगत सिंह : निवडक भाषणे व लेखन*,
> संपादक : डी. एन. गुप्ता, अनुवाद : रमेशचंद्र पाटकर, पृ. २४)

जोवर मनुष्याचे मनुष्याकडून व राष्ट्राचे राष्ट्राकडून शोषण सुरू राहील, तोपर्यंत त्या विरोधात इन्कलाबचे खरे-खोटे नारे घुमत राहतील. पण खरा इन्कलाब नेमका काय आहे, हे समजण्यासाठी भगतसिंग त्यांच्या विचारांसह तो समजून घेणे आवश्यक आहे.

■■■

५. क्रांतियात्रा

'क्रांती' ही भगतसिंगांच्या जीवनाचा ध्यास होता. भगतसिंग केवळ क्रांतीच्या योजना आखणारे आणि स्वतः त्यापासून अलिप्त राहणारे क्रांतिकारक नव्हते; तर ते क्रांतीचे नेते, अनुयायी, साथी, योजनाकार व योजना अमलात आणणारे, त्या अमलात आणताना हिरिरीने त्यात अग्रस्थानी राहणारे आणि आपल्या प्राणांची बाजी लावून ती योजना तडीस नेणारे क्रांतिकारक होते.

लग्नाला काही दिवसांचा अवधी उरला असताना भगतसिंगांनी वडिलांच्या नावे चार ओळींची चिट्ठी लिहून ठेवली आणि घर सोडले. वीरेंद्र सिंधु याचे वर्णन करतात –

> 'घराबाहेर पाय ठेवण्याचा अर्थ होता, 'क्रांतियात्रा' सुरू झाली. भगतसिंग आपल्या वडिलांच्या नावे जे पत्र ठेवून गेले होते, त्यात त्यांनी 'ते देशसेवेसाठी समर्पित आहेत आणि त्याच कामात पुढे जात आहेत,' असे स्पष्टपणे लिहिले होते. लग्नाची गोष्ट तर एक सबब होती. ग्रामीण म्हण आहे, 'रोने को जी चाहता था, घिसर पडी'. लग्नाची गोष्ट नसती तर ते काय घरच्या धंद्यात पडले असते? ते लाहोरहून निघाले आणि सरळ कानपूरला पोहोचले.'

शचिंद्रनाथ संन्याल यांच्या शब्दांत –

> माझ्या सांगण्याने ते कानपूरला गेले. सुरुवातीला कानपूरमध्ये मन्नीलालजी अवस्थींच्या घरात त्यांच्या राहण्याची व्यवस्था केली गेली होती.'
>
> (*युगद्रष्टा भगत सिंह और उनके मृत्युंजय पुरखे*, वीरेंद्र सिंधु, पृ. १४६)

योगेशचंद्र चॅटर्जी त्या काळात कानपूरमध्ये काम पाहत होते. भगतसिंगांनी त्यांच्याबरोबर काम सुरू केले. सुरेंद्रनाथ भट्टाचार्य, बटुकेश्वर दत्त, अजय घोष आणि विजयकुमार सिन्हा यांसारख्या क्रांतिकारकांशी तेथे त्यांचा परिचय झाला. परंतु एक शीख युवक बंगाली युवकांमध्ये राहणे पोलिसांना संशयाचे वाटले असते. म्हणून गणेश शंकर विद्यार्थी यांनी आपल्या 'प्रताप'च्या संपादन विभागात भगतसिंगांना स्थान दिले. या काळात त्यांचे नाव बलवंत सिंह असे होते. ही व्यवस्था व्हायच्या आधी काही दिवस त्यांनी वर्तमानपत्रे विकून खाण्या-पिण्याची व्यवस्था केली.

कानपूरवर पोलिसांची देखरेख वाढली होती. त्याच सुमारास एका मोठ्या कटाची तयारी सुरू झाल्यामुळे काही दिवस भगतसिंगांना गणेश शंकर यांनी अलिगड जिल्ह्यातील शादीपूर गावातील एका शाळेत हेडमास्तर म्हणून पाठवले (तत्रैव, पृ. १४६-४७). गणेश शंकर विद्यार्थी गांधीवादी कार्यकर्ते होते. भगतसिंगांना फाशी दिल्यावर जनक्षोभाला वेगळे वळण देण्यासाठी ब्रिटिशांनी घडवून आणलेली जातीय दंगल शमवताना २५ मार्च १९३१ रोजी त्यांचा मृत्यू झाला.

दरोडे घालणे भगतसिंगांना नापसंत होते. पक्ष लोकांमध्ये प्रिय करण्याचा त्यांचा विचार आणि क्रांतीबाबतच्या धारणा याच काळात दृढ होण्यास सुरुवात झाली होती. असहकाराच्या आंदोलनाच्या विफलतेने आणि त्यामुळे देशात आलेल्या निराशेने क्रांतिकारक युवकांना पुन्हा सशस्त्र मार्गांचा अंगीकार करण्यास आणि तडजोडहीन संघर्ष करण्यास भाग पाडले. मध्यमवर्गातले उत्साही तरुण काँग्रेसच्या कार्यावर संतुष्ट नव्हते. त्यांना गांधींचा मार्ग संपूर्ण स्वातंत्र्य मिळवून देण्यायोग्य वाटत नव्हता. याबाबत अयोध्या सिंह लिहितात –

> 'देशाच्या या युवकांना दहशतवादाच्या मार्गावर ढकलून देण्याची पूर्ण जबाबदारी साम्राज्यवाद्यांच्या विरुद्धच्या संघर्षातून पळून जाणाऱ्या प्रस्थापित 'बुर्झ्वा' नेत्यांवर आहे. १९२२मध्ये असहकाराचे आंदोलन बंद करण्यात आल्यावर साम्राज्यवाद्यांविरुद्धचा तसेच आपल्या देशाच्या गुलामीविरुद्धचा सामान्य जनतेचा असंतोष सांप्रदायिक दंग्यांकडे वळला होता. तसाच युवकांचा असंतोष आणि क्रोध पुन्हा दहशतवादाच्या मार्गाकडे गेला. काँग्रेसच्या नेत्यांनी साम्राज्यवादाविरुद्धचा संघर्ष दृढतापूर्वक काळानुरूप बदल करून सुरू ठेवला असता, तर सांप्रदायिक दंग्यांचे संकटही आले नसते ना युवकांनी दहशतवादाच्या मार्गाचा अंगीकार केला असता.'
>
> (*साम्राज्यवाद का उदय और अस्त*, अयोध्या सिंह, पृ. २३०)

सांप्रदायिक दंग्यांबाबत अयोध्या सिंहांच्या मताला गांधींचे मित्र एस. एच. पोलाक यांच्या वक्तव्याने दुजोरा मिळतो. ते लिहितात,

'मुसलमानांवरही या निर्णयाचा विपरीत परिणाम झाला. यानंतर ते काँग्रेसपासून दूर होत गेले. तसेच अल्प काळासाठी या दोन धर्मीयांमध्ये विश्वास आणि बंधुता निर्माण झाली होती, तसा विश्वास आणि बंधुता पुन्हा निर्माण होणे असंभव झाले.'

(*क्रांतिकारी भगत सिंह : व्यक्तित्व, विचारधारा और प्रासंगिकता,* डॉ. चयनिका उनियाल पंडा, पृ. ५१-५२, *महात्मा गांधी,* एस. एच. पोलाक, पृ. १५३)

या आधीची क्रांतिकारी आंदोलने, त्यांची पार्श्वभूमी आणि कार्यपद्धती यांचा तौलनिक अभ्यास भगतसिंगांनी केला होता. ती आंदोलने स्वातंत्र्यप्राप्तीसाठीच्या सांविधानिक आंदोलनांना आणि अहिंसा व शांती या साधनांना परिणामकारक समजत नव्हती; पण स्पष्टपणे आपली दिशा आणि ध्येयही निश्चित करू शकत नव्हती. क्रांतिकारी आंदोलनात याच काळात प्रत्यक्ष सहभागी झालेल्या भगतसिंगांनी ही कमजोरी ओळखून ती दाखवून देताना म्हटले होते –

'एक गदर पार्टी सोडली तर क्रांतिकारी आंदोलनही याचा अपवाद नव्हती. अमेरिकन धर्तीच्या सरकारने प्रेरित होऊन गदर पार्टीने म्हटले होते की, ते भारतातील ब्रिटिश सरकारला हरवून त्या जागी लोकशाही प्रकारचे सरकार स्थापन करू इच्छित होते. अगदी पूर्ण प्रयत्न केल्यावरही एकही क्रांतिकारी पक्ष असा मिळाला नाही की ते कशासाठी लढत आहेत, या गोष्टीचे त्यांना पूर्ण ज्ञान आहे. अन्य सर्व पक्षांमध्ये असलेले लोक फक्त इतकेच जाणत होते की, त्यांना विदेशी शासकांबरोबर लढायचे आहे. हा विचार तसा प्रशंसनीय होता, पण त्याला क्रांतिकारी विचार म्हणता येणार नव्हते. आम्हांला हे स्पष्ट करावे लागेल की, क्रांतीचा अर्थ केवळ हिंसा वा रक्तपाताचा संघर्ष नाही. आपण क्रांतीची गोष्ट करतो, तेव्हा त्यात सद्य:स्थिती अर्थात सरकारचा पूर्ण विध्वंस केल्यानंतर समाजाच्या पुनर्रचनेचा कार्यक्रम विहित आहे.'

(*संस्मृतियाँ : क्रांतिकारी शहीदों के रेखाचित्र,* शिव वर्मा, पृ. २१)

या पार्श्वभूमीवर ऐतिहासिक अनिवार्यता लक्षात घेऊन १९२६मध्ये भगतसिंग, सुखदेव, यशपाल, भगवतीचरण व्होरा, एहसान इलाही आणि धन्वंतरी यांनी लाहोर (पंजाब) येथे 'भारतीय नौजवान सभा' स्थापन केली.

'भगतसिंगांनी त्या वेळच्या जगातील विभिन्न भागांमध्ये चाललेल्या स्वातंत्र्य आंदोलनांचा सखोल अभ्यास केला आणि ते या निष्कर्षाला पोहोचले की, भारतीय स्वातंत्र्याच्या लढाईला धार्मिक, सांप्रदायिक प्रेरणास्रोतांच्या वर उठवून तिला

> लोकवादी, राष्ट्रवादी आणि मानवतावादी प्रेरणा आणि आदर्शांबरोबर जोडावे लागेल. या दृष्टीने हिंदू, मुसलमान आणि शीख नवजागृतीच्या प्रेरणेला भारतीय नवजागृतीच्या प्रेरणेबरोबर जोडावे लागेल.'
>
> (*भगत सिंह आणि स्वातंत्र्यसंग्राम*, डॉ. रघुवीर सिंह, पृ. ८३-८४)

एका सांप्रदायिक राष्ट्रवादाचे उत्तर दुसऱ्या सांप्रदायिक राष्ट्रवादाने देणे, हे भगतसिंगांना अत्यंत चुकीचे वाटत होते. सांप्रदायिक राजकारणाला विरोध करताना भगतसिंगांनी लाला लजपत राय यांच्यासारख्या त्यांना पितृतुल्य असणाऱ्या नेत्यालाही सोडले नाही. १९२४च्या केंद्रीय असेंब्लीच्या निवडणुकीच्या वेळी काँग्रेसविरुद्ध निवडणूक लढण्यासाठी लाला लजपत राय यांनी मदन मोहन मालवीयांबरोबर 'इंडिपेंडंट काँग्रेस' नावाने एक पक्ष काढला होता. सरळसरळ गोष्ट अशी होती की, लालजी त्या सांप्रदायिक वातावरणात वाढले होते, जे हिंदू-मुस्लीम दंग्यांच्या रूपाने त्या काळात साऱ्या देशात फोफावत होते. भगतसिंगांचे पिता सरदार किशनसिंग काँग्रेसबरोबर होते आणि त्यांनी याबाबत लालजींबरोबर लढा दिला होता. या लढ्यात भगतसिंगांनी त्यांना उत्स्फूर्त साथ दिली होती. जलसे केले होते, भाषणे दिली होती, जोरदार घोषणा दिल्या होत्या, पोस्टर्स चिकटवली होती, हँडबिले वाटली होती (*युगद्रष्टा भगत सिंह और उनके मृत्युंजय पुरखे*, वीरेंद्र सिंधु, पृ. १५०-५१).

लाला लजपत राय आणि मालवीय यांच्या सांप्रदायिक राजकारणाला विरोध करताना त्यांनी एका सार्वजनिक आंदोलनातील रोमांच अनुभवला होता. याच रोमांचकारी अनुभवाला ते गुप्त सशस्त्र क्रांतिकारी आंदोलनाशी जोडू इच्छित होते. 'नौजवान भारत सभा' त्याचेच एक साधन होते.

भारतीय जनसामान्यांच्या आकांक्षांना ओळखून आधीच्या क्रांतिकारी आंदोलनांपासून वेगळे होऊन देशातील परिस्थितीचे वस्तुनिष्ठ मूल्यांकन करून त्यांनी एक नवी क्रांतिकारी रूपरेखा विकसित केली. भगतसिंगांच्या मते, क्रांतिकारी आंदोलनाचे जनतेशी तादाम्य झाले नाही, तर निश्चितपणे ते आंदोलन आपले अंतिम ध्येय साधू शकणार नाही. म्हणूनच त्यांनी क्रांतिकारी आंदोलनाला धार्मिक चौकटीबाहेर आणून समाजवाद, लोकवाद आणि धर्मनिरपेक्षता यांचा आधार मानून एक नवी दिशा दिली.

नौजवान भारत सभेचे उद्देश वरकरणी भारतीय भाषा आणि संस्कृतीचे रक्षण, शारीरिक-मानसिक स्वास्थ्याची वाढ आणि कुरितींना दूर करणे असे असले तरी, नौजवान भारत सभा पुढील उद्देशाने स्थापन करण्यात आली होती :

१. समस्त भारतातील मजुरांचे आणि शेतकऱ्यांचे एक स्वतंत्र गणराज्य स्थापित करणे

२. एका अखंड भारत राष्ट्राच्या निर्मितीसाठी देशातील तरुणांमध्ये देशभक्तीची भावना निर्माण करणे
३. सांप्रदायिकताविरोधी असणाऱ्या आणि शेतकरी-मजुरांच्या आदर्श लोकशाही राज्याच्या प्राप्तीसाठी साहाय्यक होऊ शकणाऱ्या आंदोलनांविषयी सहानुभूती बाळगणे आणि साहाय्य करणे
४. शेतकऱ्यांना आणि मजुरांना संघटित करणे

(*युगद्रष्टा भगत सिंह और उनके मृत्युंजय पुरखे,* वीरेंद्र सिंधु, पृ. १५१-५२)

सभेच्या घोषणापत्रात लेखकांनी भारताचे आर्थिक धोरण, शोषण या संदर्भात प्रसिद्ध अर्थतज्ज्ञ रमेशचंद्र दत्त, डिग्वी आणि नौरोजी यांचा उल्लेख केला आहे. देशातील भांडवलदार वर्ग तसेच त्यांचा विदेशी शासकांशी संबंध आणि तडजोडीचे धोरण समोर आणले आहे. भारतातील सांप्रदायिकतेची विकृत स्थिती, सांस्कृतिक परिस्थिती आणि विदेशी क्रांतिकारकांकडून प्रेरणा घेऊन क्रांतीसाठी आव्हान केले आहे. घोषणापत्राच्या निर्मात्यांनी क्रांतीची मौलिक व्याख्या केली आहे आणि एक नवी व्यवस्था, नवी राजसत्ता स्थापण्यावर भर दिला आहे. भारताच्या वर्तमान समाजव्यवस्थेचे वर्ग-विश्लेषणही केले आहे आणि गदर पार्टीचे स्मरण करत कर्तारसिंग सराभांच्या बलिदानाचाही उल्लेख केला आहे. एक गोष्ट स्पष्ट आहे की, ते त्या वेळेपर्यंत कम्युनिस्ट वा परिपक्व मार्क्सवादी बनले नव्हते; पण समाजवादी सिद्धान्तांनी प्रभावित निश्चितच झाले होते. घोषणापत्रात 'आज आम्ही महान रशियात जगाच्या मुक्तिदात्याचे दर्शन घेऊ शकतो,' असे म्हटले आहे. (*भगत सिंह और स्वतंत्रता संग्राम,* डॉ. रघुवीर सिंह, पृ. ८६)

सरदार भगतसिंग आणि भगवतीचरण व्होरा सभेचे प्रमुख नेते असल्याने हे घोषणापत्र लिहिण्यात त्यांचा महत्त्वाचा वाटा होता. १९२३च्या अखेरीस घराबाहेर पडल्यापासून भगतसिंगांनी क्रांतिकारी संघटनांच्या विचारधारेबाबत आणि कार्यशैलीबाबत केलेल्या चिंतनाचे प्रकटीकरण नौजवान भारत सभेच्या उद्देशांमध्ये आणि घोषणापत्रामध्ये झालेले दिसते.

नौजवान भारत सभा हे एक प्रकारे 'हिंदुस्थान रिपब्लिकन असोसिएशन'चे रूप होते. ही उघडपणे काम करणारी नव्हे; तर गुप्त संघटना होती. संपूर्ण स्वातंत्र्याची मागणी हे या घोषणापत्राचे वैशिष्ट्य होते. भारतीय स्वातंत्र्य आंदोलनात संपूर्ण स्वातंत्र्याची मागणी पहिल्यांदा करण्यात आली होती. काँग्रेसने संपूर्ण स्वातंत्र्याची मागणी १९२९च्या लाहोर अधिवेशनात केली होती.

क्रांतिकारी पक्षासाठी उत्साही युवक शोधून काढणे हाही सभेचा उद्देश होता. या कामासाठी भगतसिंगांनी लाहोरच्या विद्यार्थ्यांची एक संघटनाही तयार केली होती, ती नौजवान भारत सभेची सहसंस्था होती. भगतसिंगांच्या या साऱ्या प्रयत्नांचा उद्देश, जनतेत राजकीय जागृती करणे आणि त्या जागृतीचा सदुपयोग करण्यासाठी क्रांतिकारी पक्ष मजबूत करणे, असा होता.

सभा वेळोवेळी जलसे करत होती. त्यातील भाषणे अन्य सार्वजनिक सभांतील भाषणांपेक्षा वेगळी असल्याने जनतेला पसंत पडत होती. जनता त्यात रुची घेई. सामाजिक क्रांतीला समर्थन देणाऱ्या सभांचे आयोजनही सभा करत असे, त्यात अंधविश्वास आणि कुरितींवर टीका केली जाई. समाजाचे लोक एकमेकांजवळ यावेत, भेदभावांच्या भिंती तुटाव्यात, यासाठी आवाहने असत. सभेची घोषणा 'हिंदुस्थान झिंदाबाद' ही होती.

भारत नौजवान सभेच्या स्थापनेनंतर भगतसिंगांना पहिली अटक झाली होती. वीरेंद्र सिंधुंच्या शब्दांमध्ये भगतसिंगांच्या पहिल्या अटकेची कथा –

> 'ती होती १९२७च्या जुलैची २९ तारीख. भगतसिंग आपली कामे आटोपून बाहेरून परतले आणि अमृतसर स्टेशनवर उतरले. आपल्या सवयीप्रमाणे इकडेतिकडे पाहत कोणी पाठलाग करण्याचा प्रयत्न करत नाही ना, हे पाहिले आणि अत्यंत सावधपणे स्टेशनबाहेर पडले. थोडे पुढे गेल्यावर एक पोलीस त्यांच्याकडे येताना दिसला. ते वळले, तसा पोलीसही जोरात वळला; ते धावले तर तोही त्यांच्यामागे धावू लागला. भरलेले पिस्तूल त्यांच्या खिशात होते, पण त्यांनी संयम कायम ठेवला. आता लपंडाव सुरू झाला. ते एका गल्लीत घुसायचे, दुसऱ्या गल्लीतून बाहेर पडायचे. पाठलाग करणारासुद्धा जोरात होता. तोही त्याच दिशेने यायचा आणि ते आणखी पुढे जायचे.
>
> असेच धावत-वाचत असताना एका घराच्या पाटीवर त्यांची नजर पडली. लिहिले होते – ॲडव्होकेट सरदार शार्दूलसिंग! ते गुपचूप घरात शिरले. ॲडव्होकेट मेजावरच्या फायली पाहत होते. भगतसिंगांनी स्थिर आणि शांत चित्ताने साऱ्या गोष्टी त्यांना सांगितल्या आणि आपले पिस्तूल मेजावर ठेवले. वकीलसाहेबांनी पिस्तूल मेजाच्या खणात ठेवले, भगतसिंगांना नाश्ता देण्याचा आदेश दिला आणि दाराबाहेर जाऊन फेऱ्या मारू लागले. काही वेळाने पोलीसही आला. असे त्यांच्या पहिल्या अटकेचे वर्णन रणबीर सिंह यांनीही केले आहे.
>
> पोलिसाने शीख युवकाबद्दल विचारल्यावर वकीलसाहेबांनी पोलिसाला क्रांतिकारी विचारांच्या 'कीर्ती' मासिकाच्या कार्यालयाकडे तो तरुण पळत गेल्याचे सांगितले. भगतसिंग नाश्ता करत असताना कीर्तीचे कार्यालय पोलिसांनी घेरले होते. दिवसभर भगतसिंग घरात राहिले. रात्री पिस्तूल तेथेच ठेवून, छेहराता स्टेशनवर रेल्वेत बसून लाहोरला उतरले. काही वेळ प्लॅटफॉर्मवर थांबले. पिस्तूल त्यांच्याकडे नव्हते.

> त्यामुळे निश्चिंत होते. जेव्हा कुणी त्यांच्याजवळ आले नाही, तेव्हा ते स्टेशनबाहेर पडले आणि टांग्याने निघाले. काही अंतर गेल्यावर टांगा पोलिसांनी पकडला आणि त्यांना बेड्या ठोकल्या.
>
> (*युगद्रष्टा भगत सिंह और उनके मृत्युंजय पुरखे*, वीरेंद्र सिंधु, पृ. १५४-५५)

या अटकेला आधार काही वेगळा होता आणि अटक काही वेगळ्या नावाने झाली होती. १९२६च्या दसऱ्याला लाहोरला दसरा मिरवणुकीत बाँब फुटला होता, त्याची चौकशी करून काही धागेदोरे मिळतात का, हे पाहण्यासाठी ही अटक होती, असे वीरेंद्र सिंधु लिहितात. (तत्रैव, पृ. १५५)

हंसराज रहबर यांच्या मते, बाँबस्फोटाचे कारण सांगून वीरेंद्र सिंधु आणि मन्मथनाथ गुप्त यांनी दाखवलेली भगतसिंगांची अटक चुकीच्या प्रकारे समोर आणली आहे, भगतसिंगांना बाँबस्फोटातील नव्हे, तर क्रांतिकारी कारवायांसाठी अटक केली होती, असे स्पष्ट केले आहे. (*भगत सिंह : एक ज्वलंत इतिहास*, हंसराज रहबर, पृ. ९९)

हंसराज रहबर यांचे मत बरोबर वाटते. भगतसिंगांनी पिस्तूल वकील शार्दूलसिंगांच्या घरी सोडले होते, हे लक्षात घेतल्यावर भगतसिंगांनाही आपल्याला अटक होऊ शकते, याची कल्पना होती. आणि ती त्यांच्या क्रांतिकारी कारवायांसाठीच असणार होती, ही गोष्ट स्पष्ट होते. त्या बाँबस्फोटात १०-१२ लोक मरण पावले होते. या हत्यांसाठी त्यांना जबाबदार ठरवून फाशीचे भय दाखवण्यात आले. कारण त्यांनी त्यातून वाचण्यासाठी माफीचे साक्षीदार बनावे. पोलीस म्हणतात ते-ते करू शकतात, हे भगतसिंग जाणत होते. असे असतानाही ते खडकासारखे मजबूत राहिले (तत्रैव, पृ. ९९).

सिंधु पुढे लिहितात –

> दसरा बाँबकांड सबब होती. चौकशीची दिशा तर दल आणि काकोरी केसमधील फरार आरोपी होते. पोलीस अधिकारी आपले म्हणणे मांडायचे, तर भगतसिंग दसरा बाँबकांडाच्या अमानवीयतेची निंदा करायचे. हे सर्व ते निश्चिंत भावाने, चेहरा शांत ठेवून करत असत. अधिकाऱ्यांच्या कागदांत काही वेगळे असायचे. भगतसिंग काही वेगळेच बोलायचे. अधिकारी सर्व काही करू शकत होते. त्यांच्या रागावर कुणाची बंदी नव्हती. त्यांनी काय-काय केले आणि भगतसिंगांनी काय-काय सहन केले, याबाबतीत त्यांनी कधी कोणाला फार काही सांगितले नाही.
>
> त्यांचे प्रिय मित्र जयदेव गुप्तांना जेव्हा मी विचारले की, 'भगतसिंगांनी आपल्याला याबाबत काही सांगितले का?' तेव्हा काही वेळ विचार करून ते म्हणाले, 'अशी कोणती गोष्ट त्यांनी मला सांगितली नाही.' हे न सांगण्याचे कारण हे आहे की, 'ते दुसऱ्यांचे कष्ट मोठे करून पाहत असत; परंतु आपले कष्ट कधी सांगत नसत.'

ही त्यांच्या स्वभावातील खास गोष्ट होती. पण होय! 'आपको शाही किला लाहोर में तरह-तरह की अज़ीतें दी गई.' अशी एक ओळ आमच्या घराण्याच्या कागदांत सापडते. केवळ काकी हरनाम कौर यांनाच त्यांनी याबाबतीत काही संकेत दिले होते.

(*युगद्रष्टा भगत सिंह और उनके मृत्युंजय पुरखे*, वीरेंद्र सिंधु, पृ. १५६)

भगतसिंगांनी आपल्या कष्टांचे कधीच भांडवल केले नाही. १५ दिवस ते लाहोर किल्ल्यात होते. नंतर त्यांना बोर्स्टल जेलमध्ये पाठवण्यात आले. त्यांचे पिता किशनसिंग यांच्या प्रभावामुळे आणि कायदेशीर कारवाईमुळे पोलिसांना भगतसिंगांना कोर्टासमोर उभे करावे लागले. पोलीस त्यांच्याकडून काही काढून घेऊ न शकल्याने त्यांना काही आठवड्यांनी सोडावे लागले. उच्च न्यायालयाने दिलेल्या जामिनामुळे त्यांची सुटका झाली. हा जामीन ६० हजार रुपयांचा होता. किशनसिंगांचे मित्र बॅरिस्टर दुनिचंद आणि दौलतराम यांनी प्रत्येकी ३०-३० हजारांचा जामीन भरला.

जामीन काळात त्यांना त्यांच्या वडिलांनी डेअरी उघडून दिली आणि भगतसिंग डेअरी चालवू लागले. या काळात ते टॉलस्टॉयचे *Ressurection* नावाचे पुस्तक वाचत होते. त्याचा परिणाम म्हणून त्यांनी डेअरीत काम करणाऱ्या नोकरांची सारी कर्जे माफ केली. आपण जे वाचतो त्याला आचरणात आणण्याकडे त्यांचा कल होता. ते केवळ विद्वान लेखक वा पंडित नव्हते. कृतिशीलता आणि मानवता ही त्यांच्या कार्याची प्रेरणा होती.

या काळात जामीन देणारे अडचणीत येऊ नयेत म्हणून भगतसिंग डेअरी चालवत होते. पण त्याच वेळी ते जामीनदारांच्या वतीने स्वतःच अर्ज लिहून 'एक तर खटला चालवा वा जामिनातून मुक्तता करा' अशी पत्रे लिहीत होते. त्याच काळात बोधराज यांनी पंजाब कौन्सिलमध्ये भगतसिंगांविरुद्ध पुरावा आहे, तर पोलीस खटला का चालवत नाहीत, असा प्रश्न विचारला. नंतर डॉ. गोपीनाथ भार्गवांनीही नोटीस दिली. सरकारने जामीन समाप्तीची घोषणा केली. भगतसिंग मुक्त होऊन आपल्या कामाला लागले (तत्रैव, पृ. १५८-५९).

जामिनावर असण्याच्या काळात भगतसिंगांना वाचन-मनन-चिंतनासही वेळ मिळाला. काय करायचे त्याचा निश्चय पक्का झाला. जे करायचे होते, त्यांची वैचारिक भूमिका आधीपासून तयार होती. या काळातील चिंतन-मननाने ती भूमिका परिपक्व झाली. कामाची दिशा निश्चित झाली. आपल्या क्रांतीच्या नव्या कल्पनेसह म्हणजे सर्वसामान्यांना क्रांतीच्या आंदोलनाशी जोडण्याचा आणि केवळ सत्ता परिवर्तन नव्हे, तर लोकांनी लोकांसाठी केलेल्या क्रांतीने सर्वसामान्यांचे शोषण, भांडवलशाही व्यक्तींकडून आणि राष्ट्रांकडून होऊ नये म्हणून संपूर्ण व्यवस्था परिवर्तन करणारी क्रांती घडवून आणण्याच्या कल्पनेने झपाटलेले भगतसिंग आता मुक्त होऊन पुन्हा एकदा घराबाहेर पडले होते.

वीरेंद्र सिंधु लिहितात –

'एप्रिल-मे १९२६पर्यंत भगतसिंगांचा घराशी काही-न्-काही संबंध टिकून होता. त्यानंतर ते पूर्णपणे अलिप्त झाले आणि आपल्या जीवनाच्या पूर्णाहुतीसाठी त्यांनी कामांना जुंपून घेतले.' (तत्रैव, पृ. १५९)

आता एकच ध्यास होता; संघटन वाढवणे. क्रांतिकारक नवयुवकांना एकत्र आणणे आणि क्रांतिकार्यक्रमाला जनतेची सहानुभूती मिळवत, तो कार्यक्रम जनतेचा बनवणे. आता यासाठी भगतसिंगांची भटकंती सुरू झाली. या काळात त्यांनी लाहोर, दिल्ली, कानपूर, आग्रा, कलकत्ता अशा अनेक ठिकाणी भटकंती केली. पायाला भिंगरी लावल्यासारखे भगतसिंग फिरत होते. हा काळ भगतसिंगांनी कसा काढला असेल?

'मनात मोठे मनसुबे होते; पण खिशात एक पैसा नाही. हृदय स्वप्नांनी भरले होते, पोट रिकामे होते. इरादे शहेनशाही होते आणि अंगावर धड कपडे नव्हते. कधी वर्तमानपत्रे विकून अन्नासाठी पैसे जमवले, तर कधी चणे खाऊन, तर कधी पाणी पिऊन झोपून राहिले. घरातून निघाले तेव्हा देहावर शर्ट-कोट आणि पायजमा होता. पण परत आले तेव्हा शर्ट नव्हता, कोटानेच देह झाकला होता. कोटाचे रूप जपण्यासाठी कोटाला पायजम्याचे पाय बाह्या म्हणून जोडल्या होत्या. (तत्रैव, पृ. १६१)

कसे दिसत असतील? कुणी अर्धवट समजले असेल; तर कुणी वेडा, कुणी भिकारी समजले असेल. कंगाल तर नक्कीच समजले असेल. देशात मूर्तिमंत क्रांती संचार करत होती. पण ती कुणी ओळखू शकत नव्हते. जिवंत इतिहास चिरंजीव होण्यासाठी कंगालाच्या वेषात फिरत होता.

याच काळात स्वातंत्र्य आंदोलनाने साम्राज्यविरोधी रूप घेण्यास सुरुवात केली होती. आणि हे रूप स्वीकारले जावे म्हणून तरुणांनी महत्त्वपूर्ण योगदानही दिलेले होते. या काळात राष्ट्रीय पातळीवर तरुणांच्या चळवळी समाजवादी विचारांनी प्रभावित असलेल्या दिसतात. डॉ. रघुवीर सिंह म्हणतात –

'तिसऱ्या दशकातील राष्ट्रीय संघर्षात युवकवर्गाचा सामान्यजनांवरचा विश्वास एका नव्या विकासाचा द्योतक होता. युवा वर्गाचे राष्ट्रीय आंदोलनांच्या मंचावर येऊन तेथेच स्थिर राहणे, आमूलाग्र परिवर्तनाची मागणी करणे आणि भारतीय जनगणाच्या आकांक्षांच्या पूर्तीसाठी वैज्ञानिक दृष्टिकोनाने संपन्न अशा संघर्षासाठी एक नवा राजकीय मंच उघडणे, एक अद्‌भुत गोष्ट होती.'

(*भगत सिंह और स्वतंत्रता संग्राम*, डॉ. रघुवीर सिंह, पृ. ९७)

साऱ्या जगभर युवक अशा स्वरूपाच्या परिवर्तनाच्या कल्पनांसाठी संघटित प्रयत्न करू लागले होते. अशा संपूर्ण युवा आंदोलनांचा महत्त्वपूर्ण घटक हिंदुस्थानामधील भगतसिंग

आणि त्यांचे साथी होते. नौजवान भारत सभेची स्थापना झाली असूनही संस्था निष्क्रिय होती. थोड्याच काळात भगतसिंगांनी या मृतप्राय संस्थेत नवप्राण फुंकले. या काळात पक्ष वेगवेगळ्या शहरांत आणि वेगवेगळ्या तुकड्यांत विखुरला होता. पक्षासमोर ना निश्चित कार्यक्रम होता ना निश्चित योजना. अशा प्रकारचे गट उत्तर प्रदेश, लाहोर, कानपूर, दिल्ली, बनारस, अलाहाबाद तसेच बिहारच्या काही भागांत होते. जुलै १९२८मध्ये कानपूरला झालेल्या एका प्रारंभिक बैठकीत या साऱ्या गटांच्या प्रतिनिधींना बोलावून, एकजूट करून एक केंद्रीय समिती बनवण्यात यावी, असा निर्णय घेण्यात आला. या निर्णयानुसार भगतसिंग आणि कानपूरनिवासी विजयकुमार सिन्हा यांनी सदस्यांची निवड करण्यासाठी देशाचा दौरा केला. ८ सप्टेंबर १९२७ रोजी दिल्लीच्या फिरोजशहा तुघलक किल्ल्यात एक महत्त्वाची बैठक झाली (*भगत सिंह से दोस्ती*, संपादक : विकास नारायण राय, पृ. ३१).

या ऐतिहासिक बैठकीचे नेतृत्व भगतसिंगांनी केले. यामध्ये ते हिंदुस्तान रिपब्लिकन असोसिएशन (एचआरए)ला हिंदुस्तान सोशलिस्ट रिपब्लिकन असोसिएशन (एचएसआरए)मध्ये परिवर्तित करू इच्छित होते. भगतसिंगांच्या दृष्टीने सामाजिक व्यवस्था पाहता, एचआरए कमी महत्त्वाची आणि अप्रासंगिक बनली होती. दुसऱ्या शब्दांत असे की, एचआरए या नावाने क्रांतिकारी पक्षाचे ध्येय अभिव्यक्त होत नव्हते. म्हणून पक्षाची मूलभूत ओळख आणि उद्देश यांच्या स्पष्टतेसाठी 'समाजवादी' शब्द जोडणे ऐतिहासिक आवश्यकता समजली गेली होती. भगतसिंगांनी प्रस्तावना करताना सांगितले –

> 'पक्षाच्या नावात समाजवादी शब्द जोडण्याची आवश्यकता यासाठी आहे की, ज्या उद्देशाच्या पूर्तीनंतर अर्थात भारत स्वतंत्र झाल्यानंतर आमच्या शासनाचे स्वरूप काय असेल, हे स्वतः आपल्यालाच स्पष्ट असले पाहिजे. आपल्याला एक प्रगतिशील पाऊल उचलायचे आहे, स्वातंत्र्यप्राप्तीनंतर आपल्याला समाजवादी समाजाची स्थापना करायची आहे. आपण शेतकरी आणि मजूर वर्गाच्या उत्थानासाठी प्रयत्न करावेत.'
>
> (*क्रांतिकारी शहीद चंद्रशेखर आझाद*, श्रीकृष्ण सरल, पृ. ६२)

बिहारचे प्रतिनिधी फणींद्रनाथ घोष तसेच मनमोहन बॅनर्जी यांनी, जुन्या पक्षाबद्दल आपल्याला आस्था असायला हवी, कारण या नावाशी स्वातंत्र्य संघर्षातील महत्त्वाच्या घटना जोडलेल्या आहेत, म्हणून हे नाव सोडू नये, असे म्हणून नाव बदलण्यास विरोध केला. त्याला उत्तर देताना भगतसिंग म्हणाले –

> 'मी आपल्या साथींना सांगू इच्छितो की, 'समाजवादी' शब्द समाजाला आणि जनतेला बरोबर घेऊन चालणारा शब्द आहे. जर आपण आपल्या आंदोलनाला जन-

> आंदोलनाचे स्वरूप दिले नाही, तर जनता याला मूठभर माथेफिरूंचे चुकीचे पाऊल म्हणून बदनाम करेल. आमचे प्रत्येक पाऊल असे असले पाहिजे की, क्रांतिकारी लोक आम्हा सर्वांसाठी लढत आहेत, असे जनता म्हणेल. स्वातंत्र्यप्राप्तीनंतर शासनातही समाजाची प्रमुखता असावी, या भावनेचे प्रतीकरूप म्हणून आपल्याला आपल्या पक्षाच्या नावात 'समाजवादी' शब्द जोडायला हवा. आपण जनतेला हे सांगायला हवे की, या आंदोलनात आम्ही त्यांचे सहकार्य चाहतो आणि त्यांच्याकडून बलिदानाची अपेक्षा करतो.' (तत्रैव, पृ. ६३-६४)

'समाजवाद' हा शब्द एचआरएमध्ये बहुमताने जोडण्यात आला. बैठकीला चंद्रशेखर आझाद उपस्थित नव्हते, पण त्यांच्याशी या संदर्भात चर्चा झाली होती. या बैठकीत होणाऱ्या निर्णयांना आझादांची संमती होती.

संघटन सर्वसाधारणपणे सक्रिय समूह आणि शुभचिंतक या दोन समूहांत विभागण्याचा निर्णय या बैठकीत घेण्यात आला. सक्रिय समूहाचे काम शस्त्र-अस्त्र, दारूगोळा जमा करणे तसेच समूहाच्या कार्याला सामान्य जनतेपर्यंत नेऊन त्याला जन-आंदोलनाचे स्वरूप आणणे असे ठरले. चंद्रशेखर आझादांना या पक्षाचे प्रमुख बनवण्यात आले. (*भगत सिंह से दोस्ती*, विकास नारायण राय, पृ. ३४)

याबाबत शिव वर्मा सविस्तरपणे लिहितात –

> भगतसिंगांपूर्वी क्रांतिकारकांचा उद्देश केवळ देश स्वतंत्र करणे इतकाच होता. पण या स्वातंत्र्याबाबत आम्हांला काय वाटते, यावर त्याआधी आमचे विचार स्पष्ट नव्हते... स्वातंत्र्यानंतर समाजाची रूपरेखा काय असेल, सरकार कुणाचे असेल या प्रश्नांवर क्रांतिकारकांमध्ये अस्पष्टता होती. भगतसिंगांनी क्रांतिकारकांमध्ये सर्वात आधी हा प्रश्न ठेवला आणि दलाचे ध्येय म्हणून समाजवाद समोर आणला. देशाच्या स्वातंत्र्याची लढाई लक्ष्याकडचे केवळ पहिले पाऊल आहे आणि आपण तेथेच थांबलो, तर आपले अभियान अपूर्ण राहील. सामाजिक तसेच आर्थिक स्वातंत्र्याच्या अभावातील राजकीय स्वातंत्र्य प्रत्यक्षात थोड्या व्यक्तींकडून बहुमत शोषणाचेच स्वातंत्र्य असेल. शोषण आणि विषमता नष्ट करण्याच्या सिद्धान्तावर एकत्र आलेला समाजवादी समाज आणि तिची सार्वत्रिक राजसत्ताच खऱ्या अर्थाने राष्ट्राचा सार्वत्रिक विकास करू शकेल.
>
> (*संस्मृतियाँ : क्रांतिकारी शहीदों के रेखाचित्र*, शिव वर्मा, पृ. १८).

समाजवाद हा त्या युगाचा आवाज होता. जगभरातील युवक शोषणमुक्त समाजासाठी समाजवादाचा आग्रह धरत होते. भारतीय क्रांतिकारकांमध्ये भगतसिंगांनी तो आवाज प्रथम ऐकला आणि ओळखला.

भगतसिंगांच्या आधी क्रांतिकारकांची देशव्यापी अशी कोणतीही एक संघटना नव्हती. बंगालमध्ये अनुशीलन, युगांतर या संस्था होत्या. पंजाबात गदर पार्टीचे काम होते. उत्तर प्रदेश आणि बिहार येथे मुख्यतः 'हिंदुस्तान रिपब्लिकन असोसिएशन' कार्य करत होती. क्रांतिकारकांवर सर्वांचा समान अधिकार असतानाही त्यांच्यात आपसांतले सहकार्य 'नाही'च्या बरोबर होते. भगतसिंग सर्वांना एकत्र करून एक देशव्यापी संघटना बनवू इच्छित होते. त्यासाठीच सप्टेंबर १९२८मध्ये त्यांनी दिल्लीत सर्व प्रांतांच्या क्रांतिकारकांच्या प्रतिनिधींची बैठक आयोजित केली होती. त्यात उत्तर प्रदेश (त्या वेळी संयुक्त प्रांत), बिहार, पंजाब आणि राजस्थान यांमधून दहा प्रतिनिधी सामील झाले होते.

> 'बंगालचे अधिकांश क्रांतिकारी त्या वेळी जेलमध्ये होते. जे बाहेर होते, त्यांतून आमचा ज्यांच्याशी संपर्क झाला, ते आमचे समाजवादी विचार आणि संघटनेच्या जनवादी प्रस्तावांशी सहमत नव्हते. त्यांनी बैठकीत भाग घेण्यास नकार दिला होता.' (तत्रैव, पृ. १८-१९)

दिल्लीच्या बैठकीचे नेतृत्व भगतसिंगांनीच केले आणि त्यांच्याच प्रस्तावावरून 'समाजवाद' पक्षाचे घोषित लक्ष्य म्हणून स्वीकारून 'हिंदुस्तान रिपब्लिकन असोसिएशन' हे पक्षाचे नाव बदलून 'हिंदुस्तान समाजवादी रिपब्लिकन असोसिएशन' करण्यात आले.

> 'आम्ही समाज श्रेणींच्या आधारे समजून घेतला होता आणि शेतकरी-मजुरांचे राज्य आमचे ध्येय बनले होते. परंतु शेतकरी-मजुरांच्या संघटित शक्तीच्या साहाय्याने हे ध्येय कसे प्राप्त होऊ शकेल, हे आम्ही योग्य प्रकारे समजू शकलो नव्हतो.'
>
> संघटनेचे जनवादीकरण हा बैठकीचा दुसरा निर्णय होता. भगतसिंग कुणा एका व्यक्तीला आंदोलनाचे सर्वेसर्वा मानून त्याच्या चांगल्या-वाईटपणाच्या दयेवर सर्व काही सोपवण्याच्या विरुद्ध होते. त्यांच्या सूचनेवरून आंदोलनाच्या संचालनासाठी एका केंद्रीय समितीची स्थापना करण्यात आली आणि धोरणात्मक प्रश्नांवर या समितीलाच सर्वोच्च मानण्यात आले.
>
> याआधी क्रांतिकारकांच्या शक्तीचा एक फार मोठा हिस्सा सरकारी साक्षीदार, खबरे आणि गुप्तचर विभागाच्या अधिकाऱ्यांना मारणे, तसेच पैसे मिळवण्यासाठी दरोडे घालण्यात खर्च होत होता. यातून जितका लाभ होत होता, त्यापेक्षा अधिक मूल्य आम्ही देऊन येत होतो. दिल्लीत या संबंधी एक निश्चित धोरण ठरवण्यात आले. पैशांसाठी शक्य आहे, तोवर सरकारी पैशांनाच हात घालणार, असे आम्ही ठरवले. कृतीही अशा निवडण्यात येतील, त्यांचा जनता तसेच देशाच्या राजकीय समस्यांशी सरळ संबंध असेल. या निर्णयांमागे मुख्यतः भगतसिंगांचाच हात होता. (तत्रैव, पृ. १९-२०)

याच काळात भारतीय मजूर आणि शेतकरी यांच्यामध्ये असंतोष होता. आर्थिक संकटांची काळी सावली पडली होती. त्याने मध्यम वर्ग तसेच राष्ट्रीय भांडवलदार वर्गही त्रासला होता. हा असंतोष कमी करण्यासाठी काही सुधारणा करण्याचे आश्वासन देऊन ब्रिटिश सरकारने सायमन कमिशनची घोषणा केली. या कमिशनचे सर्व सदस्य इंग्रज होते. भारतातील जवळजवळ सर्व पक्षांनी सायमन कमिशनवर बहिष्कार घातला. कमिशन जेथे-जेथे गेले, तेथे-तेथे 'सायमन परत जा' 'सायमन गो बॅक' या घोषणांसह काळे झेंडे दाखवण्यात आले. इंग्रज सरकारवर याचा काही परिणाम झाला नाही आणि हे कमिशन भारतावर लादण्यात आले. हा भारतीयतेचा अपमान होता. शिव वर्मा लिहितात –

> 'आम्ही उत्तर भारतात सायमन कमिशनचा पाठलाग करण्याचे निश्चित केले. ते दिल्लीत आले, तेव्हा भगतसिंग, बटुकेश्वर दत्त आणि जयदेव कपूर यांनी कमिशनच्या जवळ जाण्याचे बरेच प्रयत्न केले; पण ते त्याच्या सावलीपाशीही पोहोचू शकले नाहीत. त्या काळात साथींजवळ रिव्हॉल्वर आणि पिस्तुलेच होती. दिल्लीच्या अनुभवाआधारे आम्ही या निष्कर्षावर पोहोचलो की, सफलतेसाठी बाँबची आवश्यकता आहे. दलाने बाँबचा कारखाना काढण्याचा निश्चय केला.' (तत्रैव, पृ. २०)

भारतीय क्रांतिकारी इतिहासात सँडर्सची हत्या एक साहसी आणि दूरगामी प्रभाव करणारी घटना म्हणून लक्षात ठेवली जाते. क्रांतिकारी आंदोलनातील तीव्र कारवायांमधील ही एक कारवाई आहे. या हत्याकांडाची कारणे आणि त्यातील भगतसिंगांची भूमिका याचा शोध घेणे आवश्यक आहे.

सँडर्स एक इंग्रज साहाय्यक पोलीस अधीक्षक (असिस्टंट पोलीस सुपरिंटेंडेंट) होता. त्याच्या हत्येमागे भारतीय स्वातंत्र्य आंदोलनाचा एक मोठा अध्याय पार्श्वभूमीच्या रूपाने उपस्थित आहे. सायमन कमिशन ३ फेब्रुवारी १९२८ रोजी मुंबईत आले. त्या दिवशी साऱ्या देशात हरताळ पाळण्यात आला आणि साऱ्या देशात 'सायमन गो बॅक'च्या घोषणा निनादल्या. हे कमिशन जेथे-जेथे गेले, तेथे-तेथे याला तीव्र विरोध करण्यात आला. क्रांतिकारकांना कमिशनवर बाँब टाकून उडवायचे होते. पण ते शक्य झाले नाही. तरीही आयोगाला तीव्र विरोध करायची भगतसिंगांच्या दलाची इच्छा होती.

ऑक्टोबर १९२८मध्ये कमिशन लाहोरला पोहोचणार होते. नौजवान भारत सभेने याला विरोध करण्याची जबरदस्त योजना आखली. वीरेंद्र सिंधु लिहितात –

> 'अशा परिस्थितीत ऑक्टोबर १९२८च्या शेवटच्या आठवड्यात सायमन कमिशन लाहोरला येणार होते. लाहोरची जनता त्यावर बहिष्कारासाठी उफाळून निघाली होती. स्टेशनवर उतरताच सायमन कमिशनला काळे झेंडे दाखवणे आणि साऱ्या गर्दीने

'परत जा' अशा घोषणा देण्याची योजना होती. या निदर्शनांत सर्व संघटना सामील होत्या. योजनेचे नेतृत्व नौजवान भारत सभेकडे होते. सभेच्या क्रांतिकारी सदस्यांची टोळी स्टेशनवर त्या जागी उभी होती, तेथून जाण्याशिवाय सायमन कमिशनच्या सदस्यांकडे कोणताच पर्याय नव्हता. भगतसिंग स्वत: लाला लजपत रायांकडे गेले आणि त्यांना गर्दीच्या पुढे उभे राहण्यास राजी करून आले होते. लालाजींना नौजवान भारत सभेच्या टोळीने आपल्या घेऱ्यात उभे केले होते आणि एका युवकाने त्यांच्यावर छत्रीही धरली होती.

'अथांग गर्दीच्या समोर आल्यावर ही गोष्ट निश्चित होती की, कमिशनचा तीव्र विरोध होणार, कदाचित शारीरिक हल्लाही शक्य होता. या तीव विरोधाची शक्यता लक्षात घेऊन पोलीस अधीक्षक स्कॉटने लाठीमार करण्याचा आदेश दिला. लाठीमार करूनही पोलिसांना जनतेचा मोर्चा तोडण्यात यश आले नाही. लाला लजपत राय भगतसिंगांच्या साथींबरोबर तेथेच दटून उभे राहिले. मोर्चा तुटत नाही, हे पाहिल्यावर पोलीस उपअधीक्षकाने स्कॉटच्या आदेशावर काही शिपायांबरोबर लाला लजपत राय आणि नौजवान भारत सभेच्या कार्यकर्त्यांवर लाठ्यांचा भडिमार केला. लालाजी जखमी झाले आणि शेवटी निदर्शने स्थगित करावी लागली. सायंकाळी काँग्रेसच्या आवाहनाने आयोजित करण्यात आलेल्या सभेला मोठी गर्दी झाली होती.'

(*युगद्रष्टा भगत सिंह और उनके मृत्युंजय पुरखे*, वीरेंद्र सिंधु, पृ. १६३-६४)

सभेच्या सफलतेबद्दल लिहिताना यशपालनी लिहिले आहे –

'आज काँग्रेसच्या राज्यात वाचकांना हे ऐकून विस्मय वाटेल की, सकाळी ज्या आंदोलनावर भयंकर लाठीमार झाला आहे, सायंकाळी तेच आंदोलन सार्वजनिक सभा भरवू शकले; परंतु ते विदेशी राज्य होते; राज्य घालवून देण्यासाठी आम्ही प्राणांची बाजी लावून लढलो होतो.'

लाला लजपत राय उत्तम वक्ते होते. पंजाबच्या सिंहाच्या अंगावर परकीयांच्या लाठ्या पडल्या होत्या. केवळ पंजाबच नव्हे, तर सारा देश भडकून उठला होता. सभेला मोठी गर्दी जमली होती. काही ब्रिटिश अधिकारीही मुद्दामहून सभेला आले होते. लालाजींनी ओजस्वी भाषण दिले –

'जे सरकार नि:शस्त्र प्रजेवर यासारखा जालीम हल्ला करते, त्या सरकारला सभ्य सरकार म्हणता येणार नाही. आणि असे सरकार कायम राहू शकत नाही. मी आव्हानपूर्वक सांगतो की, माझ्यावर घालण्यात आलेले घाव भारतावरील ब्रिटिश शासनाच्या शवपेटीवरचे शेवटचे खिळे ठरतील.'

(*सिंहावलोकन*, भाग १, यशपाल, पृ. १४२)

ब्रिटिश अधिकाऱ्यांची उपस्थिती पाहून असेल कदाचित लालाजींनी आपले शब्द इंग्रजीत पुनरुच्चारित केले.

> "I declare that the blows struck at me will be the last nails in the coffine of the British rule in India." (तत्रैव, पृ. १४२)

लालाजींवर झालेले घाव तर गंभीर होतेच; पण झालेला अपमान जास्त गंभीर होता. लालाजी तो सहन करू शकले नाहीत. १७ नोव्हेंबर १९२८ रोजी त्यांचे निधन झाले.

> 'जनतेत विदेशी सरकारविरोधी भावना आणि लालाजींविषयी आदराचा प्रवाह वाहू लागला. लालाजींच्या अंत्ययात्रेला लाख-दीड लाख लोक आले असतील. डॉ. गोपीचंद भार्गव हमसून-हमसून रडले. लाहोरमध्ये असा कोणी हिंदू-मुसलमान नसेल, ज्याने शोक पाळला नसेल.' (तत्रैव, पृ. १४२)

पंडित नेहरूंनी उद्विग्नतेने लिहिले –

> 'आमचे सर्वात मोठे नेते, पंजाबमधील सर्वात लोकप्रिय व्यक्तीबरोबर असे गैरवर्तन होणे एकदम घृणास्पद होते. असे गैरवर्तन पाहून हिंदुस्थानभर, खासकरून उत्तर भारतात, एक निर्जीव क्रोध पसरला. आम्ही किती असहाय आणि घृणा करण्यायोग्य आहोत, की आम्ही आमच्या नेत्यांच्या सन्मानाचेही रक्षण करू शकत नाही.'
>
> (*भगत सिंह आणि स्वतंत्रता संग्राम*, डॉ. रघुवीर सिंह, पृ. १०६)

बंगालचे सुप्रसिद्ध नेते देशबंधू चित्तरंजन दासांच्या पत्नी वासंती देवी एका शोकसभेत म्हणाल्या –

> 'लालाजींची चिता थंड होण्याआधीच देशातील कुणी युवक या अपमानाचा बदला घेईल.' (*भगत सिंह और उनका युग*, मन्मथनाथ गुप्त, पृ. १६३)

कलकत्त्यातील अन्य एका शोकसभेतही वासंती दास यांनी युवकांना आव्हान केले होते –

> 'लालाजी जे इतके वृद्ध आणि देशवासीयांना इतके प्रिय होते की, त्यांना त्या नृशंस इंग्रज शासनाने अधिकाऱ्याद्वारे मृत्युनिद्रेत झोपवले, हा विचार करताना माझे रक्त खवळून निघते. हे नौजवान आणि ३० कोटी भारतीय जनता यांच्या पौरुषाला आव्हान आहे. भारतीय महिलांकडून मी माझ्या या प्रश्नाचे उत्तर मागतेय की, भारतीय नौजवान मेलेत की जीवित आहेत? काय भारतीय नौजवानांच्या पिढीतील कुणी व्यक्ती पुढे यायला आणि प्रश्नाचे उत्तर द्यायला नाही.'
>
> (*भगत सिंह आणि स्वतंत्रता संग्राम*, डॉ. रघुवीर सिंह, पृ. १०६-७)

साऱ्या देशातले ब्रिटिशविरोधी वातावरण पाहून हीच योग्य संधी आहे, हे भगतसिंग आणि त्यांच्या साथींनी ओळखले. आर्थिक अडचणींमुळे सायमनवर बॉंब टाकणे शक्य नव्हते. पण क्रांतिकारकांकडे पिस्तुले होती. वीरेंद्र सिंधु लिहितात –

> 'भगतसिंगांच्या दूरदर्शी डोळ्यांनी परिस्थितीची अनुकूलता ताडली आणि लालाजींवरील आघाताच्या रूपाने राष्ट्राचा जो अपमान केला गेला आहे, त्याचा प्रतिशोध घेतला जावा, असा प्रस्ताव दलासमोर ठेवला. सायमन कमिशनला बॉंबने उडवण्याची योजना साधनांच्या कमतरतेमुळे सफल होऊ शकली नव्हती. जनतेचा क्रोध तृप्त करून, त्यांच्या मनात क्रांतिकारकांविषयी आदर निर्माण करणे, ही या योजनेची एक खुबी होती. ९-१० डिसेंबरला लाहोरला दलाची बैठक झाली, त्यात गंभीर चिंतन आणि विचार केल्यानंतर प्रस्ताव स्वीकारण्यात आला.
>
> (*युगद्रष्टा भगत सिंह और उनके मृत्युंजय पुरखे*, वीरेंद्र सिंधु, पृ. १६४)

भगतसिंग केवळ प्रस्ताव मंजूर करून घेणारे, योजना आखून देणारे आणि प्रत्यक्ष कृतीपासून दूर राहणारे वाचावीर नव्हते.

बैठकीमध्ये मंजूर केलेल्या प्रस्तावानुसार १७ डिसेंबर १९२८ रोजी इंग्रज पोलीस ऑफिसर स्कॉटला मारायला टोळी निघाली. टोळीचे नेतृत्व चंद्रशेखर आझादांच्या हाती होते. भगतसिंग, राजगुरू, जय गोपाल, सुखदेव, भगवानदास माहोर आणि विजयकुमार सिन्हा टोळीचे सदस्य होते. योजनेनुसार लक्ष्य तर प्राप्त झाले, परंतु स्कॉटच्या जागी सँडर्सची हत्या झाली. सँडर्सनेच स्कॉटच्या आदेशाने लालाजींवर लाठ्या चालवल्या होत्या. भले लक्ष्य दुसरीकडे लागले, पण व्यर्थ गेले नाही; तर प्रतीकात्मक स्तरावर त्याचे महत्त्व तसेच राहिले. (*क्रांतिकारी भगत सिंह : व्यक्तित्व, विचारधारा और प्रासंगिकता*, डॉ. चयनिका उनियाल पंडा, पृ. ९९)

या साहसी घटनेनंतरचे वर्णन वीरेंद्र सिंधुंच्या शब्दांत –

> डीएव्ही कॉलेजच्या वसतिगृहातून दोन सायकली निघाल्या. एकावर आझाद व राजगुरू होते आणि दुसऱ्यावर भगतसिंग. सर्व आपापल्या कामाला लागले होते. केवळ इतिहास त्यांना पाहत होता, स्मितहास्य करत होता. काही क्षणांतच सारे साथी 'मौजंग हाउस' (लाहोरमधील क्रांतिकारकांचे निवासस्थान) येथे पोहोचले. लाहोरचे सरकारी क्षेत्र स्मशानशांततेत होते, तर जनतेत एक मानसिक आशावाद निर्माण झाला होता. भगतसिंग त्या सायंकाळी अतिशय उत्साहात होते.
>
> .... भररस्त्यात पोलीस कचेरीसमोर एका इंग्रज अधिकाऱ्याला दिवसाढवळ्या मारून टाकले होते. हे कुणी केले, का केले? यामागे कोण आहे? जनतेसाठी हा चमत्कारी धक्का होता. त्यामागे कोणता आदर्श आहे, काय योजना आहे, यापासून

जनता अनभिज्ञ होती. पण दुसऱ्या दिवशीच्या सकाळचा सूर्य उगवण्यापूर्वीच सरकार पक्ष आणि जनता या दोघांसमोर गोष्ट स्पष्ट झाली. भिंतीवर जागोजागी इंग्लिश भाषेतील छोटी पोस्टर्स चिकटवली होती. पोस्टर्सचा कागद गुलाबी होता आणि शाई लाल होती.

(*युगद्रष्टा भगत सिंह और उनके मृत्युंजय पुरखे*, वीरेंद्र सिंधु, पृ. १६६)

या पोस्टर्सनी लाला लजपत रायांच्या हत्येचा बदला जे. पी. सँडर्सची हत्या करून घेतला असल्याचे जाहीर केले. अशा प्रकारच्या कृत्याची जबाबदारी घेणे आणि ते आपण केले असल्याचे जाहीर करणे, ही गोष्टही भारतीय क्रांतिकारकांच्या इतिहासाच्या दृष्टीने महत्त्वाची म्हणायला हवी. या पत्रकावरील मजकूर होता –

जे. पी. सँडर्सचा मृत्यू झाला; लाला लजपत रायांचा सूड उगवला

जे. पी. सँडर्ससारख्या सामान्य पोलीस अधिकाऱ्याने इतक्या खालच्या पातळीवर उतरून हिंसकपणे चालवलेल्या हस्तक्षेपाची कल्पना करणे खरोखरच भयानक आहे. हिंदुस्तानच्या ३० कोटी जनतेचे अतिशय प्रेम असलेल्या, तिच्या आदरास पात्र ठरलेल्या एका वृद्ध माणसाच्या शरीराला इतक्या अपमानास्पद रीतीने हात लावण्याचे धाडस त्याने कसे काय केले? एका सामान्य पोलीस अधिकाऱ्याने केलेल्या कृतीने लालाजींचा मृत्यू झाला. भारतीय राष्ट्रीयत्वाच्या मस्तकावर केलेल्या या हल्ल्याने भारताच्या युवकांना व पौरुषत्वाला आव्हान दिले आहे. भारत अजूनही जिवंत आहे. युवकांचे रक्त अजूनही पूर्णपणे थंड झालेले नाही; आणि त्यांच्या देशाचा सन्मान जर पणाला लागला असेल तर ते अजूनही आपला जीव धोक्यात घालू शकतात, हे जगाला कळू द्या.

स्वतःच्या लोकांकडून सतावल्या गेलेल्या, दोष दिल्या गेलेल्या व छीःथू केल्या गेलेल्या अप्रसिद्ध व्यक्तींनी केलेल्या या कृत्याने ते सिद्ध केले आहे.

'सावधान, जुलूमशाहांनो, सावधान'

या देशातील पददलित व शोषित जनतेच्या भावनांना ठेच लावू नका. असे सैतानी, नीच कृत्य करण्यापूर्वी दोनदा विचार करा. 'शस्त्रास्त्र कायदा' आणि चोरून शस्त्रे आणण्याच्या विरोधात कडक पहारा असूनही रिव्हॉल्वर्सचा प्रवाह सुरूच राहील, हे लक्षात ठेवा. सध्या तो सशस्त्र उठाव करण्यासाठी पुरेसा नसला तरी राष्ट्रीय अपमानांचा सूड घेण्याइतपत तो पुरेसा आहे. आपल्याच लोकांनी दोष दिलेला असला व छीःथू केलेली असली आणि परक्या सरकारने निष्ठुरपणे दडपशाही व छळणूक केलेली असली, तरी या मगरूर सत्ताधीशांना धडा शिकवण्यासाठी युवकांचा पक्ष सदैव सजग असेल. विरोधाचे व दडपशाहीचे वादळ कितीही घोंघावत असले तरी; एवढेच नव्हे, तर फाशीच्या तख्तावर निर्भयपणे उभे राहून ते पुकारा करतील :

'इन्कलाब झिंदाबाद!'

एका माणसाच्या मृत्यूबद्दल खेद वाटतो. पण नेस्तनाबूत करून टाकायला हवी अशा एका अत्यंत क्रूर, नीच आणि अत्यंत हीन असलेल्या संस्थेच्या प्रतिनिधीचा या माणसाच्या रूपात मृत्यू झाला आहे. जगात अत्यंत जुलमी असणाऱ्या सरकारच्या भारतातील ब्रिटिशांच्या अधिकारशाहीच्या एका दलालाचा या माणसाच्या रूपात मृत्यू झाला आहे.

एका माणसाचे रक्त सांडले गेले याचा आम्हांला खेद वाटतो. पण क्रांतीच्या वेदीवर लोकांनी केलेल्या बलिदानांमुळे सर्वांना स्वातंत्र्य मिळणार आहे आणि माणसाचे माणसाकडून होणारे शोषण अशक्य केले जाणार आहे, हे अटळ आहे.

इन्कलाब ज़िंदाबाद!

- बलराज

सेनापती, हिंसोरिअ

'बलराज' हे चंद्रशेखर आझाद यांचे टोपणनाव होते. (*भगत सिंह : निवडक भाषणे व लेखन*, संपादक : डी. एन. गुप्ता, अनुवाद : रमेशचंद्र पाटकर, पृ. १०-११)

'एका माणसाचे रक्त सांडले गेले याचा आम्हांला खेद वाटतो', हे या पत्रकातील वाक्य अत्यंत महत्त्वाचे आहे. भगतसिंगांच्या क्रांतीबाबतच्या विचारांचे ते प्रकट चिंतन आहे. कारण भगतसिंगांच्या मते माणसे मारत सुटणे म्हणजे क्रांती नव्हती.

शिव वर्मा लिहितात –

> 'या घटनेने प्राय: लोकांना समाधान वाटले. आमच्या मार्गाशी सहमत नसतानाही बऱ्याच काँग्रेसी नेत्यांनी आमच्या सुरक्षेबाबत चिंता व्यक्त केली आणि आमच्या ज्या-ज्या सहानुभूतीदारांबद्दल त्यांना माहिती होती, त्यांच्याद्वारे त्यांनी पैसे पाठवले. यानंतर पैशांसाठी आम्हांला बराच काळ दरोडे घालावे लागले नाहीत.'
>
> (*संस्मृतियाँ : क्रांतिकारी शहीदों के रेखाचित्र*, शिव वर्मा, पृ. २२)

शिव वर्मांच्या विधानासारखेच विधान नेहरूंनी आपल्या चरित्रात केले आहे :'त्या वेळी लोकांना असे वाटले की, त्याने (भगतसिंगाने) लालाजींची आणि लालाजींच्या रूपाने देशाची अब्रू वाचवली आहे. 'भगतसिंग एक प्रतीक बन गये।' (तत्रैव, पृ. २२)

परंतु भगतसिंगांना मनुष्याची हत्या आवडत नव्हती. सँडर्स हत्येनंतर चिकटवण्यात आलेल्या पत्रकातील शेवटचे दोन परिच्छेद भगतसिंग रक्ताचे तहानलेले नव्हते, याचे द्योतक आहेत. शिव वर्मा लिहितात –

> 'राष्ट्राच्या अपमानाचा प्रतिशोध घेण्यासाठी लालाजींच्या मारेकऱ्याला मारणे आवश्यक आहे, हा प्रस्ताव भगतसिंगांचाच होता. तरीही सँडर्सच्या हत्येनंतर काही

दिवस त्यांचे मन उद्विग्न झाले होते. तो क्रांतिकारी होता, पण रक्ताचा तहानलेला नव्हता. त्यांचा उद्देश समस्त मानवतेला सुखी करण्याचा होता. आणि याच नात्याने मनुष्यमात्रांच्या प्राणांशी मोहही स्वाभाविक होता. क्रांतिकारक हत्या करणारे नव्हते, ते मानवतेचे उपासक होते. या कारणाने मनुष्याचे प्राण घेण्यास त्यांना स्वाभाविकपणे दुःख होत होते.' (तत्रैव, पृ. २२) या विचाराचे प्रतिबिंब पत्रकातील शेवटच्या परिच्छेदांमध्ये आहे.

हत्येनंतर सारे क्रांतिकारक विविध प्रकारे पोलिसांची नजर चुकवून लाहोरमधून बाहेर पडले. भगतसिंग भगवतीचरण व्होरांची पत्नी दुर्गादेवींना (दुर्गाभाभी) आपली पत्नी बनवून, त्यांचा मुलगा शचीला मांडीवर घेऊन हिंदुस्थानी साहेब बनून रेल्वेच्या पहिल्या वर्गाच्या डब्यात बसून लाहोरहून कलकत्त्याला पोहोचले. बरोबर राजगुरूही होते. ते भगतसिंगांच्या ऑर्डलीच्या वेषात होते. चंद्रशेखर आझाद त्या टोळीबरोबर जाऊ शकले नाहीत, ते भजनवाल्यांच्या एका टोळीबरोबर भजने म्हणत लाहोरमधून निघून गेले. (*भगत सिंह और उनका युग,* मन्मथनाथ गुप्त, पृ. १६८-६९)

सँडर्स हत्येने साऱ्या देशाला एक वेगळेच समाधान मिळाले होते. मनुष्याची हत्या करावी लागली म्हणून काही काळ उद्विग्न झालेल्या भगतसिंगांच्या मनात क्रांतीचे नवे वादळ निर्माण करण्याचे विचार दृढ होत होते. आता आंदोलनाचे विचार लोकांपर्यंत पोहोचवायचे होते. लोकांच्या मनात क्रांती आणि क्रांतिकारक यांविषयी आस्था निर्माण व्हावी आणि क्रांतीसाठी लोकांना चैतन्य मिळावे यासाठी भगतसिंग व त्यांच्या साथींनी नौजवान भारत सभेच्या स्थापनेनंतर गदर पार्टीचे तरुण शहीद कर्तारसिंग सराभा यांचा बलिदान दिवस जाहीरपणे एक कार्यक्रम करून पाळला होता.

उत्सवात सराभांचे एक मोठे चित्र होते (ते याच प्रसंगासाठी तयार केले होते.). सफेद खादीच्या वस्त्राने ते झाकले होते. जेव्हा क्रांतिकारिणी दुर्गाभाभी आणि सुशीलादीदी यांनी आपले बोट कापून त्या चादरीवर रक्ताचा अभिषेक केला, तेव्हा उपस्थित जनता बलिदानाच्या आणि देशभक्तीच्या भावनेने भारून गेली. एका शहीद क्रांतिकारकाचा हुतात्मा दिन असा जाहीरपणे पाळणे, ही ऐतिहासिक घटना होती; आणि सराभांच्या चित्राचे अनावरण हा गुप्त आंदोलनाचा जनतेच्या मनात प्रवेशाचा आरंभ होता. (*युगद्रष्टा भगत सिंह और उनके मृत्युंजय पुरखे,* वीरेंद्र सिंधु, पृ. १५१) आता भगतसिंगांना आपले क्रांतीबाबतचे विचार लोकांपुढे पोहोचवायचे होते, त्याचबरोबर एका नव्या तुफानाला अंगावर घ्यायचे होते. क्रांतीला जनतेच्या अधिक जवळ न्यायचे होते.

भगतसिंगांच्या मनात नॅशनल कॉलेजच्या वेळेपासूनच फ्रान्स अराजकवादी वेला यांचे—ज्याने फ्रान्सच्या असेंब्लीत बाँब फेकला होता—चित्र घर करून बसले होते. त्याच्या

अनुपमेय मृत्युसाधनेचे प्रेरक असे हे चित्र होते. संकल्पाचा सुवर्णकिरण त्यांच्या मनात चमकला. 'हीच वेळ आहे, हीच वेळ आहे' असे त्यांच्या बुद्धीने त्यांना सांगितले. आता नाही तर कधीच नाही. किरणाने निर्णयाचे रूप घेतले आणि त्यांना आपले हाडामांसाचे शरीर पोलादी होत आहे, असे वाटू लागले. हा संकल्पाचा, निर्णयाचा, दृढतेचा, अटळतेचा अनुभव होता. तो त्यांच्या जीवनातील दिव्य क्षण होता; त्यांनी दिल्ली असेंब्लीवर बाँब फेकण्याचा निर्णय घेतला आणि ते आपल्या महान आणि क्रांतिकारी मृत्यूच्या दारात येऊन उभे राहिले (तत्रैव, पृ. १७२).

भगतसिंग अगदी लहान वयापासून राजकीय घटनांकडे चिकित्सकपणे पाहत असत. 'रेल्वेचा संप लवकरच सुरू होईल असे वाटते', असे त्यांनी पंधराव्या वर्षी वडिलांना पाठवलेल्या पत्रात लिहिले होते. त्यांचा हा गुण आता सर्वोच्च उंचीला पोहोचला होता. हा काळही तुफानी संघर्षाचा होता. राष्ट्रीय आंदोलनात उघडपणे भाग घेणे आणि जनतेशी सरळसरळ संपर्क स्थापित करणे, हा आपला उद्देश त्यांनी घोषित केला होता. आता ते अशा संधीच्या शोधात होते. शिव वर्मा लिहितात –

> '१९२७-२८ कामगारांच्या देशव्यापी संपाबरोबर दुसरीकडून आंतरराष्ट्रीय मजुरांमध्ये सलोख्याचे प्रदर्शन, इंग्रज सरकारविरुद्ध संघर्ष करण्यासाठी भारतीय कामगारांना संघटित करण्यात सक्रिय योगदान, कामगार आंदोलने कोणत्याही उपायांनी दडपून टाकण्याची धमकी, या उद्देशांनी असेंब्लीमध्ये 'ट्रेड डिस्प्युट बिल' आणि 'पब्लिक सेफ्टी बिल' सादर केले जाणे; देशाची समस्त जनता आणि साऱ्या राजकीय पक्षांनी एका आवाजात या दोन्ही बिलांना केलेला विरोध यांचा भगतसिंग अगदी बारकाईने अभ्यास करत होते. भारतीय श्रमिक वर्गाची ही अभूतपूर्व जागृती देशाच्या राजकीय जीवनात एक नवे वळण होते. आंदोलनांच्या भावी शक्यतांची ते साथींबरोबर प्रायः रोजच चर्चा करत होते.'
>
> (*संस्मृतियाँ : क्रांतिकारी शहीदों के रेखाचित्र*, शिव वर्मा, पृ. ३२-३३)

असेंब्लीच्या विश्वसनीय सदस्यांशी चर्चा, संपर्क ठेवून जेव्हा पाहिजे तेव्हा भवनात जाण्याची व्यवस्था करण्यात आली होती. भगतसिंग, आझाद आणि अनेक साथी असेंब्लीत जाऊन आले होते. विचारार्थ तीन प्रश्न होते; पहिला, असेंब्लीत बाँब फेकायला कुणी जायचे; दुसरा, असेंब्लीत बाँब टाकल्यावर अटक करून घ्यायची की पळून जायचे; आणि तिसरा, हा बाँब कधी फेकायचा? (*युगद्रष्टा भगत सिंह और उनके मृत्युंजय पुरखे*, वीरेंद्र सिंधु, पृ. १७४)

व्यूहरचनेचे महापंडित चंद्रशेखर आझाद या गोष्टीवर दृढ होते की, बाँब टाकून पळून यायचे (तत्रैव, पृ. १७४). भगतसिंगांच्या पुढाकाराने केंद्रीय समितीची बैठक बोलावण्यात

आलेली बैठक आग्रा येथे झाली. पळून येण्यासाठी आझादांनी एका कारची व्यवस्थाही केली होती. परंतु भगतसिंगांनी या योजनेला विरोध केला. जे साथी बाँब फेकण्यास जातील, त्यांनी स्वतःला अटक करून घ्यावी आणि आपल्या विचारांचा प्रचार करण्याचा मंच म्हणून न्यायालयाचा वापर करून घ्यावा. आझादांसह समितीच्या अन्य सदस्यांनी भगतसिंगांच्या योजनेला विरोध केला. कारण एकमात्र साक्ष देण्यासाठी दलाच्या दोन महत्त्वाच्या साथींना ते गमावू इच्छित नव्हते. भगतसिंगांचा युक्तिवाद इतका योग्य आणि तंतोतंत होता, की त्याचा प्रतिवाद करता येऊ शकला नाही.

> 'दोन सदस्य गमावल्याने जे यश मिळणार आहे, ते फार जास्त मौल्यवान आहे. आमचे आंदोलन जन-आंदोलन बनेल आणि साऱ्या देशाची सहानुभूती आमच्याकडे येईल, जशी ती सँडर्सचा वध केल्यानंतर आली होती.'
>
> (*भगत सिंह और स्वतंत्रता संग्राम*, डॉ. रघुवीर सिंह, पृ. ११६)

ते गुप्त आंदोलनास जनतेचे आंदोलन बनवण्यावर दृढ होते. म्हणून त्यांच्या मते पळणे योग्य नव्हते. अटक करून घेऊन ज्या गोष्टी इतर वेळी करता येणार नाहीत, त्या न्यायालयात करणे शक्य होईल. अटक करून घेऊन न्यायालयात होणाऱ्या खटल्याला दलाच्या प्रचाराचा मंच बनवावा. त्या गोष्टी वर्तमानपत्रात छापून येतील आणि जनतेपर्यंत जातील. असेंब्लीत बाँब टाकण्याची योजना भगतसिंगांची होती. आणि हेदेखील सारे जाणत होते की, बाँब फेकायलाही तेच जातील. म्हणून त्यांच्या मताला महत्त्व होते. विजयकुमार सिन्हा यांच्या समर्थनाने हे महत्त्व अधिक वाढले. नंतर दोघांनी जायची गोष्ट निश्चित झाली. भगतसिंगांच्या नावासह जयदेव कपूर आणि राजगुरू यांच्या नावाचीही चर्चा झाली (तत्रैव, पृ. १७४-७५).

या वेळी एक चांगली संधीही चालून आली. युवा आंदोलनांना चिरडणे आणि कामगारांचा संप करण्याचा हक्क काढून घेणे, या उद्देशांनी असेंब्लीत मांडण्यात आलेली बिले काँग्रेस आणि अन्य प्रगतिशील गटाचे सदस्य पास होऊ देणार नाहीत. इंग्रजी शासन त्याला आपल्या प्रतिष्ठेचा प्रश्न बनवेल आणि व्हाइसरॉय ती बिले आपला विशेषाधिकार वापरून पास करेल. बस! जेव्हा व्हाइसरॉय ही घोषणा करेल, तेव्हा असेंब्लीत बाँब टाकण्याचे ठरवण्यात आले आणि त्याच वेळी आपला उद्देश स्पष्ट करणारी पत्रके फेकायची असेदेखील ठरवण्यात आले. बाँब कोणी टाकायचा यावर दलात मतभेद होते. प्रस्ताव भगतसिंगांचा होता. ते खटला सर्वोत्तम पद्धतीने लढू शकत होते. तसेच पक्षाचे नाव व ध्येय लोकांपर्यंत पोहोचवू शकत होते. पण दलाच्या अनेक सदस्यांच्या मते दलाच्या उन्नतीसाठी आणि संघटनेसाठी त्यांचे आणि आझादांचे राहणे आवश्यक होते. म्हणून ते भगतसिंगांची

आहुती देऊ इच्छित नव्हते. दलाने भगतसिंगांच्या जागी बटुकेश्वर दत्त आणि विजयकुमार सिन्हा यांची नावे निश्चित केली (तत्रैव, पृ. १७५).

> 'दुसऱ्या दिवशी सुखदेव आला आणि त्याला आमच्या निश्चयाचा पत्ता लागला, तेव्हा त्याने त्याला सक्त विरोध केला. पकडले गेल्यानंतर न्यायालयाच्या मंचावरून दलाचे सिद्धान्त, आदर्श, उद्देश्य आणि बॉंबस्फोटांचे राजकीय महत्त्व योग्य प्रकारे भगतसिंगच ठेवू शकेल, असे त्याचे म्हणणे होते. या संबंधात केंद्रीय समितीच्या बैठकीपूर्वी भगतसिंगांशी बोलणेही झाले होते. त्याने भगतसिंगांना आग्रह केला होता की, त्यांनी स्वतःच हे काम करावे. केंद्रीय समितीच्या अन्य सदस्यांना तो आपले म्हणणे पटवून देण्यात यशस्वी होऊ शकला नाही, तेव्हा त्याने भगतसिंगला बाजूला घेऊन जाऊन त्याचे मत सांगितले.'
>
> (*भगत सिंह और उनका युग,* मन्मथनाथ गुप्त, पृ. १७७)

> ''असेंब्लीत बॉंब फेकायला तर तुलाच जायला हवे होते, दुसऱ्या साथींना पाठवण्याचा निर्णय कसा झाला?'' (*सिंहावलोकन,* यशपाल, भाग १, पृ. १६९)
>
> ''केंद्रीय समितीच्या निर्णयानुसार संघटनेच्या कामासाठी त्याच्या मागे राहण्याची आवश्यकता आहे,'' असे उत्तर भगतसिंगाने दिले.
>
> सुखदेव कडाडून विरोध करताना म्हणाला, ''यही बकवास है. तुझा व्यक्तिगत मित्र म्हणून मी पाहतोय की, तू आपल्या पायांवर कुऱ्हाड मारून घेत आहेस. हे पाहून मी गप्प राहू शकत नाही. तू कोणत्या मार्गाने चालला आहेस, हे तुला माहीत आहे? तुझा अहंकार वाढला आहे. तू स्वतःला दलाचा एकमात्र आधार समजू लागला आहेस. तू संन्यालदादा, जयचंद्र बनू लागला आहेस. तुझा काय शेवट होणार हे माहीत आहे?'' (तत्रैव, पृ. १६९)

१९१४-१५च्या लाहोर षड्यंत्र खटल्यात न्यायाधीश निर्णय देताना काय म्हणाले ते सुखदेवने भगतसिंगांना सांगितले –

> 'भाई परमानंद या क्रांतिकारी संघटनेचे मेंदू आणि सूत्रधार आहेत. परंतु व्यक्तिगत रूपाने हा मनुष्य भेकड आहे. हा संकटांच्या कामांत दुसऱ्यांना पुढे करून आपले प्राण वाचवण्याचा प्रयत्न करतो.'
>
> सुखदेव पुढे म्हणाला, 'तू सतत तर वाचू शकणार नाहीस. एक दिवस तुलाही न्यायालयासमोर जावेच लागेल. त्या वेळी तुझ्याबद्दलही तसा निर्णय लिहिला जाईल जो भाई परमानंदांबद्दल लिहिला गेला होता.' (तत्रैव, पृ. १६९-१७०)

भगतसिंगांनी रागाने उत्तर दिले –

"असेंब्लीत बाँब टाकायला मीच जाईन. केंद्रीय समितीला माझे म्हणणे मानावे लागेल. तू जो माझा अपमान केला आहेस, त्याचे उत्तर मी देणार नाही. यानंतर तू पुन्हा माझ्याशी बोलू नकोस!" (तत्रैव, पृ. १७०)

सुखदेव रुक्ष स्वरात म्हणाले, "I have done my duty towards my friend." (तत्रैव, पृ. १७०)

यानंतर दलाची पुन्हा बैठक झाली आणि त्यात भगतसिंग आणि बटुकेश्वर दत्त यांची नावे बाँब फेकण्यासाठी निश्चित झाली. दुसऱ्या दिवशी सुखदेव लाहोरला निघून गेले. रडून-रडून त्यांचे डोळे सुजले होते, त्याने त्यांच्या व्यथा आणि दुःख जाहीर होते. ते कुणाशी बोललेही नाही.

७एप्रिल १९२९च्या दुपारी सुखदेवने भगवतीचरण व्होरांना म्हटले होते– 'भगतसिंगशी शेवटचे भेटू इच्छित असाल तर आज रात्रीच्या गाडीने दिल्लीला चला... भाभींनाही घ्या!' (*सिंहावलोकन,* भाग १, यशपाल, पृ. १७०)

सुखदेवांना भगतसिंगांबाबत आत्मीयता होती, प्रेम होते.

असेंब्लीत बाँब फेकण्यामागचा उद्देश स्पष्ट करताना यशपाल लिहितात –

'हिंदुस्थान समाजवादी रिपब्लिकन असोसिएशनला बाँब फेकून सरकारच्या दडपशाही कार्यपद्धतीचा विरोध प्रकट करायचा होता. बाँब फेकण्यामागे विदेशी सरकारला आव्हान होते की, तुम्ही लोकांच्या प्रतिनिधींच्या निर्णयाच्या विरोधात शस्त्राच्या बळावर शासन करत आहात, याचे उत्तर शस्त्राच्या बळाने देण्यास आम्हीही तयार आहोत, हा एक हेतू होता. दुसरा पैलू हा होता की, सनदशीर मार्गाने विदेशी सरकारचा विरोध करणाऱ्या राष्ट्रीय प्रतिनिधींना जाणीव द्यायची होती की, आपला सनदशीर विरोध व्यर्थ आहे. आपला विरोध असतानाही दडपशाही कायदे बनवले जाऊ शकतात, अशा पाखंडाचा काय लाभ. विदेशी सरकारच्या दडपशाही शासनावरील कायदेशीरपणाचा बुरखा हटवणे आवश्यक आहे.'

(*सिंहावलोकन,* भाग १, यशपाल, पृ. १६४-६५)

यशपाल पुढे लिहितात,

'येथे एक गोष्ट लक्षात घेणे आवश्यक आहे की, त्या वेळी 'हिंदुस्थान समाजवादी रिपब्लिकन असोसिएशन'चे विधानसभेत बाँब फेकणे एवढेच ध्येय नव्हते, तर बाँब फेकण्याला आपले म्हणणे मांडण्याची संधी समजली होती. बाँब फेकणे इतकाच उद्देश असता, तर बाँब फेकल्यानंतर आपली माणसे काढून घेण्याची संधी

असतानाही, त्यांचे बलिदान देण्यात काही अर्थ नव्हता. केवळ बाँब फेकण्यासाठी दलाच्या विशेष व्यक्तींचे जीव धोक्यात घालण्यामागे प्रयोजन हे होते की, बाँब फेकून निर्माण झालेल्या वातावरणात आपला उद्देश आणि धोरण जनतेसमोर ठेवले जावे. हिंदुस्थान समाजवादी रिपब्लिकन असोसिएशनच्या या व्यवहारातून हे स्पष्ट होते की, या वेळी सशस्त्र क्रांतीचा प्रयोग करणारे लोक दहशतीपेक्षा जनमत आणि जनशक्ती संघटित करण्याला अधिक महत्त्व देत होते.' (तत्रैव, पृ. १६६-६७) आणि क्रांतिकारकांमधील या बदलाचे कारक भगतसिंग आहेत.

विधानसभेने दोन्ही बिले फेटाळून लावली आणि व्हाइसरॉयने ती दोन्ही बिले आपल्या अधिकारात पास केली. ८ एप्रिल १९२९ रोजी व्हाइसरॉयची ही घोषणा असेंब्लीत केली जाणार होती. निर्णय झाला... त्याच दिवशी बाँब फेकायचा. जयदेव कपूरने भगतसिंग आणि बटुकेश्वर दत्त यांना अशा ठिकाणी बसवले, की तेथून कुण्या सदस्याला इजा न करता बाँब फेकता येतील. भगतसिंग आणि बटुकेश्वर दत्त यांनी खाकी शर्ट-पँट घातली होती. जेव्हा व्हाइसरॉयने पास केलेल्या बिलाची घोषणा होणार होती, त्याच वेळी भगतसिंग आणि बटुकेश्वर दत्त आपल्या जागेवर उभे राहिले. वर्तमानपत्रात लपवलेला बाँब भगतसिंगांनी झटकन हातात घेतला आणि सरकारी बेंचांच्या मागील लाकडी भिंतीजवळ फेकला. धडाका इतका मोठा झाला, की कानांचे पडदे हलले, हृदयाचे ठोके वाढले. लोक सावरत नाहीत, तोच भगतसिंगाने त्याच झपाट्याने दुसरा बाँब फेकला. त्याच वेळी छताकडे हात करून पिस्तुलातून दोन गोळ्या झाडल्या (*युगद्रष्टा भगत सिंह और उनके मृत्युंजय पुरखे*, वीरेंद्र सिंधु, पृ. १७६).

घटनांचे वर्णन करताना मन्मथनाथ गुप्त लिहितात –

'सर्व लोक स्तब्ध झाले आणि पळापळ सुरू झाली. जॉर्ज शुस्टर आपल्या बेंचखाली लपला. लोक इकडेतिकडे पळाले. परंतु विठ्ठलभाई पटेल, मोतीलाल नेहरू, महम्मद अली जीना आणि मदन मोहन मालवीय आपल्या खुर्च्यांवर बसून राहिले. प्रेक्षक सज्जात गोंधळ माजला. भगतसिंग आणि बटुकेश्वर दत्त यांनी इंग्लिशमध्ये तीन घोषणाही दिल्या : Long Live Revolution! (इन्कलाब झिंदाबाद!), Down with Imperialism! (साम्राज्यवादाचा नाश होवो!) आणि Workers of the World, unite! (जगातील कामगारांनो एक व्हा!) या घोषणांसह ते पत्रकेही फेकत होते. या पत्रकात भगतसिंगांनी सरकारच्या दडपशाही कारभाराच्या दिशेवर आणि राष्ट्रीय नेतृत्वाच्या सुधारणावादी धोरणावर कडवी टीका केली होती. त्याचबरोबर जनतेच्या प्रतिनिधींना आपापल्या विभागात फिरून जनतेला भावी क्रांतीसाठी तयार करण्याचे आवाहन केले होते. हे पत्रक त्याच दिवशी *हिंदुस्तान टाइम्स*च्या दुपारच्या खास आवृत्तीत प्रकाशित केले गेले. हे पत्रक

*हिंदुस्तान टाइम्स*चे निर्भय पत्रकार दुर्गादास आपल्या तोंडात दाबून बाहेर घेऊन गेले. या पत्रकातील मजकूर होता –

> 'बहिऱ्यांना ऐकवण्यासाठी कानठळ्या बसवणाऱ्या आवाजाची गरज असते.' सुप्रसिद्ध अराजकवादी हुतात्मा वेला यांनी यासारख्याच एका प्रसंगी उच्चारलेल्या या अमर शब्दांसह आम्ही आमच्या या कृत्याचे जोरदार समर्थन करतो.
>
> गेल्या दहा वर्षांत सुधारणा करण्याच्या नावाखाली केलेल्या अपमानाचा इतिहास पुन्हा न सांगता आणि तथाकथित हिंदुस्थानची लोकसभा म्हटल्या जाणाऱ्या या सभेद्वारा भारतीय राष्ट्राच्या माथी लादलेल्या अपमानांचा उल्लेख न करता आज पुन्हा सायमन कमिशनकडून सुधारणांचे काही अधिक तुकडे मिळणार अशी अपेक्षा लोक करत असताना, अपेक्षित लाभरूपी हाडांच्या वाटणीवरून लोक भांडत असलेले याही वेळी पुन्हा आम्ही पाहत आहोत; अशा वेळी 'सार्वजनिक सुरक्षा आणि औद्योगिक विवाद विधेयक' (Public Safety and Trade Disputes Bill) यांसारख्या नव्या दडपशाहीच्या उपाययोजना सरकार आमच्यावर लादत आहे. त्याच वेळी 'वृत्तपत्र राजद्रोह विधेयक' (Press Sedition Bill) ते आगामी अधिवेशनासाठी राखून ठेवत आहे. उघडपणे काम करणाऱ्या कामगार नेत्यांच्या होणाऱ्या धरपकडी, या घटना वारे कोणत्या दिशेने वाहत आहेत, हे स्पष्टपणे दर्शवत आहेत.
>
> अशा या अत्यंत चिथावणीखोर परिस्थितीत हिंदुस्तान सोशलिस्ट रिपब्लिकन असोसिएशनने अतिशय गांभीर्याने व पूर्ण जबाबदारीने ही विशिष्ट कृती करण्याचे ठरवले आणि आपल्या सेनेला आदेशही दिले. या अपमानास्पद प्रहसनाचा अंत व्हावा आणि परकीय नोकरशाही शोषकांना मनमानी कारभार करू देऊ नये; त्याचबरोबर त्यांनी आपल्या उघड्यानागड्या रूपात जनतेसमोर यावे, हा त्यामागील हेतू आहे.
>
> जनतेच्या प्रतिनिधींनी आपापल्या मतदारसंघात जावे आणि जनसमुदायांना आगामी क्रांतीसाठी तयार करावे. सार्वजनिक सुरक्षा आणि औद्योगिक विवाद विधेयके आणि लाला लजपत राय यांची झालेली निर्घृण हत्या यांच्याविरुद्ध निषेध करत असताना व्यक्तीची हत्या करणे सोपे आहे, पण तुम्ही विचारांची हत्या करू शकत नाही. या इतिहासात अनेक वेळा पुनरावृत्त झालेल्या धड्यावर असहाय भारतीय जनसमुदायांच्या वतीने आम्हांला जोर द्यायचा आहे. मोठमोठी साम्राज्ये लयाला जातात, पण विचार टिकून राहतात. बॉरबॉन्स व झार यांचे पतन झाले; पण क्रांतीने विजयी आगेकूच केली.
>
> मानवी जीवनाला अतिशय पवित्र समजणाऱ्या, गौरवास्पद भविष्याचे स्वप्न पाहणाऱ्या आणि माणसाला पूर्ण शांती व पूर्ण स्वातंत्र्य उपभोगायला मिळेल असे

वाटणाऱ्या आम्हांला मानवी रक्त सांडण्यासाठी भाग पाडले गेले आहे, हे कबूल करताना आम्हांला दु:ख होत आहे. पण थोर क्रांतीच्या वेदीवरील व्यक्तींचा त्याग सर्वांसाठी स्वातंत्र्य आणील, माणसाचे माणसाकडून होणारे शोषण अशक्य करून सोडील. हे अटळ आहे.

इन्कलाब झिंदाबाद!

बलराज

कमांडर-इन-चीफ

(*भगत सिंह : निवडक भाषणे व लेखन*, संपादक : डी. एन. गुप्ता,

अनुवाद : रमेशचंद्र पाटकर, पृ. १२-१३)

बॅरिस्टर आणि काँग्रेस नेते असफ अली यांनी असेंब्लीत बाँब फेकण्याबाबतचे प्रत्यक्ष वर्णन असे केले आहे –

'जेव्हा मी विधानभवनात पोहोचलो, तेव्हा मला बसायला जागा मिळाली नाही. मी पुढे जात राहिलो आणि प्रेक्षक-सज्जात त्या जागी उभा राहिलो, जिथे माझ्या अगदी समोर भगतसिंग बसले होते. ब्रीजलाल नेहरूही तेथेच उभे होते. आम्ही दोघे उभ्या-उभ्यानेच असेंब्लीची कारवाई पाहू लागलो. ज्या वेळी अध्यक्ष व्ही. जे. पटेल ट्रेड डिस्प्युट बिलावर आपले रुलिंग देण्यासाठी उठणार होते, त्याच वेळी ब्रीजलाल नेहरूंनी मला सांगितले की, आता पटेल त्यांचा बाँब फेकणार आहेत.

त्यांचे बोलणे पूर्ण होत असतानाच मला पहिल्या आणि दुसऱ्या सरकारी बेंचांमध्ये एक चमक दिसली. क्षणभर मला असे वाटले की, आमचे लक्ष विचलित करण्यासाठी सरकारने आतषबाजी सुरू केली आहे. तेव्हाच दुसरा बाँब फेकला गेला. त्यानंतर काही गोळ्या झाडण्यात आल्या. सदनात किंचाळ्या ऐकू येऊ लागल्या आणि लोक बाहेर जाऊ लागले. अध्यक्ष पटेलांनी दोन वेळा 'ऑर्डर-ऑर्डर' म्हणून सदन शांत करण्याचा प्रयत्न केला आणि ते आपली खुर्ची सोडून निघून गेले. प्रेक्षक-सज्जा काही क्षणातच रिकामाही झाला. लोक दरवाजांच्या काचा तोडून-तोडून पळाले. मी, ब्रीजलाल नेहरू तसेच आणखी एक सज्जन इतकेच तेथे राहिलो, कारण आमच्या पत्नी महिला-सज्जात होत्या आणि आम्ही त्यांना बरोबर घेऊ इच्छित होतो.

माझ्या पत्नीला शोधून मी पुन्हा पुरुषांच्या सज्जात आलो. भगतसिंगांच्या चेहऱ्यावर गहिरा तणाव होता. ते इन्स्पेक्टर जॉन्सनला सांगत होते, 'चिंता करू नका. आम्ही हे केले आहे हे आम्ही साऱ्या जगाला सांगू.''

(*युगद्रष्टा भगत सिंह और उनके मृत्युंजय पुरखे*, वीरेंद्र सिंधु, पृ. १७८)

असेंब्लीत आपल्या जागेवर बराच वेळ उभे राहिल्यावर सार्जंट टेरी त्यांच्याजवळ गेले. आणि नंतर इन्स्पेक्टर जॉन्सन गेले. दोघेही घाबरलेले होते. भगतसिंगांनी पिस्तूल, त्या वेळीही त्यात अनेक गोळ्या होत्या, समोरील डेस्कवर ठेवले. त्यांच्या या कृतीने ते शांत झाले.

सार्जंट टेरीच्या शब्दांत – 'भगतसिंग लहान मुलासारखे आपल्या बोटांनी पिस्तुलाशी खेळत होते.' जी पत्रके या लोकांनी फेकली होती, ती पत्रके त्यांच्या उद्देशाला एक जोशातून न पाहता, महान राष्ट्रीय कार्यक्रमाचे रूप देत होती. म्हणून ती सर्व गोळा करण्यात आली. त्यांचा वासही बाहेर जाऊ नये म्हणून सर्व प्रयत्न केले गेले. पण इंग्लिश दैनिक *हिंदुस्तान टाइम्स*च्या वार्ताहराने आपल्या हुशारीने व स्फूर्तीने एक पत्रक नेले आणि ते सायंकाळच्या आवृत्तीत छापलेही गेले (तत्रैव, पृ. १७९).

भगतसिंग आणि बटुकेश्वर दत्त यांना पोलीस घेऊन गेले, तेव्हा त्यांनी पुन्हा घोषणा दिली; 'इन्कलाब झिंदाबाद!' ही घोषणा सँडर्स वधानंतर लाहोरमध्ये जी पोस्टर्स भिंतीवर लावली गेली होती, त्यातही होती. पण वास्तवात साऱ्या देशाने असेंब्ली बाँबकांडाच्या वेळीच ही घोषणा ऐकली. ही घोषणा सशस्त्र क्रांतीच्या इतिहासाला भगतसिंगांनी दिलेली विशेष देणगी आहे.

पोलीस स्टेशनात पोलिसांनी त्यांना त्यांचे म्हणणे मांडण्यास सांगितले, तेव्हा ''आम्हांला पोलिसांसमोर काही म्हणणे मांडायचे नाही, आम्हांला जे काही सांगायचे आहे, ते आम्ही न्यायालयापुढेच सांगू,'' असे उत्तर त्यांनी दिले. पोलिसांनी त्यांना दिल्लीच्या तुरुंगात पाठवले (तत्रैव, पृ. १८०).

भारताच्याच नव्हे, तर जगभरातल्या क्रांत्यांमधील क्रांतीच्या नव्या इतिहासाला सुरुवात झाली होती. भारतीय स्वातंत्र्याच्या वेदीवर भगतसिंग, राजगुरू आणि सुखदेव यांच्या रक्ताचा अभिषेक होणार होता; त्याचबरोबर 'इन्कलाब झिंदाबाद!'चा नारा साऱ्या भारतभर दुमदुमणार होता. एका झंझावाताला कोठडीत बंद केले होते. पण हा झंझावात आता कोंडून ठेवला जाऊ शकत नव्हता, कितीही कोंडला तरी बाहेर घोंघावणारच होता.

■■■

६.
तुरुंग आणि खटला

असेंब्लीत बाँब टाकून अटक करून घ्यायची, हा निर्णय भगतसिंगांनी घेतला, त्याच क्षणी त्यांनी आपल्या मृत्यूला कवटाळले होते. 'इन्कलाब झिंदाबाद'चा नारा आता भारतभर घुमू लागणार होता. हा 'इन्कलाब' नेमका काय आहे, हे लोकांपर्यंत पोहोचवण्यासाठी आणि त्यासाठीच्या कार्यक्रमांसाठी युवकांना कृतिप्रवण करण्यासाठी भगतसिंग न्यायालयाच्या कामकाजाचा उपयोग करून घेणार होते. क्रांतीचा कार्यक्रम हा लोकांचा कार्यक्रम करण्याचा ध्यास भगतसिंगांनी १९२२च्या अखेरीस घेतला होता. आता त्या ध्यासाची पूर्ती होऊ शकण्याची शक्यता निर्माण झाली होती. भगतसिंगांचे नाव देशभर आदराने आणि अभिमानाने उच्चारले जाऊ लागले होते. 'इन्कलाब झिंदाबाद'चा नारा सशस्त्र क्रांतीच्या इतिहासाला भगतसिंगांची विशेष देणगी आहे. सुविज्ञ क्रांतिकारी विजयकुमार सिन्हा यांच्या शब्दांत –

> 'भगतसिंगांना केवळ एक महान देशभक्त समजणे चुकीचे होईल. कारण ते आमच्या राष्ट्रीय संघर्षाच्या नव्या युगाच्या (ज्या युगाने आमच्या राजकीय आंदोलनात नवीन आदर्श तसेच विचारांचा समावेश केला) आदर्श प्रतिनिधीच्या रूपात महान होते. त्यांचे संघर्षरत क्रांतिकारी जीवन भारतीय जनतेच्या उदात्त भावनांचे प्रतीक होते. भगतसिंगांनी दिलेला 'इन्कलाब झिंदाबाद'चा नारा जनतेने आश्चर्यकारक गतीने आत्मसात केला, ही गोष्ट याचे सर्वश्रेष्ठ प्रमाण आहे. १९०५पासून असेंब्ली बाँबकांडापर्यंत 'वंदे मातरम्' हाच आमचा प्रिय राष्ट्रीय नारा होता. भगतसिंगांच्या या घोषणेने जनतेचे लक्ष आकृष्ट केले. कारण यात विनातडजोड लढत राहण्याचा दृढ

संकल्प तसेच दारिद्र्य व कष्टांना कायमची दूर करणारी एक समाजव्यवस्था स्थापित करण्याची आशा व्यक्त होत होती.'

(*युगद्रष्टा भगत सिंह और उनके मृत्युंजय पुरखे*, वीरेंद्र सिंधु, पृ. १८०)

यानंतर भगतसिंगांचे तुरुंगातील जीवन सुरू झाले. वास्तवात ते त्यांचे उर्वरित जीवन होते. ८ एप्रिल १९२९ ते २३ मार्च १९३१ या दोन वर्षांच्या काळात भगतसिंगांनी देशातील ज्या क्रांतिकारकांनी स्वातंत्र्यासाठी बलिदान दिले, काळ्या पाण्याच्या शिक्षा भोगल्या, जन्मठेप आणि अनेक वर्षांच्या सक्तमजुरीच्या शिक्षा भोगल्या, त्यांच्या त्यागाला क्रांतीचे आणि मुक्तीचे अधिष्ठान देणारे तत्त्वज्ञान दिले. ८ एप्रिल १९२९नंतर क्रांतिकारी काही खास मोठे कार्य करू शकले नाहीत. पण भगतसिंगांनी या क्रांतीला विचारधारा आणि दिशा देण्याचे अद्वितीय कार्य या काळात केले.

पोलीसठाण्यात भगतसिंग आणि बटुकेश्वर दत्त यांना जेव्हा जबाब देण्यास सांगण्यात आले, तेव्हा त्यांनी 'आम्हांला पोलिसांना जबाब द्यायचा नाही, जे सांगायचे ते न्यायालयात सांगू,' असे म्हटले. पोलिसांनी त्यांना दिल्लीच्या तुरुंगामध्ये पाठवले. तेथून त्यांनी वडिलांना पत्र लिहिले –

दिल्ली जेल
२०-४-२९

पूज्य पिताजी महाराज,

आम्हां लोकांना २२ एप्रिलला पोलिसांच्या ताब्यातून दिल्ली जेलमध्ये पाठवण्यात आले आणि आताही आम्ही दिल्ली जेलमध्येच आहोत. खटला ७ मे रोजी जेलमध्येच सुरू होईल. संभवत: एका महिन्यात सारे नाटक संपेल. फार काळजी करण्याची गरज नाही. आपण येथे आला होता, भेटण्याचा प्रयत्न केला, कुण्या वकिलाशी चर्चा केली होती, पण तोपर्यंत सारी तयारी झाली नव्हती. कपडे मला परवा मिळाले. आपण पुन्हा ज्या दिवशी याल, त्या दिवशी भेट होऊ शकेल. वकील वगैरेची काही खास गरज नाही. एक-दोन मुद्द्यांवर थोडासा सल्ला घ्यायचा होता. पण ते काही फार महत्त्वाचे नाही. आपण उगाचच जास्त त्रास करून घेऊ नका. आपण भेटायला येणार असाल, तर एकटेच या. माताजींना आणू नका. उगाचच त्या रडतील आणि मलाही त्याचा थोडा त्रास होईलच. घरातील सारी परिस्थिती आपल्याला भेटल्यावरच समजेल.

होय! शक्य झाले तर गीतारहस्य, नेपोलियनचे बृहद् जीवनचरित्र, जे आपणांस माझ्या कपाटात मिळेल, इंग्लिशमधील खास कादंबऱ्या घेऊन या. द्वारकादास लायब्ररीवाल्याकडून कदाचित काही कादंबऱ्या मिळतील. ठीक आहे, पाहा! आईसाहेब, मामीसाहेब, माताजी (दीदीजी) आणि चाचीसाहेब यांच्या चरणांवर

नमस्कार... या वेळी पोलीसठाणे आणि जेलमध्ये आम्हांला अगदी चांगली वागणूक मिळाली. आपण कोणत्याही प्रकारे चिंता करू नका. मला आपला पत्ता माहीत नाही. म्हणून काँग्रेस कार्यालयाचा पत्ता लिहीत आहे.

आपला आज्ञाधारक,
भगतसिंग

३ मे १९२९ रोजी सरदार किशनसिंग दिल्ली जेलमध्ये भगतसिंगांना भेटले. बॅ. असफ अलीही त्यांच्याबरोबर होते. चर्चेचे विवरण आमच्या परिवाराकडे आहे, त्यानुसार सरदार किशनसिंगांना पूर्ण ताकदीने आणि शिस्तीने खटला लढवायचा होता. परंतु भगतसिंग बचावाच्या दृष्टीने खटला लढण्याविरुद्ध होते. त्यांच्यासाठी हा खटला सिद्धान्तांच्या प्रचाराचा भाग होता. श्री. असफ अलींना त्यांनी काही कायदेशीर मुद्दे विचारले आणि चर्चा समाप्त झाली (तत्रैव, पृ. १८०-८१).

७ मे १९२९ रोजी दिल्ली येथे अतिरिक्त दंडाधिकारी (ॲडिशनल मॅजिस्ट्रेट पूल) यांच्या न्यायालयात भगतसिंग आणि दत्त यांच्या खटल्याची सुनावणी जेलमध्ये लागली. भगतसिंगांनी आपली बाजू आपण सत्र न्यायालयाच्या न्यायाधीशांसमोर मांडू असे सांगितले (तत्रैव, पृ. १८२). खटला सत्र न्यायाधीशांच्या न्यायालयात पाठवण्यात आला. ४ जून १९२९ रोजी खटल्याची सुनावणी सुरू झाली. सरकारी साक्षीदारांच्या वक्तव्यानंतर भगतसिंगांनी स्वत:च्या आणि बटुकेश्वर दत्त यांच्या वतीने ६ जून १९२९ रोजी ऐतिहासिक जबाब दिला. तो असा –

'विशिष्ट गंभीर अपराध केल्याचे आमच्यावर आरोप करण्यात आले आहेत आणि या टप्प्याला आम्ही आमच्या आचरणाचे स्पष्टीकरण करणे योग्य आहे. या संदर्भात पुढील प्रश्न उपस्थित होतात :

१. सभागृहात बॉंब फेकण्यात आले होते आणि तसे असेल तर का फेकण्यात आले?
२. खालच्या न्यायालयाने केलेला आरोप योग्य आहे की अयोग्य?

पहिल्या प्रश्नातील पूर्वार्धाच्या संदर्भात सांगायचे, तर आमचे उत्तर होकारार्थी आहे; पण काही तथाकथित 'प्रत्यक्ष साक्षीदारां'नी खोटी शपथ घेतली आहे आणि त्या कृतीच्या संदर्भातील आमची जबाबदारी आम्ही नाकारत नाही. त्यामुळे त्यांच्याबाबतच्या आमच्या निवेदनाची पारख त्यातील योग्यतेनुसार करावी. उदाहरण द्यायचे तर, आमच्यापैकी एकाकडून पिस्तूल हस्तगत केल्याचा सार्जंट टेरी यांचा हा पुरावा म्हणजे आमच्यावर जाणूनबुजून रचलेले कुभांड आहे, हे आम्ही आपल्या निदर्शनास आणून देतो. ज्या वेळी आम्ही स्वत:ला पोलिसांच्या स्वाधीन केले, त्या

वेळी आमच्यापैकी कोणाकडेही पिस्तूल नव्हते. आम्हांला बाँब फेकताना पाहिल्याची जबानी देणाऱ्या इतर साक्षीदारांनी बिनदिक्कतपणे खोट्या गोष्टी सांगण्यापलीकडे दुसरे काहीही केलेले नाही. न्यायाचे पावित्र्य व सचोटी हे ध्येय मानणाऱ्यांसाठी ही घटना म्हणजे एक नीतिबोध आहे.

त्याचबरोबर आतापर्यंत सरकारी वकिलांनी दाखवलेली सचोटी आणि न्यायालयाची न्यायालयीन वर्तणूक यांचा आम्ही स्वीकार करतो.

व्हाइसरॉय यांच्या दृष्टिकोनाला पाठिंबा

पहिल्या प्रश्नाच्या उत्तरार्धाला आम्ही जे उत्तर देणार आहोत, त्यात आता ऐतिहासिक म्हटली जाणारी घटना ही ज्या परिस्थितीत घडली व त्यामागील आमचा हेतू याबद्दल काही तपशील देऊन पूर्ण व मनमोकळे स्पष्टीकरण देणे भाग पडत आहे.

झालेला हल्ला हा एका व्यक्तीच्या विरोधात नव्हता, तर (राजकीय) संस्थेच्या विरोधात होता, असे लॉर्ड आयर्विन यांनी दोन्ही सभागृहांच्या संयुक्त अधिवेशनासमोर केलेल्या भाषणात म्हटल्याचे आम्हांला तुरुंगाला भेट देणाऱ्या काही पोलीस अधिकाऱ्यांनी सांगितले होते. घटनेच्या खऱ्या अर्थाची योग्य पारख केली गेली आहे, हे आम्ही तत्परतेने ओळखले.

मानवतेवरील प्रेमाच्या संदर्भात आम्ही कोणाच्याही मागे नाही. कोणत्याही व्यक्तीच्या बाबतीत आमच्या मनात कोणत्याही प्रकारचा आकस नाही; आम्ही मानवी जीवन पवित्र मानतो आणि ते शब्दातीत आहे.

भ्याडपणे उत्पात घडवून आणण्याची तयारी करणाऱ्यांपैकी आम्ही नाही, म्हणून देशाची अप्रतिष्ठा करणारे, असे आमचे वर्णन कृतक समाजवादी दिवाण चमन लाल यांनी केल्याचा वृत्तान्त आहे किंवा आम्ही 'वेडे पीर' आहोत, असा लाहोरच्या *द ट्रिब्यून*चा व इतरांचा समज झाला आहे, तसे आम्ही नाही आहोत.

प्रत्यक्ष निषेध

देशाचा इतिहास, त्याची परिस्थिती व त्याच्या महत्त्वाकांक्षा याचा अभ्यास करणाऱ्या गंभीर वृत्तीच्या विद्यार्थ्यांसारखेच आम्ही आहोत, असा आम्ही नम्रपणे दावा करतो. आम्ही दांभिकपणाचा तिरस्कार करतो. ती घटना म्हणजे आमचा (राजकीय) संस्थेच्या विरोधातील प्रत्यक्ष निषेध होता. अगदी जन्मापासूनच त्या संस्थेने आपली निरर्थकता दाखवायला नुसतीच फार मोठी मदत केलेली नाही, तर फार दूरवर अपाय करणाऱ्या आपल्या शक्तीचेही दर्शन घडवलेले आहे. जेवढा आम्ही जास्त विचार करू लागलो तेवढ्या खोलवर आमची खातरी पटली की, जगाला भारताची मानखंडना व असहायता यांचे दर्शन घडवण्यासाठीच ही राज्यसंस्था नुसती अस्तित्वात आलेली नाही, तर एका बेजबाबदार व स्वेच्छाचारी राजवटीचे प्रभुत्व गाजवणारे ते एक

प्रतीकही आहे. जनतेच्या प्रतिनिधींनी पुन:पुन्हा जोर लावून केलेल्या मागण्यांना त्यांचे अंतिम स्थान म्हणून केराची टोपली दाखवली गेली आहे.

राज्यसंस्थांवर हल्ला

सभागृहाने संमत केलेले गंभीर ठराव तथाकथित भारतीय लोकसभेत तिरस्काराने पायदळी तुडवण्यात आले. दडपशाहीच्या व जुलमीपणाच्या उपाययोजना रद्द कराव्यात म्हणून केलेल्या ठरावाला मानभावी शब्दांत अवहेलनेची वागणूक मिळाली आणि निवडून आलेल्या सभासदांनी व कायदेमंडळांनी अस्वीकारार्ह म्हणून नाकारलेल्या सरकारच्या उपाययोजना व प्रस्ताव मात्र लेखणीच्या एका फटकाऱ्यात पूर्वपदावर आणले. थोडक्यात, राज्यसंस्थेचा डामडौल व थाटमाट सोडला, तर भारतातील लक्षलक्षावधी लोकांनी घाम गाळून अतिशय कष्टाने मिळवलेल्या पैशांत उभ्या राहिलेल्या या राज्यसंस्थेच्या अस्तित्वाचे कोणत्याही प्रकारे समर्थन करण्यास आम्ही सपशेल अयशस्वी ठरलो आहोत. ही राज्यसंस्था म्हणजे फक्त पोकळ बडेजाव आणि खोडसाळ भ्रम आहे. त्याचप्रमाणे भारताच्या निराधार पराधीनतेचे अगदी ठरवून केलेल्या प्रदर्शनावर जनतेच्या वेळेची व पैशांची उधळपट्टी करण्यासाठी मदत करणाऱ्या जनतेच्या पुढाऱ्यांच्या मनोवृत्तीचे आकलन करण्यात आम्ही अयशस्वी ठरलो आहोत.

कामगारांना आशा नाही

या सर्व बाबतीत, तसेच व्यापार विवाद विधेयक (ट्रेड डिस्प्युट बिल) मांडल्यानंतर त्याची होणारी प्रगती पाहण्यासाठी आम्ही विधानसभेत आलो, त्या वेळी कामगार चळवळीतील पुढाऱ्यांच्या झालेल्या सरसकट धरपकडीवरही आम्ही मनन करत आहोत. शोषकांचा गळफास आणि निराधार कामगारांची गुलामगिरी यांचे दहशत घालणारे स्मारक म्हणून उभ्या असलेल्या या राज्यसंस्थेकडून भारतातील लक्षलक्षावधी कामगारांना अपेक्षा करण्यासारखे काही नाही, याविषयी सभागृहात चाललेल्या वादविवादाने आमची पक्की खातरी झाली.

शेवटी, संपूर्ण देशाच्या प्रतिनिधींच्या निष्ठावंत प्रमुखांच्या वर आणि उपाशीपोटी असलेल्या व संघर्ष करणाऱ्या लक्षलक्षावधी लोकांना त्यांच्या प्राथमिक हक्कापासून वंचित करणाऱ्या आणि आपल्या आर्थिक कल्याणात सुधारणा करण्याच्या एकमेव साधनांवर फेकून दिलेल्या अमानुष व रानटी उपाययोजनांना आम्ही आमचा केला गेलेला अपमान समजतो. हाडाची काडे करणाऱ्या व मुक्या प्राण्यांसारखे हाकल्या जाणाऱ्या कामगारांबद्दल ज्या कोणाला आमच्यासारखे वाटले नसेल, ते शांतचित्ताने हा अपूर्व देखावा पाहत बसले असण्याची शक्यता आहे. आर्थिक ढाच्याची उभारणी करण्यासाठी ज्यांनी मूकपणे आपले आयुष्यरूपी रक्त दिले, त्यांच्यासाठी जर

कोणाचे हृदय पाझरले नसेल तर ते आमच्या हृदयातून पिळवटून आलेल्या हाताने त्यांचा आकांत दाबून टाकण्यासाठी निष्ठुर ठोसा हाणतील.

बाँबची गरज आहे

आज हयात नसलेले मि. एस. आर. दास हे एके काळी गव्हर्नर जनरलच्या कार्यकारी मंडळाचे कायदाविषयक सभासद होते. त्यांनी आपल्या मुलाला लिहिलेल्या प्रसिद्ध पत्रातील शब्द मनात निनादून उठतात, 'आपल्या निद्रेतून इंग्लडला जागे करण्यसाठी बाँबची गरज होती,' असे त्यांनी त्यात लिहिले होते. आपले हृदय विदीर्ण करणाऱ्या जनतेच्या तीव्र वेदना व्यक्त करण्यासाठी दुसरे कोणतेही साधन न उरल्यामुळे तिच्या वतीने आमचा निषेध नोंदवण्यासाठी असेंब्ली चेंबरच्या मजल्यावर आम्ही बाँब फेकला. 'बहिऱ्यांना ऐकवणे' आणि अतिशहाणपणा करणाऱ्यांना वेळेवर इशारा देणे हे आमचे एकमेव उद्दिष्ट होते.

आम्ही जे काही केले त्याची आमच्याप्रमाणे इतरांनाही उत्कट जाणीव झाली असणार. भारतातील मानवी सागर जरी वरवर निश्चल वाटत असला तरी त्याच्या तळातून एक खरेखुरे वादळ आता उफाळून येणार आहे. पुढे असणाऱ्या फार मोठ्या धोक्यांकडे दुर्लक्ष करून जे जलद गतीने पुढे जात आहेत, त्यांना इशारा देण्यासाठी आम्ही फक्त 'धोक्याचे निशाण' फडकवले आहे. उदयाला येणाऱ्या पिढीला मनोराज्यात्मक अहिंसेचा निष्फळपणा निःसंशयपणे पटला आहे, त्या मनोराज्यात्मक अहिंसेच्या युगाच्या अंताची आम्ही फक्त निशाणी रोवली आहे.

आदर्शाचे स्पष्टीकरण

आम्ही वरील परिच्छेदात 'मनोराज्यात्मक अहिंसा' ही संज्ञा वापरली आहे; तिचे स्पष्टीकरण करायला हवे. जेव्हा बलाचा आक्रमकपणे उपयोग केला जातो, तेव्हा ती 'हिंसा' असते. म्हणून ती नैतिकदृष्ट्या समर्थनीय नसते. पण उन्नतीसाठी जेव्हा तिचा न्याय्य उपयोग केला जातो, तेव्हा ती नैतिकदृष्ट्या समर्थनीय असते. काहीही झाले तरी सगळी किंमत चुकवत बळाला निपटू पाहणे, हे मनोराज्य आहे. या देशात जी एक नवी चळवळ उदयाला येत आहे आणि त्याची जी पहाट होणार आहे, त्याबद्दल जो आम्ही इशारा दिला आहे, ती चळवळ गुरू गोविंदसिंग व शिवाजी, कमाल पाशा व रीझा खान, वॉशिंग्टन व गॅरीबाल्डी, लाफाएत व लेनिन यांच्या शिकवणुकीने दिलेल्या विचारांनी प्रेरित झाली आहे.

परकीय सरकार व भारतीय जनतेचे नेते या दोघांनी या चळवळीच्या अस्तित्वाकडे आपले डोळे बंद करून घेतले आहेत, असे दिसून आल्यामुळे त्यांना ऐकू जावे म्हणून इशारा देणे आवश्यक आहे असे आम्हांला वाटले.

ज्या घटनेविषयी प्रश्न होता तिच्यामागील हेतूचे आम्ही आतापर्यंत विवेचन केले आहे; आता आमच्या हेतूची व्यापकता आम्हांला निश्चित करायलाच हवी.

वैयक्तिक आकस नाही

ज्यांना थोड्याफार जखमा झाल्या किंवा असेंब्लीत असलेली इतर कोणतीही व्यक्ती यांच्याविरुद्ध आमच्या मनात आकस किंवा द्वेषभाव नाही. उलट, आम्ही मानवी जीवन शब्दातीत पवित्र मानतो, हे आम्ही पुन्हा सांगतो. कोणालाही इजा करण्यापेक्षा आम्ही लवकरच मानवतेच्या सेवेसाठी आमचे जीवन समर्पित करणार आहोत. खेद-खंत न बाळगता ठार मारण्याची शिस्त अंगी बाणवलेल्या साम्राज्यवादी भाडोत्री सैनिकांसारखे आम्ही नाही आहोत. आम्हांला मानवी जीवनाविषयी आदर आहे आणि आमच्या शक्तीनुसार आम्ही मानवी जीवन वाचवण्याचा प्रयत्न करतो. तरीदेखील विधानसभेच्या सभागृहात जाणूनबुजून बाँब फेकले, हे आम्ही कबूल करतो. घटना या स्वत:च बोलक्या असतात आणि मनोराज्यात्मक अनुमान केलेली परिस्थिती व गृहिते यांना मध्ये न आणता आमच्या कृत्याच्या परिणामावरून आमच्या हेतूची पारख करावी.

चमत्कार नाही

विधानसभेच्या सभागृहात फेकलेल्या बाँबमुळे एका रिकाम्या बाकाची मोडतोड झाली. अर्धाएक डझन व्यक्तींच्या अंगावर थोडेफार ओरखडे उमटले, असे आम्ही सरकारी तज्ज्ञाच्या पुराव्याची पर्वा न करता सांगतो. सरकारी वैज्ञानिक व तज्ज्ञ वरील वस्तुस्थितीची सांगड चमत्काराशी घालतात. पण या सर्व प्रसंगात अचूक वैज्ञानिक प्रक्रियेशिवाय आम्हांला दुसरे काही दिसत नाही. पहिली गोष्ट म्हणजे टेबले व बाके यांनी तयार केल्या गेलेल्या लाकडी कुंपणाच्या आतील मोकळ्या जागेत दोन बाँबचा स्फोट झाला. दुसरे म्हणजे, स्फोट झाला तिथून दोन फुटांच्या परिघात असलेल्या व्यक्तींना किरकोळ जखमा झाल्या. उदाहरणार्थ, मि. पी. राव, मि. शंकर राव आणि सर जॉर्ज श्चुस्टर हे काही जखमी झाले नाहीत किंवा त्यांच्या अंगावर किरकोळ ओरखडे उठले. सरकारी तज्ज्ञांच्या मते (त्यांचे अंदाज हे काल्पनिक व अतिशयोक्त आहेत), फार मोठा परिणाम घडवून आणणाऱ्या पोटॅशिअम क्लोरेट व स्फोटक द्रव्ये यांनी भरलेल्या बाँबची क्षमता एवढी होती की, त्यामुळे लाकडी कुंपणाचा चक्काचूर झाला असता आणि स्फोटाच्या जागेपासून काही यार्डांच्या अंतरात असलेले बरेच जण घायाळ झाले असते.

तसेच, विध्वंस घडवून आणणाऱ्या छोट्या-छोट्या गोळ्यांनी व भेदक वस्तूंनी भरलेले व मोठ्या प्रमाणावर स्फोट करण्याची क्षमता असलेले हे बाँब असते, तर विधानसभेतील बऱ्याच सभासदांना कायमचे झोपवण्यासाठी ते पुरेसे झाले असते.

शिवाय, अधिकृत सज्जात (ऑफिशियल बॉक्स) बसलेल्या काही सन्माननीय व्यक्तींच्या दिशेनेही ते आम्हांला भिरकवता आले असते. शेवटी सांगायचे तर, सर्व जबाबदार व्यक्तींनी ओंगळवाण्या बनलेल्या कमनशिबी आयोगाचे प्रमुख सर जॉन सायमन हे त्या वेळी अध्यक्षांच्या सज्जात बसले होते आणि त्यांच्यावरही आम्हांला बाँबने हल्ला करता आला असता. असे जे काही सांगितले जाते त्या सर्व गोष्टी करण्याचा आमचा हेतू नव्हता आणि जे काही ठरवले होते त्यापेक्षा अधिक काही करण्याच्या हेतूने बाँब तयार करण्यात आले नव्हते. त्यात जर काही चमत्कार असेल तर तो एवढाच, की आम्ही जाणीवपूर्वक निश्चित केलेल्या उद्दिष्टापेक्षा त्यात अधिक काही नव्हते आणि ते सुरक्षित जागीच पडले.

आम्ही जे काही केले त्याबद्दल आम्हांला केला जाणारा दंड जाणीवपूर्वक स्वीकारायला आम्ही तयार आहोत. व्यक्तींना चिरडून टाकले, तरी विचारांना ते मारू शकत नाहीत, हे साम्राज्यवादी शोषकांना समजावे असे आम्हांला वाटत होते. दोन क्षुल्लक व्यक्तींना चिरडून टाकल्याने काही राष्ट्र चिरडले जाऊ शकत नाही. मोहोरबंद लखोटे व गडकिल्ले यांना फ्रान्समधील क्रांतिकारी चळवळ चिरडून टाकता आली नाही, या ऐतिहासिक धड्यावर आम्हांला जोर द्यायचा आहे. वधस्तंभ व सैबेरियातील खाणी या रशियामधील क्रांतीची आग विझवू शकल्या नाहीत. रक्तरंजित रविवारच्या घटनेला २१ नोव्हेंबर १९२० या दिवशी डब्लिनमध्ये घडलेली हिंसक दंगल आणि ब्लॅक व टॅन्स यांनाही (संमिश्र गणवेशातील निमलष्करी फौजेचे टोपणनाव) आयर्लंडमधील स्वातंत्र्य चळवळीचा गळा घोटता आला नाही.

वटहुकूम व सुरक्षा विधेयके ही भारतातील स्वातंत्र्य-ज्वालांचा श्वास हिरावून घेऊ शकतात काय? कट-कारस्थान रचले म्हणून चालवले जाणारे खोटेनाटे किंवा शोधून काढून भरलेले खटले आणि फार मोठ्या आदर्शाची स्वप्ने उराशी बाळगलेल्या तरुणांची तुरुंगात केलेली रवानगी क्रांतीची आगेकूच थोपवू शकत नाहीत. पण वेळेवर दिलेल्या इशाऱ्याकडे जर दुर्लक्ष केले नाही, तर जीविताची होणारी हानी व सर्वसाधारण यातना यांना प्रतिबंध करायला त्याची मदत होऊ शकते.

हा इशारा देण्याची जबाबदारी आम्ही आमच्या खांद्यावर घेतली आणि आम्ही आमचे कर्तव्य बजावले.

क्रांतीत रक्तपाती संघर्ष आवश्यक नसतो किंवा त्यात व्यक्तिगत शत्रुत्वाला जराही जागा नसते. क्रांती म्हणजे काही बाँब व पिस्तूल यांचा संप्रदाय नाही. उघडपणे दिसणाऱ्या अन्यायावर आधारलेली सध्याची व्यवस्था बदलली पाहिजे, हा आम्हांला अभिप्रेत असणारा 'क्रांती'चा अर्थ आहे. उत्पादक किंवा श्रमिक हे समाजाचे अत्यंत आवश्यक घटक असूनही शोषक त्यांच्या श्रमाला लुटतात आणि त्यांना त्यांच्या प्राथमिक हक्कांपासूनही वंचित करतात. सर्वांसाठी धान्य उगवणारा शेतकरी हा

आपल्या कुटुंबासह उपाशी राहतो; जागतिक बाजारपेठेला वस्त्रांचा पुरवठा करणाऱ्या विणकराकडे आपले स्वतःचे व त्याच्या मुलाबाळांचे अंग झाकण्याएवढेदेखील वस्त्र नसते. भव्य महाल उभारणारे गवंडी, लोहार व सुतार हे वाळीत टाकलेल्या माणसांसारखे झोपडपट्ट्यांत राहतात. समाजाची बांडगुळे असलेले भांडवलदार व शोषक मन मानेल तसे कोट्यवधी रुपये उधळत असतात. ही भयानक विषमता आणि संधी मिळण्यात जबरदस्तीने लादलेली असमानता या एक दिवस अंदाधुंदी निर्माण करणार आहेत. सध्या असलेली व्यवस्था फार काळ टिकणार नाही.सध्या मौजमजा करणारी ही व्यवस्था ज्वालामुखीच्या काठावर उभी आहे, हे अर्थातच उघड आहे.

संस्कृतीचा हा संपूर्ण डोलारा जर वेळेवर वाचवता आला नाही तर तो कोसळून पडेल म्हणून आमूलाग्र बदलाची गरज आहे; आणि समाजवादी पायावर समाजाची उभारणी करायची हे ज्यांनी ओळखले आहे, त्या सर्वांचे तसे करणे हे कर्तव्य आहे. असे केल्याशिवाय आणि माणसाचे माणसाकडून आणि राष्ट्रांचे राष्ट्रांकडून केल्या जाणाऱ्या शोषणाचा अंत केल्याशिवाय आज ज्या यातनांनी व रक्तपातांनी मानवजातीला धमकावले आहे, त्यांना प्रतिबंध केला जाऊ शकत नाही. युद्धाचा शेवट करण्याची आणि जागतिक शांततेचे युग सुरू करण्याची सर्व वक्तव्ये हा उघडउघड दांभिकपणा आहे.

वर उल्लेखलेल्या अडथळ्यांना न जुमानणाऱ्या आणि ज्यात सर्वहारांच्या सार्वभौमत्वाची हमी आहे, तसेच जागतिक महामंडळाने (वर्ल्ड फेडरेशन) भांडवलशाहीच्या जोखडातून व साम्राज्यवादी युद्धांनी निर्माण केलेल्या कंगालपणातून मानवजातीला मुक्ती मिळाली आहे अशा समाजव्यवस्थेची अंतिम स्थापना, हा आम्हांला अभिप्रेत असलेल्या 'क्रांती'चा अर्थ आहे.

हा आमचा आदर्श आहे आणि ही विचारसरणी आमची प्रेरणा आहे. आम्ही अगदी सरळ व उघडपणे इशारा दिला आहे.

मात्र, त्याकडे दुर्लक्ष केले आणि सरकारची सध्याची व्यवस्था ही जर सतत वाढणाऱ्या स्वाभाविक शक्तींच्या मार्गाच्या आड येत असेल तर सुरू होणारा भयानक लढा सर्व अडथळे उलथेपालथे करून टाकील; क्रांतीचा आदर्श परिपूर्ण करण्याचा मार्ग मोकळा करून सर्वहारांची हुकूमशाही तो प्रस्थापित करील, याची खातरी बाळगा. क्रांती हा मानवजातीचा अभेद्य हक्क आहे. स्वातंत्र्य हा सर्वांचाच शाश्वत जन्मसिद्ध हक्क आहे. श्रम ही समाजाची खरीखुरी आधारभूत शक्ती आहे. जनतेचे सार्वभौमत्व हा कामगारांचा अंतिम हेतू आहे.

हे आदर्श व दृढ विश्वास यासाठी भोगाव्या लागणाऱ्या कोणत्याही यातनांचे आम्ही स्वागत करू. त्यासाठी आम्हांला शिक्षा केली जाईल. या क्रांतीच्या वेदीवर धूपगंध म्हणून आमच्या युवकांना आम्ही आणले आहे; कारण एवढ्या भव्यदिव्य

प्रयोजनासाठी कोणताही त्याग हा फार मोठा असत नाही. आम्ही तृप्त आहोत; क्रांतीच्या आगमनाची प्रतीक्षा करत आहोत.

इन्कलाब झिंदाबाद!

(*भगत सिंह : निवडक भाषणे व लेखन*, संपादक : डी. एन. गुप्ता, अनुवाद : रमेशचंद्र पाटकर, पृ. १७-२४)

१० जून १९२९ रोजी न्यायालयीन कारवाई संपली. सत्र न्यायालयाने भगतसिंग आणि बटुकेश्वर दत्त यांना जन्मठेपेची शिक्षा सुनावली. भगतसिंगांना पंजाबच्या मियांवाली आणि बटुकेश्वर दत्त यांना लाहोरच्या सेंट्रल जेलमध्ये पाठवले.

भगतसिंग यांच्या ओजस्वी जबाबाने ब्रिटिश शासनाच्या राजवटीची कारभाराची लक्तरे भारतातच नव्हे, तर साऱ्या जगात टांगली गेली. त्याचबरोबर आजवर जो प्रचार भगतसिंग आणि त्यांचे सहकारी उघडपणे करू शकत नव्हते, तो प्रचार न्यायालयाचा वापर मंचासारखा करून केला गेला.

भगतसिंग आणि त्यांचे साथी यांनी निरंतरपणे मृत्यूकडे जाण्याचा मार्ग निवडल्यामुळे हा प्रश्न विचारला जाऊ शकतो की, त्यांनी जीवनात हा मार्ग का निवडला? ते आपल्या ध्येयाच्या संदर्भात अगदी स्पष्ट होते. त्यांनी हा मार्ग एकाएकी प्रभावित होऊन वा पूर्वीच्या क्रांतिकारकांप्रमाणे पूर्ण स्वातंत्र्याची स्पष्ट कल्पना नसताना भाववेगात येऊन घेतला नव्हता. त्यांना या कठीण मार्गावर चालण्यास आणि क्रांतिकारी बनवण्यास देशातील त्या काळातील आर्थिक, सामाजिक आणि राजकीय परिस्थितींनी तसेच शोषक-शासक वर्गाने भारतीयांच्या बाबतीत केलेला गुलामाचा व्यवहार, हीनता, दडपशाहीचे धोरण, निर्दयी शोषण तसेच निकृष्ट समजणारी मनोवृत्ती यांनी प्रेरित केले. ब्रिटिश राज्याचे संपूर्ण रहस्य त्यांनी गंभीरतापूर्वक ओळखले. माणुसकी किंवा मानवतेच्या प्रति असलेले कर्तव्य, देशप्रेम आणि विदेशी शासनाविरुद्ध असलेली विरोधवृत्तीच क्रांतिकारी बनण्याचे प्रमुख कारण होते. ते आपल्या देशाची दुरवस्था आणि राष्ट्रीय गौरव, ज्यांचे त्या काळी काही स्वतंत्र अस्तित्व राहिले नव्हते, यासाठी ते ब्रिटिशांना कलंक समजत होते. हा कलंक धुऊन टाकणे भगतसिंग आणि त्यांचे साथी यांचा उद्देश बनला होता. म्हणून आपले हे पवित्र कर्तव्य निभावताना त्यांचा मानसिक गोंधळ उडाला नाही आणि त्यांना पश्चात्तापही झाला नाही. भगतसिंगांचे साथी यशपाल यांना अटक केल्यानंतर उत्तर प्रदेशचे पोलीस महानिरीक्षक हॅलंड यांनी त्यांना प्रश्न विचारला, "आपण हा मार्ग का निवडला?" यशपाल उत्तर देताना म्हणतात –

'या देशातील ९९ टक्के लोक भुकेकंगाल राहून निर्जीव आणि निरुत्साहाचे जीवन जगत आहेत. आणि त्यांना आपली अवस्था सुधारण्यासाठी संधी नाही, हे आपणही जाणता. त्यांच्या प्रयत्नांवर आपल्या विदेशी शासनाच्या गुलामीच्या पंजाची घट्ट पकड बसली आहे. या विदेशी शासनापासून मुक्तीसाठी हा आमचा प्रयत्न आहे.'

(*सिंहावलोकन*, यशपाल, भाग एक, पृ. ११)

भगतसिंग आणि त्यांच्या साथींचा लढा हा केवळ देश स्वतंत्र करण्यासाठी नव्हता, तर देशातील लोकांना खऱ्या अर्थाने स्वतंत्र करून सन्मानाने जगण्याचा हक्क प्राप्त करून देण्यासाठी होता. व्यक्तीची सर्वात मोठी आकांक्षा जिवंत राहणे आहे. पण भगतसिंग मृत्यूची साधना करत होते. व्यक्तीची दुसरी सर्वात मोठी आकांक्षा आरामात राहण्याची असते. पण भगतसिंगांनी तर आपल्याच जीवनमार्गावर आपल्याच हाताने काटे पसरवले होते. भगतसिंगांना जेलमध्ये युरोपीय वर्गात आरामात राहायला मिळाले होते. असे असूनही त्यांनी उपोषण करण्याचा निर्णय घेतला. या ठिकाणी आपणांस भगतसिंगांचे वेगळेपण दिसून येते.

इंग्रजी राजवटीचे आणि भारताच्या गुलामीचे सर्वात कडवे आणि कुरूप दर्शन जेलमध्ये होते, हे त्यांनी १९१९मध्ये झालेल्या जालियनवाला बाग हत्याकांडाच्या खटल्यात वाचले होते. लाला लालचंद फलक, डॉ. सत्यपाल चौधरी, रामभजदत्त, डॉ. सैयफुद्दीन किचलू, दिवाण मंगल सेन, लाला हरकिशनलाल आणि अच्युतराव कोल्हटकर यांच्यासारख्या क्रांतिकारकांनी जेलमधील नरकयातनांसंबंधी केलेले लिखाण त्यांनी वाचले होते. शिवाय, अशा यातना त्यांनी स्वतःही भोगल्या होत्या.

दसरा बॉंबकांडाच्या नावे भगतसिंगांना १९२७मध्ये अटक झाली होती आणि १५ दिवसांपर्यंत त्यांना नाझी कॅम्पसारखे बदनाम असलेल्या लाहोर किल्ल्यात ठेवले होते, तेव्हा असा कोणताही अत्याचार नव्हता जो त्यांच्यावर केला नव्हता. अशी कोणती पीडा नव्हती, जी त्यांच्यावर कोसळली नव्हती. सतत चौकशी आणि प्रश्न, झोपू न देणे, तास-न्-तास उभे करणे. यात सर्वात भयंकर अत्याचार हा की, तारकोलचा तोबरा तोंडाला बांधणे आणि खालून त्याला शेकणे. त्याने त्याची गरम झळ श्वासात भरे आणि शरीराच्या प्रत्येक कणाकणाला असह्य वेदना देत असे. (*युगद्रष्टा भगत सिंह और उनके मृत्युंजय पुरखे*, वीरेंद्र सिंधु, पृ. १९५)

मागील पिढीने जे भोगले, ते या पिढीच्या आणि पुढच्या क्रांतिकारकांना भोगावे लागू नये म्हणून भगतसिंगांनी उपोषण करण्याचे ठरवले.

भगतसिंगांनी ट्रेनमधून जाताना इंग्रज सार्जंटच्या उदारतेचा फायदा घेऊन बटुकेश्वर दत्त यांना भेटून 'जेलमध्ये पोहोचल्यापासून उपोषण करायचे' असे सांगितले होते. त्याप्रमाणे १४ जून १९२९पासून त्यांचे उपोषण सुरू झाले. ते उपोषण ऑक्टोबर १९२९च्या पहिल्या आठवड्यापर्यंत सुरू होते. मधल्या काळात त्यांना जबरदस्तीने नळीने अन्न भरवले जात होते. अशाच प्रयत्नात जतींद्रनाथ दास यांचा मृत्यू झाला. १७ जून १९२९ रोजी भगतसिंगांनी लाहोर जेलच्या इन्स्पेक्टर जनरलला पत्र लिहून त्यांची लाहोर सेंट्रल जेलमध्ये रवानगी करण्यात यावी, असा अर्ज केला. त्यांची मागणी कायदेशीर असल्याने मान्य करण्यात येऊन त्यांना लाहोरच्या सेंट्रल जेलमध्ये हलवण्यात आले. त्या वेळी त्यांची अवस्था अशी होती की, त्यांना त्यांच्या कोठडीपर्यंत पोहोचवण्यासाठी स्ट्रेचरचा उपयोग करावा लागे. १० जुलै रोजी लाहोरचे मॅजिस्ट्रेट श्रीकृष्ण यांच्या न्यायालयात प्रारंभिक कारवाई सुरू झाली.

भगतसिंग आणि बटुकेश्वर दत्त यांना स्ट्रेचरवरून न्यायालयात आणण्यात आले, तेव्हा उपस्थितांमध्ये हाहाकार माजला. देशभरातील वर्तमानपत्रे उपोषणाच्या बातम्यांनी भरून गेली. त्याच दिवशी बोर्स्टल जेलमधील त्यांच्या साथींनी त्यांच्या सहानुभूतीसाठी उपोषण करत असल्याची घोषणा मॅजिस्ट्रेटच्या न्यायालयात केली.

१४ जुलै १९२९ रोजी भगतसिंगांनी भारत सरकारच्या होम मेंबरला (गृहसदस्याला) पत्र पाठवले. त्यात पुढील मागण्या होत्या :

१. राजकीय कैदी असल्याने आम्हांला चांगले अन्न दिले गेले पाहिजे. म्हणून आमच्या जेवणाचा (भोजनाचा) स्तर युरोपीय कैद्यांप्रमाणे असला पाहिजे. आम्ही त्या प्रकारच्या अन्नाची मागणी करत नाही; तर अन्नाचा स्तर तसा असावा, अशी आमची इच्छा आहे.
२. आम्हांला सक्त कैद्याप्रमाणे सन्मानहीन कामे करण्यासाठी बाध्य केले जाऊ नये.
३. कोणतीही रोखठोक न करता पूर्वस्वीकृत पुस्तके आणि लिखाणाचे सामान घेण्याची सुविधा मिळाली पाहिजे.
४. कमीत कमी एक वर्तमानपत्र प्रत्येक राजकीय कैद्याला मिळाले पाहिजे.
५. प्रत्येक जेलमध्ये राजकीय कैद्यांचा एक विशेष वॉर्ड असला पाहिजे, ज्यात त्यांच्या आवश्यकतांची पूर्ती होण्याची सुविधा असली पाहिजे; जशी युरोपीय कैद्यांसाठी असते.
६. स्नानासाठी सुविधा मिळाली पाहिजे.
७. चांगले कपडे मिळाले पाहिजेत.

८. यूपी जेलसुधार कमिटीत जगत नारायण आणि खान बहादूर हफीज, हिदायत हुसेन यांची राजकीय कैद्यांबरोबर चांगल्या वर्गातील कैद्यांशी जशी वर्तणूक केली जाते तशी वर्तणूक करायला हवी, ही शिफारस आमच्यावर लागू करावी (तत्रैव, पृ. १९७-९८).

हे पत्र मिळाल्यावर पंजाब सरकारने जेवणात काही सुधारणा केल्या. पण त्या आरोग्याच्या आधारे असल्याने आणि त्यांच्या मागण्या व स्वास्थ्य यांचा काही संबंध नसल्याने भगतसिंगांनी त्यावर विचार केला नाही. दुसऱ्याच दिवशी सुधारांबाबतचा हा आदेश सरकारने वर्तमानपत्रामध्ये छापला आणि त्यातून 'स्वास्थ्याच्या आधारे' हा शब्द काढून 'खूप चांगले जेवण' असे शब्द घातले. भगतसिंग म्हणाले, 'या सुधारणा सरकारने राजपत्रात छापाव्यात आणि सर्व राजकीय कैद्यांना स्थायी रूपाने लागू कराव्यात. मग आम्ही यावर विचार करू!'

सरकारसाठी हे उपोषण प्रतिष्ठेचा प्रश्न बनले. या काळात भगतसिंगांचे वजन दर आठवड्याला सुमारे ५ पाउंड कमी होत होते. नंतर वजन स्थिर झाले. उपोषण सुरू करतेवेळी त्यांचे वजन १३३ पाउंड होते. जतींद्रनाथ दासांना जेव्हा पहिल्यांदा बलपूर्वक दूध देण्यात आले, तेव्हा ते श्वासनलिकेत गेले आणि ते बेशुद्ध झाले. खरे तर त्यांनी मरण्यासाठी उपोषण केले होते. ते एक भावनाशील युवक होते, तर भगतसिंग यथार्थवादी. भगतसिंग संघर्ष करत होते. देशभरातील वर्तमानपत्रे उपोषणाच्या बातम्यांनी– जणू त्या युद्धाच्या बातम्या असल्यासारखी भरून गेली होती. शहराशहरांतून मिरवणुका आणि सभांचे आयोजन केले जात होते. भगतसिंग आपल्या लक्ष्याबाबत सफल होत चालले होते. जनता जागृत झाली होती. मानसिक रूपाने क्रांतिकारी आंदोलनाबरोबर उभी राहिली होती. त्यांच्या चेतना क्रोधात परिवर्तित होत होत्या. देशभरातील अन्य जेलमधील राजकीय कैद्यांनींही त्यांना सहानुभूती दाखवण्यासाठी उपोषण सुरू केले (तत्रैव, पृ. २०१).

१३ सप्टेंबर १९२९ रोजी साऱ्या देशाने अश्रू ढाळले आणि संतापही व्यक्त केला. जतींद्रनाथ दास शहीद झाले होते.

वर्तमानपत्रांनी उपोषणाच्या बातम्यांचे रान उठवले होते. जनतेचा रोष जागोजागी प्रकट होत होता. जतींद्रनाथांच्या हौतात्म्याने सरकारला बऱ्याच अडचणीत आणले. जनता दिवसेंदिवस उत्तेजित होत चालली होती. देशाच्या नेत्यांनाही हे उपोषण संपावे, असे वाटत होते आणि सरकारचीही तशी इच्छा होती. दोघेही आपापल्या पद्धतीने भगतसिंगांना समजवण्याचा प्रयत्न करत होते. याच वेळी सरकारद्वारा नियुक्त जेल कमिटीने आपल्या शिफारशी सरकारकडे पाठवल्या. त्याच शिफारशी नेते आणि भगतसिंग अशा दोघांसमोरही

होत्या. भगतसिंगांकडे दूरदृष्टी होती. पुढील गोष्टी ते आधीच ताडत असत. त्यांनी आपल्या साथींना म्हटले – 'या वेळी इतकेच पुरेसे आहे. आता सरकार आपल्या शिफारशींच्या बाबतीत काय करत आहे, हे पाहायचे.' आणि ते उपोषण सोडायला तयार झाले.

खटल्याच्या निमित्ताने ब्रिटिशांची लक्तरे लटकवून भगतसिंगांनी जी चेतना लोकांमध्ये जागवली होती, ती चेतना त्यांनी उपोषणाने आणखी फुलवली आणि सरकारला तात्पुरती का असेना, उपाय योजून माघार घ्यावी लागली. भगतसिंग हे क्रांतिकारकांचे नेते होते; पण हे नेतृत्व केवळ आज्ञा करणारे नेतृत्व नव्हते, तर प्रत्येक कृतीत जिवाच्या बाजीने लढणारे नेतृत्व होते. त्यांच्या साथींमध्ये आणि साऱ्या देशामध्ये त्यांच्याविषयी जो आदरभाव निर्माण झाला होता, त्याचे कारण भगतसिंगांचा हा गुण होता. शारीरिक वेदना आणि मृत्यू यांचा स्वीकार करण्याचे त्यांचे धैर्य पाहून लोकांमध्ये चैतन्य उसळी घेऊ लागले होते. दुर्दैवाने ती उसळी फार काळ टिकली नाही. परंतु त्या वेळी ते जनतेचा रोष जागृत करून, सशस्त्र क्रांतीसाठी त्यांच्यात सहानुभूती निर्माण करण्यात यशस्वी झाले होते. क्रांतीची कल्पना लोकांपर्यंत पोहोचत होती. उपोषणाची लढाई लढून कैद्यांना राजकीय दर्जा प्राप्त करून देणे, हा मोठा विजय होता. ब्रिटिश शासन झुकले होते.

भगतसिंग भारतीय स्वातंत्र्य संग्रामातील खरोखरच एक दूरदर्शी राजकारणी होते. या वेळीही ते आपल्यावरील खटला एका पूर्वनियोजित धोरणानुसार न्यायालयातील या खटल्याद्वारे क्रांती जनसामान्यांपर्यंत पोहोचवण्याचा मंच बनवू पाहत होते. असे होऊ न देण्यासाठी सरकारने अनेक प्रयत्न करूनही भगतसिंग आपला उद्देश साध्य करण्यात सफल झाले. सरकार प्रत्येक वळणावर मार खात होते. हा भगतसिंगांच्या व्यक्तिमत्त्वाचा करिश्मा होता. त्यांचे बंदी जीवन सुरू झाले आणि त्यांनी आणखी विक्रम स्थापित केले.

वीरेंद्र सिंधु लिहितात –

'विशेष दंडाधिकाऱ्यांच्या न्यायालयात लाहोर षड्यंत्र खटल्यातील आरोपी येऊन उभे राहिले, तेव्हा न्यायालय जणू भारताच्या ऐक्याचा गुच्छच बनून गेले. या गुच्छात अनेक प्रांतांची फुले होती. या गुच्छात भगतसिंग, बटुकेश्वर दत्त, सुखदेव, राजगुरू, विजयकुमार सिन्हा, जितेंद्र संन्याल, जयदेव कपूर, आज्ञाराम, महावीर सिंह, कमलनाथ तिवारी, किशोरीलाल, शिव वर्मा, गयाप्रसाद, सुरेंद्र पांडे, अजय घोष, कुंदनलाल, देशराज आणि प्रेमदत्त होते.

सँडर्स हत्याकांड चंद्रशेखर आझादांच्या व्यूहरचनेचे महान प्रदर्शन होते, तर लाहोर षड्यंत्र खटला भगतसिंगांच्या बौद्धिक व्यूहरचनेचे एक अनुपम प्रदर्शन होते.' (तत्रैव, पृ. २०३)

उपोषणाचा पहिला डाव जिंकला होता. आता दुसरा डाव जिंकायचा होता. न्यायालयात खटल्याची कारवाई पाहण्यास आणि ऐकण्यास अधिकाधिक लोक यावेत, त्यामुळे जनतेत जास्त चर्चा व्हावी, प्रचार व्हावा आणि क्रांतीचे वातावरण बनावे, हा दुसरा डाव होता. सरकारला असे व्हायला नको होते. वीरेंद्र सिंधु लिहितात –

> 'सरकार यात बाधा आणू पाहत होते – या लोकांचे नाव जनतेपासून कोसो दूर ठेवू इच्छित होते. पण सरकार हे पाहत होते की, हे तर जनतेच्या हृदयात देवप्रतिमेप्रमाणे प्रतिष्ठित होत चालले होते, हिरो बनत चालले होते. असे असूनही सरकारचा नाइलाज होता. सर्व काही सरकारच्या हातात होते. पण जे व्हावे असे भगतसिंगांना वाटत होते, तेच घडत होते. आता न्यायालयात दर्शकांची गर्दी जमत होती आणि न्यायालय एक राजकीय आखाडा बनू लागले होते.' (तत्रैव, पृ. २०४)

हातकड्या घालण्यावरून क्रांतिकारक आणि पोलीस यांच्यात तुंबळ युद्ध होत असे. न्यायालय स्थगित होत होते. एके दिवशी पोलीस अधिकारी आणि क्रांतिकारक यांच्यात तडजोड झाली की, न्यायालयात हातकड्या काढण्यात येतील. पण ब्रिटिश पोलिसांनी वचन पाळले नाही. दुपारच्या जेवणाच्या वेळी भगतसिंगांनी हसून म्हटले, "मित्रांनो! जेवण तर जेवू द्या." हातकड्या काढण्यात आल्या. पण जेवणानंतर आरोपींनी त्या पुन्हा घालण्यास नकार दिला. मॅजिस्ट्रेट यासाठी तयारच होता. त्याने आधीच तयार असणाऱ्या पठाणांना शिकारी कुत्र्यांसारखे आरोपींवर सोडले. भयंकर क्रूर मारहाण झाली. भगतसिंगांवर आठ पठाण तुटून पडले. न्यायालयाच्या इतिहासातील हे घृणास्पद दृश्य होते. जे काही झाले होते, ते राक्षसी कार्य होते. पण तसे मानले गेले नाही. पोलीस आणि पठाण जेलमध्ये गेले, तेथेही आरोपींना पुन्हा मारण्यात आले. येथेही मुख्य रोख भगतसिंगांवर होता. पोलिसांनी सारा जोर आजमावल्यानंतर अहवाल दिला – 'यांना मारून टाकता येईल, पण कोणत्याही प्रकारे न्यायालयात घेऊन येता येणार नाही.'

न्यायालयात पुष्कळ स्त्री-पुरुष येत असत. बोलता-बोलता ही गोष्ट साऱ्या शहरात पसरली आणि संध्याकाळी एक मोठा मेळावा भरला. दुसऱ्या दिवशी देशातील सारी वर्तमानपत्रे या रक्तरंजित बातमीने भरली आणि संपादकीयांमध्ये या प्रकाराची घोर निंदा करण्यात आली. परदेशी वर्तमानपत्रांनीही ही 'बातमी' उचलून धरली. पोलंडच्या एका महिलेने या खटल्याची सारी कारवाई पाठवण्यासाठी सुरक्षा समितीला (डिफेन्स कमिटीला) लिहिले. साऱ्या देशाचे मानस या खटल्याशी जुळून गेले आणि हा जागतिक चर्चेचा विषय बनला. जपान, कॅनडा आणि दक्षिण अमेरिका येथूनही आर्थिक साहाय्य मिळाले.

सरकार झुकले आणि बराच काळ चाललेल्या अडथळ्यानंतर खटला पुन्हा सुरू झाला. या काळात सुभाषचंद्र बोस, बाबा गुरुदिन सिंह, के. एफ. नरिमन, काला कांकर, रफी अहमद किडवाई, मोहनलाल सक्सेना न्यायालयात आले. पंडित मोतीलाल नेहरू दोनदा आले; आणि एकदा तर ते आरोपींमध्ये बसून महत्त्वपूर्ण चर्चा करून गेले. आरोपींना गुंतवण्यासाठी खटला चालवला गेला होता, पण सरकारच गुंतले गेले. देशातील युवकांची मने क्रांतिकारी पक्षाबरोबर जुळत चालली होती, जनता जागृत होत होती. राजकीय वातावरण गरम होऊ लागले होते आणि महात्मा गांधी काँग्रेसच्या मंचावरून त्या तापलेल्या वातावरणाचा उपयोग करण्यासाठी नव्या राजकीय आंदोलनाचे धागेदोरे विणू लागले होते.... हा भगतसिंगांच्या बुद्धिकौशल्याचा आणि धोरणाचा एक महान ऐतिहासिक चमत्कार होता, की असहाय आरोपी जिंकत होते आणि सर्वशक्तिमान सरकार हारत होते (तत्रैव, पृ. २०४-०५).

न्यायालयातील वातावरणाचे वर्णन करताना सुभद्रा जोशी लिहितात –

> 'भारतमातेच्या या लाडक्यांना न्यायालयाच्या कोठडीत आपल्या मृत्यूबरोबर क्रीडा करताना पाहून प्रत्येक जण आश्चर्यचकित होत होता. न्यायालयाकडून त्यांची उपेक्षा आणि खटल्याबाबतची त्यांची तटस्थता अशी होती, की जणू काही त्यांच्यासाठी हे सर्व चाललेलेच नव्हते....
>
> ....न्यायालयाच्या खोलीत न्यायाधीश येऊन खुर्चीवर बसताच राष्ट्रीय गीते आणि घोषणा यांनी खोली भरून जाई. चारही बाजूंनी शांतता पसरे आणि न्यायाधीश डोके खाली घालून खुर्चीत गप्प बसत. वकीलही मौन होऊन आपल्या जागेवरून हालत नसत. ऑर्डली, शिपाई आणि अन्य कर्मचारीही डोके खाली घालून बसत वा उभे राहत. क्रांतिकारकांच्या नातेवाइकांमध्ये एक विचित्र अशी शांतता निर्माण होत असे. संपूर्ण खोलीत बलिदानाच्या रंगाने रंगल्यासारखे दृश्य निर्माण होत असे.'
>
> (*भगत सिंह और स्वतंत्रता संग्राम*, डॉ. रघुवीर सिंह, पृ. १४५)

कैद्यांना न्यायालयात हातकड्या घालण्याच्या न्यायाधीशांच्या आदेशाला पार्श्वभूमी होती. सरकारी साक्षीदार बनलेल्या जयगोपालने परीक्षण-कक्षात मोठ्या मिजाशीत प्रवेश केला. आपल्या मिशीला पीळ दिला आणि कैद्यांकडे बघत काही अपमानकारक शब्द उच्चारले. न्यायालयात 'शर्म-शर्म' असा आवाज घुमला. परंतु सर्वात कमी वयाचा क्रांतिकारक प्रेमदत्तला हे सहन न झाल्याने त्याने जयगोपालवर चप्पल फेकली. न्यायालयाची कारवाई लगेच थांबली आणि एक स्थायी आदेश दिला गेला की, न्यायालयात कैद्यांना हातकड्या घालण्यात याव्यात. (*भगत सिंह से दोस्ती*, जतींद्रनाथ संन्याल, संपादक : विकास नारायण राय, पृ. ७०-७१)

खटल्याच्या सुनावणीदरम्यान महत्त्वाच्या साक्षीदारांची, विशेषतः सरकारी पक्षाच्या साक्षीदारांची उलटतपासणी करण्याचे काम कैदी स्वतःच करत असत. सरकारी साक्षीदारांच्या साक्षीतील त्रुटी आणि त्यांच्याकडून बोलले गेलेले असत्य उलटतपासणीद्वारे रेकॉर्डवर आणून ते त्याला जनतेसमोर ठेवू इच्छित होते. अशा प्रकारे खटल्याच्या सुनावणीने युवकांना प्रशिक्षण तसेच प्रेरणा देण्याचे कार्य करावे, असे त्यांना वाटत होते.

जेव्हाही कधी जाहीरपणे काही करण्याची संधी येई, हे कैदी ती संधी सोडत नसत. 'काकोरी दिवस', 'लेनिन दिवस', 'एक मे', 'लजपत राय दिवस' आणि 'श्यामजी कृष्ण वर्मांचा मृत्यू' आणि हंगेरी जेलमध्ये उपोषणामुळे कुण्या राजकीय कैद्याचा मृत्यू, अशा काही विशेष प्रसंगी ते खुल्या न्यायालयात प्रदर्शन करत. अशा प्रसंगी ते नेहमीच संदेश देत असत. फिर्यादी पक्ष अशा संदेशांना रेकॉर्डबद्ध करू देत होता. कारण त्याला असे वाटत होते की, त्याने कैदी स्वतः अपराधात फसत चालले आहेत आणि उत्तम पुरावा निर्माण करत आहेत. कैद्यांना साक्षी आणि पुरावे यांच्याशी काही मतलब नव्हता. म्हणून ते खुशीने अशा प्रसंगांचा उपयोग करत होते (तत्रैव, पृ. ७०).

या काळात देशविदेशांत होणाऱ्या राजकीय घडामोडींकडे भगतसिंगांचे लक्ष होते. १९ ऑक्टोबर १९२९ रोजी लाहोरला पंजाब छात्र संघाचे दुसरे अधिवेशन सुभाषचंद्र बोस यांच्या अध्यक्षतेखाली आयोजित केले होते. त्या अधिवेशानाला पाठवलेल्या शुभेच्छांमध्ये भगतसिंगांनी भावी राजकीय परिवर्तन आणि त्यात त्यांच्या दायित्वाचा उल्लेख केला होता. संदेश असा होता –

> 'या वेळी आम्ही युवकांना 'बॉंब आणि पिस्तुले उचला' असे सांगू शकत नाही. आज विद्यार्थ्यांसमोर याहून महत्त्वपूर्ण कामे आहेत. आगामी लाहोर अधिवेशनात कॉंग्रेस देशाच्या स्वातंत्र्यासाठी जबरदस्त लढाईची घोषणा करणार आहे. राष्ट्राच्या इतिहासाच्या या कठीण प्रसंगी युवकांच्या खांद्यांवर फार मोठी जबाबदारी येऊन पडेल. स्वातंत्र्याच्या या युद्धात विद्यार्थ्यांनी आघाडीवर राहून मृत्यूशी टक्कर घेतली आहे, ही गोष्ट खरी आहे. या परीक्षेच्या वेळी ते त्याच प्रकारच्या दृढतेचा आणि आत्मविश्वासाचा प्रत्यय देताना कचरतील का? युवकांना क्रांतीचा हा संदेश कानाकोपऱ्यांत पोहोचवायचा आहे. उद्योग-कारखाने क्षेत्रांत, घाणेरड्या वस्त्यांत आणि गावांतील झोपड्यांमध्ये राहणाऱ्या करोडो लोकांमध्ये या क्रांतीचा घोष जागवायचा आहे; त्यामुळे स्वातंत्र्य येईल आणि तेव्हाच एका मनुष्याचे दुसऱ्या मनुष्याद्वारे शोषण अशक्य होईल.

... आपल्या देशावरील असीम श्रद्धेने आणि शहीद जतींद्रनाथांच्या महान बलिदानाने प्रेरणा घेऊन त्यांनी हे सिद्ध करावे, ते स्वातंत्र्याच्या या संघर्षात दृढतेने टक्कर घेऊ शकतात.'

(*भगत सिंह : पत्र और दस्तावेज,* वीरेंद्र सिंधु, पृ. ४५-४६)

संपादक रामानंद चटोपाध्याय यांनी डिसेंबर १९२९च्या *मॉर्डन रिव्ह्यू*च्या संपादकीयात भगतसिंगांच्या 'इन्कलाब झिंदाबाद' या घोषणेबद्दल 'ही घोषणा अराजकतेची असून रक्तपात करणारी आहे', असे म्हटले. भगतसिंगांनी २३ डिसेंबरला संपादकांच्या नावे पत्र लिहिले. त्यातील काही भाग पुढे दिला आहे –

'... ही घोषणा लोकांपर्यंत पोहोचवण्याचे कार्य आमच्या वाट्याला आले आहे. ही घोषणा आम्ही तयार केलेली नाही. याच घोषणेचा वापर रशियाच्या क्रांतिकारी आंदोलनात केला होता. प्रसिद्ध समाजवादी लेखक अॅप्टन सिक्लेअरने त्याच्या *बोस्टल* आणि *ऑइल* या कादंबऱ्यांमध्ये ही घोषणा क्रांतिकारी पात्रांच्या मुखी दिली होती. याचा अर्थ काय आहे? सशस्त्र संघर्ष सदैव सुरू राहावा आणि अगदी अल्प काळही थांबू शकू नये, असा याचा अर्थ नाही, दुसऱ्या शब्दांत देशात आणि समाजात अराजकता माजावी, असाही याचा अर्थ नाही.

... याच प्रकारे आपण 'इन्कलाब' शब्दाचा अर्थ निव्वळ शाब्दिक रूपाने लावायला नको. या शब्दाचा उचित आणि अनुचित वापर करणाऱ्या लोकांच्या हिताच्या आधारावर याबरोबर विभिन्न विशेषता जोडल्या जातात. क्रांतिकारकांच्या दृष्टीने हे एक पवित्र वाक्य आहे. आम्ही ही गोष्ट ट्रिब्युनलसमोर दिलेल्या वक्तव्यात स्पष्ट करायचा प्रयास केला आहे.

क्रांती (इन्कलाब)चा अर्थ सतत रक्तरंजित संघर्ष करत राहणे असा नेहमीच असू शकत नाही, असे आम्ही त्या वक्तव्यात म्हटले होते. तो बॉंब व पिस्तूल यांचा पंथ नव्हता. क्रांती यशस्वी करण्यासाठी ती काही वेळा फक्त साधने असू शकतात. काही आंदोलनांत ती साधने महत्त्वाची भूमिका बजावतात, यात शंका नाही. पण याच कारणामुळे बॉंब व पिस्तूल हे काही क्रांतीचे नेहमीच पर्याय ठरू शकत नाहीत. एखाद्या उठावाला क्रांती म्हणता येत नाही. पण, त्याचे शेवटी क्रांतीत पर्यवसान होऊ शकते.

एक प्रेरणा, प्रगतीसाठी परिवर्तनाची आकांक्षा या अर्थाने त्या घोषणेत 'क्रांती' या शब्दाचा उपयोग केला आहे. सर्वसाधारणपणे प्रस्थापित व्यवस्थेची लोकांना सवय होते आणि परिवर्तनाच्या नुसत्या कल्पनेनेच त्यांना कापरे भरते. या सुस्त प्रवृत्तीच्या जागी क्रांतिकारी प्रेरणा निर्माण करण्याची गरज आहे. तसे झाले नाही तर ऱ्हास वरचढ ठरतो आणि प्रतिक्रियावादी शक्ती मानवतेला चुकीच्या दिशेने नेतात. अशा प्रकारची

अवस्था मानवी प्रगतीला सुस्त बनवते व पांगळी करून टाकते. क्रांतीची प्रेरणा ही मानवतेच्या आत्म्यात सदैव झिरपली पाहिजे. त्यामुळे प्रतिक्रियावादी शक्ती तिची चिरंतन आगेकूच थांबवण्यासाठी एकत्रित येऊ शकणार नाहीत किंवा बळकट होऊ शकणार नाहीत. जुनी व्यवस्था नेहमीच बदलली पाहिजे; ती तशी कायम राहू देता कामा नये आणि तिने नव्या व्यवस्थेला जागा करून द्यायला हवी. त्यामुळे एक 'चांगली' व्यवस्था जगाला भ्रष्ट करू शकणार नाही. याच अर्थाने आम्ही 'इन्कलाब झिंदाबाद' ही घोषणा मोठ्याने देतो.

आपले विनम्र,
भगतसिंग
बी. के. दत्त
(*भगत सिंह : निवडक भाषणे व लेखन,*
संपादक : डी. एन. गुप्ता, अनुवाद : रमेशचंद्र पाटकर, पृ. १५-१६)

अशा प्रकारे फाशीच्या शिक्षेची तलवार डोक्यावर टांगलेली असूनही भगतसिंग क्रांतीचा प्रचार करण्याची संधी सोडत नव्हते. भगतसिंगांच्या उपरोक्त पत्रातून क्रांतीचे आणि आपल्या पक्षाचे व्यापक महत्त्व स्पष्ट केले आहे.

न्यायालयात कैद्यांना भेटण्यासाठी अनेक शीर्षस्थ नेते येऊन गेले होते. पंडित मोतीलाल नेहरू तर जवळजवळ एक तास कैद्यांशी चर्चा करत होते. ती चर्चा काय होती?

दोघांमध्ये कोणतीही कायदेशीर साहाय्याबाबतची चर्चा झाली नव्हती. तथापि, पंडितजींनी मुंबईच्या भुलाभाई देसाईंना नियुक्त करण्याचा प्रस्ताव ठेवला होता. पंडितजींनी भगतसिंगांना मातृभूमीला स्वतंत्र करण्यासाठी तीव्र गतीने वाढणारी शक्ती याबाबत तसेच स्वातंत्र्यप्राप्तीला वेळ लागणार नाही, याबाबत आश्वस्त केले. भगतसिंगांनी पंडितजींना लाहोर कांडाचा पूर्णपणे उपयोग करण्याचा आग्रह केला आणि क्रांतिकारी दलाद्वारे देशात आणखी काही ठोस कार्य केले जाण्याचे आश्वासन दिले. भगतसिंगांच्या डोक्यात गुप्तचर विभागाचे अधीक्षक खान बहादूर अब्दुल अजीज यांची (जे तहल सिंह आणि विषमोहन यांच्या गोळ्यांपासून थोडक्यात बचावले होते.) आणि व्हाइसरॉयची रेल्वे विजेने नियंत्रित बाँबने उडवायची (जे दोन-तीन आधीच फुटले. केवळ शेवटचा डब्यावर परिणाम साधू शकला.) या गोष्टी होत्या (*भगत सिंह से दोस्ती,* लेखक : जतींद्रनाथ संन्याल, संपादन : विकास नारायण राय, पृ. ७२).

लेखक पुढे म्हणतो –

'चंद्रशेखर आझादांच्या सांगण्याने सँडर्सची हत्या केल्यानंतर भगतसिंग पंडित मोतीलाल नेहरूंना आर्थिक साहाय्य मागण्यासाठी भेटले. पंडित मोतीलाल नेहरूंनी

> कदाचित आवश्यक परिचयाअभावी ही मागणी अस्वीकार केली होती. परंतु अशा दुसऱ्या प्रसंगामध्ये त्यांनी भगतसिंगांना धन दिले होते.' (तत्रैव, पृ. ७२)

भगतसिंगांनी हंगेरीतील एक राजकीय कैदी उपोषणाने मृत्यू पावल्याचा शोक दिन न्यायालयात पाळला आणि या प्रकारे राष्ट्रीय प्रश्नाला आंतरराष्ट्रीय प्रश्नाशी जोडले. भगतसिंग आणि त्यांचे साथी यांना न्यायालय काय निर्णय देईल, याची कधीच चिंता नव्हती.

श्रीमती सुभद्रा जोशींनी या वीरांच्या मानसाचे आणि न्यायालयाचे चित्र पुढील शब्दांत रेखाटले आहे – फासाच्या दोराकडे सरकणारे भगतसिंग आणि त्यांचे साथी त्या वातावरणातही कसे आनंद साजरा करत होते, ते यातून कळते.

> 'न्यायालयात दुपारच्या जेवण्याच्या वेळी नातेवाइकांना कैद्यांना भेटण्याची अनुमती होती. जवळच्या एका खोलीत नातेवाइकांना बसवले जात होते. ज्या दिवशी मला सरदार भगतसिंगांना भेटायचे असे, त्या दिवशी त्यांच्या कुण्या नातेवाइकाला बरोबर घेऊन जात असे. त्या वेळी खाण्या-पिण्याच्या वस्तू देण्यावरही काही प्रतिबंध नव्हता. परंतु नियम हा होता, की ती वस्तू तेथेच खाल्ली पाहिजे. मी दररोज एक-दोन अशा गोष्टी घेऊन जायचे, ज्या जेलमध्ये मिळत नसत आणि त्या सरदार आणि त्यांच्या साथींना आवडत असत. अनेकदा तर ते स्वतःच 'उद्या अमुक गोष्ट आणा' असे सांगत. दहीवडे ते अगदी चवीने खात. सरदार भगतसिंगांना केक खूप आवडत असे. सरदारांना आपल्या हाताने दुसऱ्यांना खाऊ घालण्याची मोठी आवड होती. एक दिवस त्यांनी मला केकचा तुकडा भरवण्याचा फार प्रयत्न केला. पण त्यात अंडे असल्याने खाऊ शकले नाही. दुपारच्या जेवणाचा हा दीड-दोन तासांचा वेळ फार प्रेमळ वातावरणात संपत असे. मृत्यू त्यांच्या डोक्यावर भयानक रूपाने फिरतो आहे, काळ्या पाण्याची शिक्षा ज्याच्या नशिबात येऊन चुकली होती, त्यांचे हे हास्य बघण्यासारखे असे.'
>
> (*युगद्रष्टा भगत सिंह और उनके मृत्युंजय पुरखे*, वीरेंद्र सिंधु, पृ. २०६-०७)

उच्च न्यायालयात दिलेल्या जबाबात भगतसिंग यांनी म्हटले की, आमचा उद्देश समोर ठेवून अपराधाचे मूल्यांकन केले जावे. प्रसिद्ध कायदेपंडित फेलोमननुसार, कोणत्याही व्यक्तीला त्याच्या अपराधी आचरणासाठी जोपर्यंत त्याचा उद्देश कायद्याविरोधी होता हे सिद्ध होत नाही, तोपर्यंत सजा देता कामा नये (*भगत सिंह : पत्र और दस्तावेज*, संपादक : वीरेंद्र सिंधु, पृ. ४८). भगतसिंगांनी उपरोक्त वक्तव्य आपल्या जबाबाचा आधार बनवून ब्रिटिश न्यायपालिकेची रेवडी उडवली. त्यांनी म्हटले की –

'फेलोमनच्या या निकषाच्या आधारे किंवा अपराधाच्या परिणामांच्या आधारे परिमाण लावतील वा आमच्या वक्तव्याच्या मदतीने मानसशास्त्रीय पैलूने निर्णय करतील. पण त्यांनी या दोन्हींपैकी एकही काम केले नाही.' (तत्रैव, पृ. ४९)

त्यांनी पुढे म्हटले की,

'जर उद्देशाला पूर्णपणे बाजूला केले, तर कोणत्याही व्यक्तीबरोबर न्याय होऊ शकत नाही. कारण उद्देश बाजूला केला, तर जगातील मोठ्यात मोठे सेनापती साधारण खुनी दिसतील, सरकारी कर वसूल करणारे अधिकारी दरोडेखोर आणि न्यायाधीशांवरही खुनाचे खटले चालतील. अशा प्रकारे समाजव्यवस्था आणि संस्कृती रक्तपात, चोरी व फसवणूक बनून जाईल. उद्देशाची उपेक्षा केली तर कोणत्या राजवटीला काय अधिकार आहे की, समाजातील व्यक्तींना न्याय करायला सांगेल?

उद्देशाची उपेक्षा केली तर प्रत्येक धर्मप्रचारात अप्रत्यक्षाचा प्रचार होईल आणि प्रत्येक पैगंबरावर त्याने करोडो भोळ्या आणि अजाण लोकांना फसवल्याचा खटला चालेल. जर उद्देश विसरला तर हजरत इसामसीह गडबड करणारे, शांतता भंग करणारे व विद्रोहाचा प्रचार करणारे दिसू लागतील. कायद्याच्या शब्दांत धोकादायक व्यक्तित्व म्हणून मानले जातील. पण आम्ही त्यांची पूजा करतो. आमच्या हृदयात त्यांच्याबद्दल अपार आदर आहे. त्यांची वृत्ती आमच्या हृदयात आध्यात्मिकतेची स्पंदने निर्माण करते. असे का? कारण, त्यांच्या प्रयत्नाचा प्रेरक एक उच्च दर्जाचे उद्दिष्ट होते.

त्या युगातील शासकाने त्यांचा उद्देश ओळखला नाही. त्यांनी त्यांचे बाह्य वागणेच पाहिले. पण त्या काळापासून आजतागायत १९ शतके पार पडली आहेत. आम्ही तेव्हापासून आजपर्यंत काहीच प्रगती केली नाही का? आपण त्याच चुका पुन्हा करणार आहोत का? असेच होणार असेल, तर मानवतेची बलिदाने, मोठ्या हुतात्म्यांचे प्रयत्न वाया गेले आणि आजही आपण त्याच ठिकाणी आहोत, जेथे आपण २० शतकांपूर्वी होतो.' (तत्रैव, पृ. ४९)

न्यायाचा मूलभूत सिद्धान्त जनतेपुढे ठेवत ते म्हणाले,

'कायदा माणसासाठी आहे, माणूस कायद्यासाठी नाही.' माय लॉर्ड... जी हुकमत अशा वाईट गोष्टींसाठी आश्रय शोधते, जी हुकमत व्यक्तीचे नैसर्गिक अधिकार काढून घेते, त्याला जिवंत म्हणण्याचा अधिकार नाही. जर ते कायम असेल तर हजार निष्पापांचे रक्त त्यांच्या गळ्यावर आहे. जर कायद्याने उद्देश पाहिला नाही, तर न्याय होऊ शकत नाही, ना स्थायी शांती स्थापित होऊ शकते (तत्रैव, पृ. ५०).

इन्कलाबवर पुन्हा प्रकाश टाकताना ते म्हणाले –

> ‘इन्कलाब झिंदाबादशी आमचा उद्देश तो नव्हता जो सर्वसाधारणपणे चुकीच्या अर्थाने समजला जातो. पिस्तुले आणि बॉंब इन्कलाब आणत नाहीत, तर इन्कलाबची तलवार विचारांच्या सहाणीवर धारदार होते. आणि हीच ती गोष्ट आहे जी आम्ही प्रकट करत होतो. आमच्या इन्कलाबचा अर्थ भांडवलशाही नष्ट करणे हा आहे.’ (तत्रैव, पृ. ५१)

शेवटी न्यायाधीशांना संबोधित करताना ते म्हणाले,

> ‘माय लॉर्ड, आम्हांला योग्य प्रकारे समजले नाही असे आम्हांला वाटते. आपल्या न्यायालयात आम्ही आमची शिक्षा कमी करून घेण्यासाठी आलो नसून, आमची भूमिका स्पष्ट करण्यासाठी आलो आहोत. आमच्याबरोबर अनुचित व्यवहार केला जाऊ नये, तसेच आमच्याबाबत अनुचित अभिप्राय दिला जाऊ नये, असे आम्हांला वाटते. शिक्षेचा प्रश्न आमच्यासाठी गौण आहे.’ असा जबाब देऊनसुद्धा न्यायालयाने दिल्ली न्यायालयाची शिक्षा कायम ठेवली.

१२ सप्टेंबर १९२९ रोजी ब्रिटिश साम्राज्यवादी सरकारने केंद्रीय विधानसभेत एक विधेयक आणले. या विधेयकामुळे सरकारने कैदी कोर्टात उपस्थित राहण्यास असमर्थ स्थिती निर्माण करत असेल, तर त्या अनुपस्थितीतही खटल्याची कारवाई सुरू ठेवण्याचा अधिकार न्यायाधीशांना दिला होता. या विधेयकाचा केंद्रीय विधानसभेत तीव्र विरोध झाला होता. या विरोधाचे कारण विधेयकाचा बेकायदेशीरपणा आणि भगतसिंग व त्यांच्या सहकाऱ्यांची देशव्यापी लोकप्रियता हे होते. परंतु, नंतर १ मे १९३० रोजी व्हाइसरॉय लॉर्ड आयर्विनने लाहोर षड्यंत्र केस अध्यादेश नं. ३ आपल्या विशेष अधिकारात लागू केला.

क्रांतिकारकांनी न्यायालयावर बहिष्कार टाकण्याचा निर्णय घेतल्यामुळे हा अध्यादेश काढण्यात आला. या अध्यादेशाप्रमाणे तीन सदस्यीय न्यायाधीशांचे एक पॅनेल, न्यायासन (ट्रिब्युनल) स्थापन केले आणि त्या न्यायासनाला आरोपीच्या पक्षाचे वकील व साक्षीदार यांच्या अनुपस्थितीत तसेच सरकारी साक्षीदारांच्या उलटतपासणीअभावी खटल्याचा निर्णय एकतर्फी केला जाऊ शकतो, असा अधिकारही दिला.

लाहोर षड्यंत्र कांडाचा देशाच्या युवावर्गावर पडणाऱ्या व्यापक प्रभावाने सरकार चिंतेत पडले आणि त्यातून बाहेर पडण्याचा मार्ग शोधू लागले. शेवटी, सरकारने लाहोर षड्यंत्र कांड अध्यादेशाला आपले लक्ष्य बनवले. आधी लोकांचा विरोध लक्षात घेऊन भारत सरकार पंजाब सरकारने बनवलेला हा अध्यादेश लागू करू इच्छित नव्हती. पण कॉंग्रेस आणि सरकारमध्येच तणाव वाढू लागला, तेव्हा लौकिक असंतोषाचा मुद्दा अस्तित्वहीन झाला. सरकारने एकामागून एक स्वेच्छानुसार अध्यादेश काढणे सुरू केले

आणि हा असाधारण अध्यादेश ४च्या रूपाने घोषित केला गेला. (*भगत सिंह से दोस्ती,* जतींद्रनाथ संन्याल, संपादक : विकास नारायण राय, पृ. ७२-७३)

या न्यायासनाचे कोल्डस्ट्रीम अध्यक्ष, न्यायाधीश आगा हैदर सदस्य, न्यायाधीश टी. टी. हिल्टन सदस्य होते आणि सरकार पक्षाकडून वकील म्हणून एम.सी.एच. कार्डन नोड होते.

५ मे १९२९ रोजी लाहोर षड्‌यंत्र खटल्याची कारवाई सुरू झाली.

क्रांतिकारक जेव्हा न्यायालयात प्रवेश घेत, तेव्हा ते हे गाणे म्हणत असत.

'वतन की आबरू का पास देखे कौन करता है,
सुना है आज मतकल में हमारा इम्तहाँ होगा।
इलाही वह दिन भी होगा जब अपना राज देखेंगे,
जब अपनी ही जमीं होगी और अपना आसमाँ होगा।'

(*युगद्रष्टा भगत सिंह और उनके मृत्युंजय पुरखे*, वीरेंद्र सिंधु, पृ. २०८)

भगतसिंग आणि अन्य साथी यांना ब्रिटिश न्यायाच्या पोकळपणा उघड करण्याची सुवर्णसंधी हाती आल्याची तत्काळ जाणीव झाली. क्रांतिकारी दलाकडून पुरेसा प्रचार करण्यात ते आधीच सफल झाले होते. इतक्या उशिराने एका असाधारण कायद्याची घोषणा करून सरकार स्वतःच फसले होते. म्हणून आपल्या आरोपी साथींच्या एका बैठकीमध्ये भगतसिंगांनी न्यायालयाची अवहेलना करण्यासाठी एक क्रांतिकारी मार्ग स्वीकारण्याचा प्रस्ताव ठेवला. यावर मोठा वादविवाद झाला आणि दोन वेगळे विचार या गरमागरम चर्चेतून पुढे आले.

एका गटाने भगतसिंगांच्या न्यायालयावर बहिष्कार टाकण्याचे समर्थन केले. दुसऱ्या गटाने कारवाईत भाग घेण्यावर आणि प्रसंगानुरूप– जसे असेंब्ली कांडात भगतसिंगांनी केली होती तशी– बिनतोड वक्तव्ये देण्यावर जोर दिला. भगतसिंगांनी यावर इशारा दिला की, फाशी आणि जन्मठेप यांसारख्या भयानक शिक्षा लक्षात घेता, ते संयुक्त आणि एकाच विचारांचे असल्याचा इन्कार करतील, तर त्याला एक हिंसक अपराध ठरवले जाईल आणि मग युवा पिढीवर त्याचा जबरदस्त परिणाम होईल. दुसऱ्या गटाने असा तर्क दिला की, क्रांतिकारी दलाचा स्वतःचा असा कोणता घोषित कार्यक्रम नाही, म्हणून या दृष्टीने न्यायालयीन कारवाईचा उपयोग करायला पाहिजे (*भगतसिंग से दोस्ती,* जतींद्रनाथ संन्याल, संपादक : विकास नारायण राय, पृ. ७३).

या समस्येचे निराकरण अगदी चमत्कारिकपणे झाले. कनिष्ठ न्यायालयाप्रमाणे क्रांतिकारक न्यायाधिकरणातही इन्कलाबच्या घोषणा देत प्रवेश करत आणि राष्ट्रीय गीत गायल्याखेरीज कामकाज सुरू होत नव्हते. न्यायाधिकरणाचे तीनही न्यायाधीश यामुळे फारच चिडले होते. तीन वा चार दिवसांनी त्यांनी आपल्या अधिकारांचा वापर केला आणि राष्ट्रीय गीत संपताच पोलिसांना कैद्यांना बेड्या घालण्याचा आदेश दिला. कनिष्ठ न्यायालयात जे घडले, त्याची पुनरावृत्ती झाली आणि त्या दिवशीचे न्यायालयाचे कामकाज संपले (तत्रैव, पृ. ७३).

वीरेंद्र सिंधुंच्या शब्दांत –

> 'न्यायाधीश कोल्डस्ट्रीमनी पोलिसांनी गाणे बंद करावे असा आदेश दिला... लाथा, बुक्क्या आणि दांड्या यांनी कैद्यांना मारहाण सुरू झाली. या घटनेने न्यायालयीन इतिहासाच्या संग्रहालयामध्ये एक नवा चेहरा स्थापित झाला. तो न्यायाधीश आगा हैदर यांचा चेहरा होता. ते खुर्चीतून उठून बाहेर जाण्यास तयार झाले. न्यायालयात चाललेल्या अन्यायपूर्ण कार्याला ते पाहू शकत नव्हते. ते उठले असते तर न्यायाधिकरणाचे तोंड काळे झाले असते. म्हणून अध्यक्ष न्यायाधीश कोल्डस्ट्रीमनी त्यांना बसून राहावे, अशी वैयक्तिक विनंती केली. तेव्हा न्यायाधीश आगा हैदर बसून राहिले, पण त्यांनी आपले तोंड वर्तमानपत्राने झाकून घेतले - 'कमीत कमी अल्लाला हे सांगू शकेन की, 'होय! अन्याय तर झाला होता, पण मी माझ्या डोळ्यांनी पाहिला नाही.''

न्यायाधीश कोल्डस्ट्रीमनी न्यायालयीन कारवाईत लिहिले की, आरोपींच्या दुर्व्यवहारामुळे खटला उद्यापर्यंत स्थगित केला गेला. 'न्यायालय खाली करा आणि कैद्यांना हटवण्यात यावे!' –न्यायाधीश कोल्डस्ट्रीम, न्यायाधीश जी. सी. हिल्टन.

न्यायाधीश आगा हैदर यांनी या आदेशावर सही केली नाही. त्यांनी स्वतंत्र आदेशात लिहिले,

> 'मी आरोपींना न्यायालयातून तुरुंगात पाठवण्याच्या आदेशाचा भागीदार नव्हतो आणि ना त्या सर्वांसाठी कुठल्याही प्रकारे जबाबदार आहे. आज जे काही झाले, त्या सर्वांपासून, मी मला असंबद्ध करतो.' –न्यायाधीश आगा हैदर (*युगद्रष्टा भगत सिंह और उनके मृत्युंजय पुरखे*, वीरेंद्र सिंधु, पृ. २१७)

या गोष्टीचा लाभ भगतसिंगांना मिळाला. जे साथी न्यायालयावर बहिष्कार टाकण्याबाबत सहमत नव्हते, लगेच सहमत झाले. आणि १३ मे १९३० रोजी न्यायालयात गेल्यानंतर पुन्हा कधीच न्यायालयात गेले नाहीत (तत्रैव, पृ. २१७).

अशा प्रकारे लाहोर षड्यंत्र खटला चार-पाच दिवसांचा खटला बनून न्यायाचे प्रहसन बनून गेला. त्यात एकच पक्ष होता. काय खरंच एकच पक्ष होता? होय, खरे आहे की, आरोपींचा कुणी वकील नव्हता, पण न्यायमूर्ती आगा हैदर सरकारी साक्षीदारांची उलटतपासणी करून त्यांचेच प्रतिनिधित्व करत होते. त्यांनी या खटल्याच्या आधीही अनेक खटल्यांमध्ये क्रांतिकारकांवर खोटे खटले भरणाऱ्या पोलिसांना आपल्या निर्णयांतून समज दिली होती. आणि आपले राष्ट्रप्रेम तसेच स्वाभिमानी स्वभाव याबद्दल देशभक्तांमध्ये त्यांनी ख्याती मिळवली होती (तत्रैव, पृ. २१७).

असे म्हटले जाते की, न्यायाधिकरणाचे अध्यक्ष जस्टिस कोल्डस्ट्रीम यांनी पंजाबच्या गव्हर्नरमार्फत व्हाइसरॉयना, 'न्यायमूर्ती आगा हैदर असताना भगतसिंग आणि त्यांच्या साथींना फाशी देता येणार नाही' असा संदेश पाठवला होता. एका रात्री सरकारी वकील कार्डन नोड न्यायमूर्ती आगा हैदर यांच्या निवासस्थानी आले आणि त्यांनी त्यांना निवेदन केले की, हा खटला पूर्ण होऊन जाऊ दे! नंतर त्यांची इच्छा असेल, तर त्यांना व्हाइसरॉयच्या कॅबिनेटचे सदस्य (आजच्या भाषेत केंद्रीय मंत्री) केले जाईल वा त्यांना हवे असल्यास प्रिव्ही काउन्सिलचे न्यायाधीश बनवले जाईल. न्यायमूर्ती आगा हैदर यांनी या वकिलाला कान धरून बाहेर काढण्याचा आदेश नोकराला दिला आणि नोकरानेही खरोखरच आज्ञेचे पालन केले (तत्रैव, पृ. २१७-१८).

गोष्ट वरपर्यंत गेली. न्यायमूर्ती आगा हैदर यांनी मुख्य न्यायमूर्ती सर शाहीलाल यांच्याकडे तक्रार केली; तर कॉर्डन नोडने गव्हर्नरमार्फत व्हाइसरॉयपर्यंत पोहोचवली. कोणास ठाऊक कशी; पण गोष्ट वर्तमानपत्रांकडेही पोहोचली. इंग्रज सरकार अजगराच्या विळख्यात फसले. व्हाइसरॉयने नव्या अध्यादेशाने जुने न्यायाधिकरण तोडून नवे न्यायाधिकरण बनवले. न्यायमूर्ती जे. सी. हिल्टन, अध्यक्ष; न्यायमूर्ती अब्दुल कादीर, सदस्य; न्यायमूर्ती जे. के. टेप, सदस्य (तत्रैव, पृ. २१८).

व्हाइसरॉयने एकाच वेळी दोन पक्षी मारले. न्यायमूर्ती आगा हैदर यांच्यापासून सुटका करून घेतली आणि कोल्डस्ट्रीमना हटवून आरोपींची मागणी मान्य केली आहे, असे सांगून त्यांनी आता न्यायालयात येण्यास सुरुवात करावी, असे म्हटले. पण राजकारणातील चाणाक्षपणात भगतसिंग ब्रिटिश राजकारण्यांपेक्षा पुढे होते. त्यांनी म्हटले, 'जे लोक आमच्या अपमानासाठी जबाबदार आहेत, त्यात न्यायमूर्ती हिल्टनही आहेत. त्यांनी क्षमायाचना केली तर आम्ही न्यायालयात येऊ.' इंग्रज राजवटीचे नाक आधीच कापले गेले होते. म्हणून ती आणखी झुकली नाही आणि न्यायालयात या खटल्याचे कामकाज एकतर्फी सुरू झाले (तत्रैव, पृ. २१८).

हे कामकाज जवळजवळ तीन महिने चालले. पोलिसांनी चारशेहून अधिक साक्षीदार उभे केले. २६ ऑगस्ट १९३० रोजी न्यायालयाचे कामकाज समाप्त झाले. दुसऱ्या दिवशी कैद्यांना आपण आपला बचाव करण्यासाठी स्वत: वा वकिलाद्वारे आपल्याला जे बोलायचे आहे, ते बोलू शकता वा आपले साक्षीदार उभे करू शकता, असे सांगितले. कैद्यांपैकी कुणीही यासाठी तयार नव्हते.

बचावास नकार दिल्याने आता न्यायाधिकरणाचा निकाल येणारच होता. भावाला लिहिलेल्या पत्रातून तत्कालीन परिस्थिती आणि भगतसिंगांची मन:स्थिती स्पष्ट होते :

ब्रदर अजीज़ कुलबीरजी, सत् श्री अकाल,
वरिष्ठ अधिकाऱ्यांनी माझ्या मुलाखती बंद केल्या आहेत, हे आपणांस माहीत झाले असेलच. अशा परिस्थितीत सध्या भेट होऊ शकणार नाही आणि लवकरच निर्णय सुनावण्यात येईल, असे मला वाटते. यानंतर थोड्याच दिवसांत दुसऱ्या तुरुंगाचे चलान येईल. म्हणून कधीतरी तुरुंगामध्ये येऊन माझी पुस्तके आणि सामानसुमान घेऊन जाणे. मी भांडी, कपडे, पुस्तके, कागदपत्रे तुरुंगाच्या उपअधीक्षकाच्या (डेप्युटी सुपरिंटेंडेंटच्या) कार्यालयात पाठवून देईन. येऊन घेऊन जाणे. याच आठवड्यात वा जास्तीत जास्त याच महिन्यात निर्णय आणि चलान येईल, असा विचार पुन:पुन्हा मनात का येतोय ते माहीत नाही. अशा परिस्थितीत कुण्या दुसऱ्या तुरुंगात भेट झाली तर झाली. येथे होण्याची आशा नाही.

वकिलास पाठवता आले तर पाठवा. मी प्रिव्ही काउन्सिलच्या बाबतीत एका महत्त्वाच्या बाबीवर सल्लामसलत करू इच्छितो. आईसाहेबांना धीर द्या! घाबरू नका!

आपका भाई,
भगतसिंग
(तत्रैव, पृ. २१९)

५ ऑक्टोबर १९३०च्या रात्री तुरुंगामध्ये अंतिम भोजन झाले. त्यात तुरुंगाचे काही अधिकारीही सामील झाले आणि सर्वांनी एकमेकांचा निरोप घेतला. मृत्यूला कवटाळणाऱ्या युवकांना पाहून, आपल्या जीवनाबद्दल त्यांना काहीच फिकीर नसल्याचे पाहून अधिकारी चकित झाले होते. हे सायंभोजन एक आनंदपूर्ण समारंभ होता. त्यात हास्य होते, छेडछाड होती, चुटके होते, दंगामस्ती होती, जसा कॉलेजचा निरोप समारंभ आहे. आरोपी तुरुंगातील अधिकाऱ्यांबाबत आत्मीय होते, तर तुरुंगाधिकाऱ्यांना आरोपींबाबत आदर आणि आत्मीयता होती. खरी गोष्ट ही आहे की, भारतातील तुरुंगांमध्ये असे कैदी कधी यापूर्वी पाहिले नाहीत आणि पुढेही बघायला मिळाले नाहीत. भगतसिंग क्रांती आणि न्यायालयाचेच

हिरो नव्हे, तर तुरुंगाचेही हिरो सिद्ध झाले. अधिकाऱ्यांसाठी ते खरोखरच आश्चर्य होते (तत्रैव, पृ. २२०).

७ ऑक्टोबर १९३० रोजी न्यायाधिकरणाचे अध्यक्ष हिल्टन यांनी तुरुंगामध्येच अभियुक्तांना 'लाहोर षड्यंत्र खटल्या'चा निकाल सुनावला. निकाल ६८ पृष्ठांचा होता. ज्या शीघ्रतेने निर्णयासाठी स्वातंत्र्याचे उद्गाते प्रतीक्षा करत होते, त्यांनी त्या निर्णयाला सहर्ष स्वीकारले. या खटल्याने ब्रिटिश न्यायपालिकेच्या सर्वोच्चतेचा दिमाख कमी झाला. जगभरातून या निर्णयाचा धिक्कार झाला. निर्णय असा होता – भगतसिंग, राजगुरू, सुखदेव यांना फाशीची शिक्षा; शिव वर्मा, विजयकुमार सिन्हा, जयदेव कपूर, कमलनाथ तिवारी, गयाप्रसाद, किशोरीलाल, महावीर सिंह यांना आजन्म काळ्यापाण्याची शिक्षा; कुंदनलाल आणि प्रेमदत्त यांना अनुक्रमे सात आणि तीन वर्षांची शिक्षा, अजय घोष, सुरेंद्र पांडे, मास्टर आज्ञाराम, देशराज आणि जितेंद्रनाथ संन्याल यांना सोडून देण्यात आले (*भगत सिंह और स्वतंत्रता संग्राम,* डॉ. रघुवीर सिंह, पृ. १५६).

भगतसिंग आणि दुसऱ्या साथींना फाशीची शिक्षा सुनावल्याची घोषणा साऱ्या शहरात वणव्यासारखी पसरली. १४४ कलम त्वरित लावण्यात येऊनही कोणताही प्रयत्न आणि सूचनेशिवाय शहराच्या दरवाजाबाहेर नगरपालिका मैदानात मोठी गर्दी जमली. एकतर्फी खटला आणि कडक शिक्षा यांच्या विरोधात कडक टीका करणारी भाषणे करण्यात आली. मोठमोठ्या वर्तमानपत्रांनी विशेष आवृत्त्या प्रसिद्ध केल्या. त्यात लाहोर खटल्यातील सर्व क्रांतिकारकांची छायाचित्रे छापली होती. दुसऱ्या दिवशी ८ ऑक्टोबरला लाहोर तसेच भारतातील मोठ्या शहरांमध्ये या निर्णयाचा निषेध करण्यात आला. लाहोरमध्ये लाहोर छात्र संघाच्या नेतृत्वाने पूर्ण हरताळ आणि शाळा-कॉलेजांवर बहिष्कारास आरंभ झाला. 'भगतसिंग, राजगुरू, सुखदेव झिंदाबाद'च्या घोषणा ठिकठिकाणी त्वेषाने देण्यात आल्या. (*भगत सिंह से दोस्ती,* जतींद्रनाथ संन्याल, संपादक : विकास नारायण राय, पृ. ७५-७६)

बचाव समितीने गोपनीय सल्लागार समितीमध्ये (प्रिव्ही काउन्सिलमध्ये) अपील करण्याची योजना आखली. या विषयावर भगतसिंग आणि अन्य साथीदारांबरोबर आधीच चर्चा झाली होती. प्रिव्ही काउन्सिलमधील या अपिलाने कुणाच्या मनात चुकीच्या धारणा येऊ शकतात, म्हणून या संदर्भात भगतसिंगांचे विचार स्पष्टपणे जाणणे आवश्यक आहे.

वास्तवात यामागे सर्वात मोठा विचार हा होता की, या अपिलाने विदेशात चांगला प्रचार होईल. या अध्यादेशाच्या प्रस्तावनेत ज्या कारणाने या अधिघोषणेची आवश्यकता निर्माण झाली, याबाबत आरोपींच्या आचरणाचा उल्लेख केला होता. या गोष्टींच्या खंडणासाठी एक चांगली संधी या अपिलाने मिळू शकली. यात आरोपींनी चालवलेल्या प्रदीर्घ उपोषणाचा समावेश होता, यामुळे खटला चालवणे कठीण झाल्याचे म्हटले होते.

या अपिलाच्या माध्यमातून भारताच्या राजकीय कैद्यांना कोणत्या अमानवी परिस्थितीत राहावे लागते, ही गोष्ट भगतसिंग सुसंस्कृत जगाला सांगू इच्छित होते. ते बहादूर जतींद्रनाथ दासच्या नि:स्वार्थ त्यागालाही जगासमोर आणू इच्छित होते.

या अपिलाचा दुसरा उद्देश होता, इंग्लंडच्या शत्रू देशांना हिंदुस्थानच्या क्रांतिकारी दलाच्या अस्तित्वाचा परिचय करून देणे. ते क्रांतिकारी नाहीत, असे सांगण्याचा प्रयत्न केला जाता कामा नये आणि शिक्षा कमी करण्यासाठी इंग्रजांनी बनवलेल्या कायद्याचा आधार घेतला जाता कामा नये, अशी ताकीद भगतसिंगांनी त्यांच्या वकिलाला दिली होती.

या दोन उद्देशांच्या तुलनेत राजकीय दृष्टीने अधिक महत्त्वपूर्ण असा तिसरा उद्देश होता, ज्याची प्रेरणा भगतसिंगांना राजकारणाबाबत तीक्ष्ण समज असलेल्या विजयकुमार सिन्हांकडून मिळाली होती. फाशीच्या शिक्षेला अधिकतम प्रभावकारी वेळ येईपर्यंत स्थगित करावे, ही ती धारणा होती. त्या वेळी म्हणजे ऑक्टोबर १९३०मध्ये सारा देश असंख्य लाठीप्रहार, खटले, कैद करण्याच्या अत्यंत अंदाधुंद कारभाराने क्षुब्ध होता, हे देशाच्या प्रत्येक भागात केले जात होते. अशा काळात फाशीचा काही विशेष प्रभाव देशावर पडणे शक्य नव्हते. भगतसिंग आणि अन्य साथींचा असा समज होता की, काँग्रेस ब्रिटिश सरकारबरोबर काही अपमानास्पद तडजोड करू शकते. म्हणून त्यांचा असा विचार होता की, सरकारने त्यांना अशा वेळी फाशीवर चढवावे, की या फाशींच्या परिणामस्वरूपी क्रांतिकारकांची आणि दलाची शक्ती वाढावी. तसेच काँग्रेसच्या कमजोरीचे भांडे फुटावे. (*भगत सिंह से दोस्ती,* जतींद्रनाथ संन्याल, संपादक : विकास नारायण दत्त, पृ. ७७-७८)

प्रिव्ही काउन्सिलमध्ये भगतसिंगांच्या जीवन-मरणाची चर्चा सुरु होती. प्रिव्ही काउन्सिलने अपील फेटाळले. भगतसिंगांची मृत्युसाधना सिद्धीच्या द्वारी आली.

या काळातील वीरेंद्र सिंधुंनी वर्णन केलेला एक हृदयस्पर्शी प्रसंग –

'डिसेंबर १९३०ची गोष्ट आहे. रात्रीच्या शांततेत शिव वर्मांची काळ-कोठडी उघडली आणि त्यांना बाहेर आणण्यात आले. याचा अर्थ कुण्या दुसऱ्या तुरुंगामध्ये पाठवणी, हा अर्थ प्रत्येक कैदी जाणतो. जेलरना या लोकांविषयी आदर होता. त्यांनी शिव वर्मांना साथींना भेटायची मुभा दिली.

आता शिव वर्मा भगतसिंगांच्या काळ-कोठडीबाहेर होते. बेडीचा खणखणाट ऐकून भगतसिंग जागे झाले आणि उडी मारून गजांजवळ आले. त्यांनी आपले बाहू गजांतून बाहेर काढले आणि शिव वर्मांनी आपले बाहू गजांतून आत घातले. दोघांमध्ये लोखंडी गज होते. पण बाहूंनी दोघांना मिठीत घेतले होते, एकच केले होते.

ती गहिऱ्या सुखाची वेळ होती. जीवन-मरणाचे दोन साथी अचानक भेटले होते. ती दारुण दु:खाचीही वेळ होती. जीवन-मरणाचे दोन साथी कायमसाठी विलग होणार

होते. डोळे डोळ्यांना शेवटचे पाहून घेत होते. कान शेवटचे बोलणे ऐकत होते. देह देहाचा शेवटचा स्पर्श अनुभवत होता. दोघे एकमेकांसमोर उभे होते. शिव वर्मांचे डोळे बरसू लागले. भगतसिंग हसून म्हणाले –

''क्रांतिकारी पक्षात येताना मी विचार केला होता की, जर मी 'इन्कलाब झिंदाबाद'ची घोषणा देशाच्या कानाकोपऱ्यांत पोहोचवू शकलो, तर समजेन की माझ्या जीवनाचे मूल्य मला मिळाले. पण आज तर मी फाशीच्या या कोठडीतही या घोषणेची गुंज ऐकत आहे.'' त्यांनी आलिंगन सैल करत शिव वर्मांचे खांदे पकडले आणि पूर्ण आत्मविश्वासाने तसेच पूर्ण आत्मगौरवाच्या ज्योतीत झगमगत म्हणाले, ''मला वाटते या छोट्याशा जीवनाचे याहून अधिक महत्त्व आणखी काय होऊ शकते?''

शिव वर्मांचे हातही सैल झाले. त्यांनी भगतसिंगांचे हात आपल्या हातात घेतले. भगतसिंगांनी त्यांचा हात प्रेमाने आणि उत्साहाने दाबत म्हटले, ''प्रभात असे भावुक बनण्याची वेळ अजून आलेली नाही. मी तर काही दिवसांतच साऱ्या जंजाळातून सुटून जाईन. पण तुम्हां लोकांना मोठा पल्ला पार करावा लागेल. मी हा विश्वास बाळगतो की, या दीर्घ अभियानात तुम्ही थकणार नाही, पश्चात्ताप पावणार नाही आणि हार मानून रस्त्यात बसणार नाही.''

तुरुंगाधिकाऱ्याने जवळ येऊन हळूच म्हटले, ''चलिये!'' ती आमची सरदारांशी शेवटची भेट होती.'

(*संस्मृतियाँ : क्रांतिकारी शहीदों के रेखाचित्र*, शिव वर्मा, पृ. ३५-३६, *युगद्रष्टा भगत सिंह और उनके मृत्युंजय पुरखे*, वीरेंद्र सिंधु, पृ. २२९)

काळ-कोठडीत बंद केलेला झंझावात काही काळातच त्या कोठडीबाहेर पडणार होता आणि प्रत्यक्ष मृत्यूलाच ओशाळे वाटणार होते.

■■■

७.

मृत्युंजय

भगतसिंगांवरील खटला अंतिम टप्प्यात पोहोचला, त्या वेळी त्यांचे वडील किशनसिंगांनी मुलाची फाशी टाळण्यासाठी व्हाइसरॉय आणि न्यायासन (ट्रायब्युन) यांना एक पत्र लिहिले. त्यात त्यांनी ज्या दिवशी सँडर्सची हत्या झाली, त्या दिवशी भगतसिंग कलकत्त्यात होते आणि तशी साक्ष देणारा साक्षीदार मी आणू शकतो वा न्यायालय त्या साक्षीदाराला कायद्याने बोलावू शकते, असा त्या पत्राचा आशय होता.

ही गोष्ट भगतसिंगांना समजताच त्यांना खूप राग आला. त्यांनी वडिलांना एक पत्र लिहिले. त्या पत्रातून त्यांचा फाशी जाण्याचा निर्धार किती पक्का होता, याची जाणीव होते.

४ ऑक्टोबर १९३०

प्रिय पिताजी,

माझा बचाव करण्यासाठी खास निवाडा मंडळाच्या सदस्यांना आपण विनंती-अर्ज सादर केला आहे, हे ऐकून माझी स्थिती चमत्कारिक झाली आहे. या शहाणपणाने माझ्या स्वास्थ्यावर फार मोठा आघात होणार आहे. त्याने माझ्या मनाचा एकूणच तोल बिघडवून टाकला आहे. या टप्प्याला आणि अशा परिस्थितीत असा विनंती-अर्ज सादर करणे आपल्याला कसे काय योग्य वाटले, ते मला समजू शकलेले नाही. पिता म्हणून असलेल्या भावना व कळवळा लक्षात घेऊनही माझ्याशी सल्लामसलत न करता माझ्या वतीने अशा प्रकारची कृती करण्याचा आपल्याला कोणत्याही प्रकारचा हक्क आहे, असे मला वाटत नाही. राजकीय बाबतीत माझे विचार हे

नेहमीच आपल्यापेक्षा वेगळे आहेत, हे आपल्याला ठाऊक आहे. आपल्या मान्यतेची किंवा अमान्यतेची पर्वा न करता मी नेहमीच स्वतंत्रपणे कार्य करत आलो आहे.

माझा खटला मी अतिशय गंभीरपणे लढवावा आणि माझा बचाव योग्य प्रकारे करावा, ही गोष्ट माझ्या मनावर बिंबवण्याचा आपण सुरुवातीपासून प्रयत्न करत आला आहात, हे आपल्याला आठवत असेल, अशी मला आशा आहे. पण मी नेहमीच या गोष्टीला विरोध करत आलो आहे, हेदेखील आपल्याला ठाऊक आहे. माझा बचाव करण्याची इच्छा मी कधीही बाळगली नव्हती आणि मी त्याचा कधीही गंभीरपणे विचार केला नव्हता. ती एक केवळ अस्पष्ट विचारसरणी होती, की माझ्या भूमिकेचे समर्थन करण्यासाठी माझे काही युक्तिवाद होते, हा एक वेगळाच प्रश्न आहे. त्याची इथे चर्चा करता येणार नाही.

एका निश्चित धोरणानुसार आम्ही हा खटला लढवत आहोत, हे आपणांस ठाऊक आहे. माझी प्रत्येक कृती ही एकूण धोरण, माझी तत्त्वे आणि माझा कार्यक्रम यानुसारच असली पाहिजेत. आज परिस्थिती पूर्णपणे वेगळी आहे; पण ती यापेक्षा वेगळी असती तरीही बचाव पक्ष मांडणारा मी शेवटचा माणूस असतो. आमच्याविरुद्ध गंभीर स्वरूपाचे आरोप केलेले असले तरीही खटल्याच्या काळात माझ्यासमोर फक्त एकच कल्पना होती आणि ती म्हणजे खटल्याकडे संपूर्ण तटस्थपणे पाहायचे.

सर्व राजकीय कार्यकर्त्यांनी तटस्थ असावे, न्यायालयातील कायदेशीर लढ्यांची कधीच पर्वा करू नये आणि त्यांना भोगाव्या लागणाऱ्या फार मोठ्या शिक्षा धीटपणे सहन कराव्यात, हे माझे पूर्वीपासूनचे मत आहे. ते आपला बचाव करू शकतात. पण तो नेहमीच निव्वळ राजकीय विचारातून करायला हवा आणि वैयक्तिक दृष्टिकोनातून कधीच करता कामा नये. या तत्त्वाला अनुरूप असेच आमचे धोरण या खटल्यात सदैव राहिले आहे. त्यात आम्ही यशस्वी झालो की नाही, याचा निर्णय देणे हे माझे काम नाही. अतिशय तटस्थ वृत्तीने आम्ही आमचे काम करत आलो आहोत.

लाहोर कटाच्या खटल्याचा वटहुकूम जारी करताना त्यासोबत असलेल्या परिपत्रकात व्हाइसरॉयने म्हटले होते की, या खटल्यातील आरोपी कायदा व न्याय या दोहोंचा अवमान करण्याचा प्रयत्न करत आहेत. आम्ही कायद्याचा अवमान करत आहोत की इतर तसे करत आहेत, हे जनतेला दाखवून देण्याची संधी निर्माण झालेल्या परिस्थितीने आम्हांला दिली आहे. या बाबतीत लोक आमच्याशी असहमत होऊ शकतात. आपणदेखील त्यांच्यातील एक असू शकता.

याचा अर्थ असा नव्हे, की माझ्याशी सल्लामसलत न करता किंवा मला त्याबाबत काहीही ठाऊक नसताना आपण अशा प्रकारची कृती करावी. आपण बहुधा विचार करता त्याप्रमाणे माझे आयुष्य काही एवढे मूल्यवान नाही; निदान मला तरी तसे वाटत नाही. माझ्या तत्त्वांची आहुती देऊन बचाव करावा एवढी काही

त्याची किंमत नाही. माझे जे इतर कॉम्रेड्स आहेत, त्यांचीही स्थिती माझ्यासारखीच गंभीर आहे. आम्ही सर्वांनी एक समान धोरण स्वीकारले आहे. त्यासाठी आम्हांला व्यक्तिशः कितीही किंमत मोजावी लागली तरी आम्ही अखेरच्या क्षणापर्यंत त्याला चिकटून राहू.

पिताजी, मी एका पेचात चांगलाच अडकलो आहे. शिष्टाचाराच्या सर्वसामान्य तत्त्वाकडे माझे दुर्लक्ष होईल आणि तुमच्या कृतीवर टीका करताना किंवा त्यातील दोष दाखवताना माझी भाषा निष्ठुर असेल, याची मला भीती वाटते. मला स्पष्टपणे सांगू द्या. जणू काही माझ्या पाठीत खंजीर खुपसला गेला आहे, असे मला वाटते. दुसऱ्या एखाद्या व्यक्तीने असे काही केले असते तर विश्वासघात करण्यात तिने काही कमी ठेवले नाही, असा मी विचार केला असता. तुमच्या बाबतीत मात्र तो दुबळेपणा आहे. अतिशय वाईट प्रकारचा दुबळेपणा आहे, हे मला सांगू द्या!

प्रत्येकाच्या सत्त्वपरीक्षेची ही वेळ होती. पिताजी, मला सांगू द्या. त्यात तुम्ही अपयशी झालात. इतर कोणीही असू शकतो, तितके तुम्ही प्रामाणिक देशभक्त आहात हे मी जाणतो. भारताच्या स्वातंत्र्यासाठी तुम्ही आपले अवघे आयुष्य समर्पित केले आहे, हेदेखील मला ठाऊक आहे. पण अशा मोक्याच्या क्षणी आपण असा दुबळेपणा का दाखवलात? मी ते समजू शकत नाही.

आपण केलेली कृती मला मंजूर नाही, हे शेवटी आपल्याला, माझ्या इतर मित्रांना आणि माझ्या खटल्यात आस्था असणाऱ्या लोकांना मला सांगायचे आहे. न्यायालयात कोणत्याही प्रकारे बचाव करावा अशा बाजूला मी आजही नाही. माझ्या काही सहआरोपींकडून बचाव इत्यादीबाबत सादर केलेला विनंती-अर्ज जरी न्यायालयाने स्वीकारला असता, तरीदेखील मी माझा बचाव केला नसता. उपोषणाच्या वेळी माझ्या मुलाखतीच्या बाबतीत निवाडा मंडळाला माझे जे अर्ज सादर केले गेले, त्यांचा चुकीचा अर्थ लावला गेला आणि कोणत्याही प्रकारे बचाव करायला प्रत्यक्षात माझी कधीच इच्छा नसताना 'मी बचाव करणार आहे' असे वृत्तपत्रांत प्रसिद्ध झाले होते. पूर्वीप्रमाणे आजही माझा तोच विचार आहे. बचाव करण्याच्या कृतीला, बोर्स्टल तुरुंगात असलेले माझे मित्र, मी देशद्रोह व विश्वासघात केला असे समजले असते. त्यांच्यासमोर माझी भूमिका स्पष्ट करायला मला संधीदेखील मिळाली नसती.

या गुंतागुंतीसंबंधीचे सर्व तपशील जनतेला कळावेत, अशी माझी इच्छा आहे. म्हणून हे पत्र प्रसिद्ध करावे, अशी मी आपणास विनंती करतो.

तुमचा लाडका मुलगा,

भगतसिंग

(*भगतसिंग, निवडक भाषणे व लेखन,* संपादक : डी. एन. गुप्ता,

अनुवाद : रमेशचंद्र पाटकर, पृ. १०८-११०)

प्रिव्ही काउन्सिलने क्रांतिकारकांचे अपील फेटाळून लावले, तेव्हा भगतसिंग, राजगुरू आणि सुखदेव यांची फाशीची शिक्षा रद्द व्हावी म्हणून जनतेने आणि काही राष्ट्रीय नेत्यांनी देशव्यापी विरोध आंदोलनाची सुरुवात केली. १४ फेब्रुवारी १९३१ रोजी मदन मोहन मालवीयांनी मृत्युदंडाची शिक्षा जन्मठेपेत बदलण्यासाठी व्हाइसरॉयला तार पाठवली. पंजाबमध्ये अनेक ठिकाणी 'अपील समित्यां'ची स्थापना करण्यात आली. या समित्यांचा उद्देश लोकांच्या भावनांच्या आवेगाला उत्तेजित करून भगतसिंग आणि अन्य दोन साथींना घृणास्पद फाशी ज्या दिवशी दिली जाईल, त्या दिवशी लोकांनी लाहोर आणि अमृतसर येथील हिंसक निदर्शनांमध्ये यथाशक्य भाग घ्यावा हा होता.

या समित्यांचे गठन 'नौजवान भारत सभे'च्या जुन्या सदस्यांनी केले होते. या काळात ते भगतसिंग, राजगुरू आणि सुखदेव यांच्या फाशीला जन्मठेपेच्या शिक्षेत बदलण्यात यावे, यासाठी व्हाइसरॉयला पाठवण्यात येणाऱ्या अर्जावर जास्तीत जास्त सह्या घेऊ इच्छित होते. याने त्यांना लोकांमध्ये जाण्याची, उग्र भाषणे करण्याची संधी प्रदान केली. त्याने जनतेत या बाबतीत आवेश निर्माण झाला. तसेच लोकांमध्ये सहानुभूती निर्माण झाली (*भगत सिंह और स्वतंत्रता संग्राम*, डॉ. रघुवीर सिंह, पृ. १७२-७३).

काँग्रेसच्या नेत्यांनी क्रांतिकारकांच्या सुटकेसाठी काही कृती केली नाही, तर त्यांचे स्वागत काळ्या झेंड्यांनी होईल, 'जवाहरलाल परत जा', 'गांधी परत जा', या घोषणांनी त्यांचे अभिनंदन केले जाईल, असे अमृतसरमध्ये पुनःपुन्हा जाहीर केले गेले. भगतसिंग आणि त्यांचे साथी यांना फाशीची शिक्षा देण्यात आली, या बातमीने मुंबई शहरावर उदासीनता पसरली होती. २८ फेब्रुवारीला मुंबईत आझाद मैदानात एका विशाल सभेचे आयोजन करण्यात आले. त्यात वक्त्यांनी व्हाइसरॉयकडे अर्ज पाठवण्याचे समर्थन केले. दोन लाखांहून अधिक नागरिकांनी या अर्जावर आधीच सह्या केल्या होत्या.

२७ फेब्रुवारीला शरेनवाला गेट मशिदीत लाहोरच्या मुसलमानांनी शुक्रवारच्या नमाजानंतर एक बैठक घेतली आणि त्यात व्हाइसरॉयला तार पाठवून मृत्युदंडाची शिक्षा रद्द करण्याची मागणी करण्याचा निर्णय घेण्यात आला. मौलाना अबुल कलाम आझादांना असे सांगण्यात यावे की, त्यांनी गांधींना फाशीची शिक्षा रद्द करावी, यासाठी व्हाइसरॉयचे मन वळवण्यास सांगावे. त्याच दिवशी कराची नगरपालिकेने भगतसिंग आणि त्यांचे साथी यांना फाशी देऊ नये, अशी तार व्हाइसरॉयला केली. बनारसहूनही बऱ्याच सह्या असलेला अर्ज फाशीची सजा कमी करण्यासाठी व्हाइसरॉयकडे पाठवण्यात आला (तत्रैव, पृ. १७३-७४).

क्रांतिकारकांच्या फाशीला परदेशांतूनही विरोध झाला. ४ मार्च १९३१ रोजी लंडनमध्ये मृत्युदंड पूर्ण करण्याच्या धमकीविरोधात एक सभा भरवण्यात आली. सभेला बऱ्याच ब्रिटिश खासदारांनीही संबोधित केले. भगतसिंग आणि त्यांच्या साथींची फाशी

रद्द करण्याच्या मागणीचे निवेदन भारतीय राष्ट्रीय काँग्रेसच्या लंडन शाखेने प्रसारित केले (तत्रैव, पृ. १७४).

'कॉमन सभेच्या लेबर पार्टीचा गट लाहोर खटल्यातील बंदींना सूट देण्याच्या दृष्टीने क्षमा करण्यासाठी आपणाकडे विनम्र आग्रह करत आहे,' अशी तार कॉमन सभागृहाच्या सदस्यांनी व्हाइसरॉयला केली. ती भारतात ६ मार्च १९३१ रोजी सायंकाळी ७ वाजून ५५ मिनिटांनी पोहोचली (तत्रैव, पृ. १७४).

या काळात भगतसिंगांची लोकप्रियता शिगेला पोहोचली होती. 'इन्कलाब झिंदाबाद' या घोषणेने 'वंदे मातरम्'चे स्थान घेतले होते.

भगतसिंगांचे चरित्रकार, महात्मा गांधींनी भगतसिंगांना वाचवण्यासाठी गंभीरपणे प्रयत्न केले नाहीत, असा आक्षेप गांधींवर घेतात. व्हाइसरॉयबरोबरच्या करारात भगतसिंग आणि त्यांचे साथी यांची फाशी रद्द करावी, अशी स्पष्ट अट गांधींनी ठेवली नाही, ही वस्तुस्थिती मान्य करावीच लागेल. परंतु गांधींचे भगतसिंगांना सोडवण्याचे प्रयत्न गंभीर नव्हते वा खोटे होते, असे म्हणणे ही गोष्ट गांधींवर अन्याय करणारी होईल. जतींद्रनाथ संन्याल यांचे पुढील उद्धरण गांधींनी प्रामाणिक प्रयत्न केले यावर प्रकाश टाकते :

> 'जसे प्रिव्ही काउन्सिलने अपील नामंजूर केले, मृत्यूची शिक्षा कमी करण्यासाठी वा रद्द करण्यासाठी आंदोलन सुरू करण्यात आले. एक गोष्ट कदाचित जनतेला माहीत नाही. महात्मा गांधींनी त्यांची फाशी वाचवण्यासाठी प्रामाणिकपणे प्रयत्न केले. पंडित जवाहरलाल नेहरूंच्या माध्यमातून मी गुप्तपणे महात्मा गांधींची अलाहाबादला भेट घेतली. महात्मा गांधींनी या बाबतीत प्रयत्न करण्याचे वचन दिले. पण आदेश दिला की, ही गोष्ट मी माझ्यापाशीच ठेवेन. बहुधा, व्हाइसरॉयला या बाबतीतली जनतेची भावना, विशेषतः महात्मा गांधींची प्रार्थना, यांच्या प्रभावाचा अनुभव आला होता. परंतु भारतातील वास्तविक शक्तीचे केंद्र, युरोपीय आयसीएस केडरचा या प्रकारच्या सजा-माफीला सक्त विरोध होता. म्हणून व्हाइसरॉयला त्यांच्या दबावापुढे झुकावे लागले. सर्व लोक फाशीची शिक्षा कुण्या अन्य प्रकारच्या शिक्षेत परिवर्तित करण्यासाठी वास्तविक मागणी करत आहेत, तसेच फाशीचा सामान्य लोकांवर वाईट परिणाम होईल, हे सरकारला समजावण्यासाठी निदर्शने आयोजित करण्यात नवयुवकांनी आणि युवतींनी महत्त्वपूर्ण मदत केली.
>
> पुन्हा संघर्ष बंद करण्यासाठी तडजोड करण्यात आली. त्या तडजोडीला नवयुवकांनी आत्मसमर्पण म्हटले. काँग्रेसच्या नेत्यांनी अचानक जन-आंदोलन स्थगित केले. सरकारने सुटकेचा श्वास घेतला आणि समाधानाने फाशीची शिक्षा क्रियान्वित केली. होय! हे तसेच झाले जसे भगतसिंगांना वाटत होते. ईश्वरानेही

भगतसिंगांची बाजू घेतली काय की, ते शेवटी आपल्या विरोधकांवर शानदार विजय मिळवू शकतील?'

(*भगत सिंह से दोस्ती*, जतींद्रनाथ संन्याल,
संपादक : विकास नारायण राय, पृ. ७९)

भगतसिंग आणि त्यांचे साथी यांना फाशीपासून वाचवण्यासाठी बाहेर हे प्रयत्न सुरू असताना स्वत: भगतसिंग आणि त्यांच्या साथींचे फाशीबाबत काय म्हणणे होते, ते समजून घेणे आवश्यक आहे. सावरकरांनी जॅक्सन वधात आपला सहभाग नाही, असे म्हणून गुन्हा नाकारला होता तसा भगतसिंग आणि त्यांच्या साथींनी नाकारला नव्हता, त्याचबरोबर केल्या कृत्याचा पश्चात्तापही केला नव्हता. उलट, फाशी झाल्यानेच देशात क्रांतिकारी वातावरण निर्माण होईल, म्हणून ते फाशीची उत्कंठेने वाट पाहत होते. ब्रिटिशांची माफी मागायला वा दयेचा अर्ज करायला ते कधीही तयार नव्हते.
हंसराज रहबर लिहितात –

'फाशी स्थगित करण्याची देशभर जोरदार मागणी होत होती. त्यासाठी असा विचार केला गेला की, फाशी रोखण्यासाठी व्हाइसरॉयला चांगला बहाणा दिला गेला तर सफलता निश्चित मिळेल. हा बहाणा मर्सी पिटीशन – 'दयेची प्रार्थना' हाच असू शकत होता. बचाव पक्षाच्या पाच वकिलांनी त्याचा मसुदा तयार केला. २० मार्च १९३१ रोजी या खटल्याचे प्रमुख वकील प्राणलाल मेहता– ज्यांच्याबद्दल भगतसिंगांच्या हृदयात कोमल भावनाही होत्या– हा मसुदा घेऊन त्यावर भगतसिंग, सुखदेव आणि राजगुरू यांच्या सह्या घेण्यासाठी तुरुंगात गेले. भगतसिंग त्यांचे बोलणे ऐकून जोराने हसले. म्हणाले, ''मित्रा, राहू देत तुमचा मसुदा! आम्ही तर दयेची प्रार्थना पाठवूनही दिली आहे. या गोष्टीला उशीर करणे योग्य नव्हते.''

ती दयेची प्रार्थना ही होती,

'प्रति,
राज्यपाल, पंजाब
महोदय,
यथोचित आदरासह, पुढील गोष्टी आम्ही आपल्या नजरेस आणू इच्छितो :
ब्रिटिश सरकारचे भारतातील सर्वोच्च अधिकारी व्हाइसरॉय यांनी एका खास अध्यादेशाद्वारा लाहोर कटाच्या खटल्याच्या सुनावणीसाठी एक न्यायसभा स्थापन केली होती. त्या न्यायसभेने ७ ऑक्टोबर १९३० रोजी आम्हांला फाशीची शिक्षा सुनावली होती. आम्ही सम्राट जॉर्ज पंचम या इंग्लंडच्या राजाविरुद्ध युद्ध सुरू केले, असा आमच्याविरुद्ध केलेला मुख्य आरोप होता.

न्यायालयाने दिलेल्या या निर्णयात दोन गोष्टी पूर्वग्रहीत असल्याचे दिसून येते :

ब्रिटिश राज्य व भारतीय राज्य या दोहोंत युद्ध सुरू आहे, ही पहिली गोष्ट आणि आम्ही या युद्धात प्रत्यक्ष सहभागी झालो होतो, म्हणून आम्ही युद्धकैदी आहोत, ही दुसरी गोष्ट.

पूर्वग्रहीत धरलेली दुसरी गोष्ट ही काहीशा अतिशयोक्तीने गृहीत धरलेली आहे असे वाटते; पण तसे करून आमचा सन्मान केला गेला आहे, असे म्हणण्याचा मोह आम्ही टाळू शकत नाही.

युद्धजन्य परिस्थिती

पहिल्या गोष्टीच्या बाबतीत आम्हांला थोड्याफार तपशिलांत जाणे भाग पडत आहे. वापरल्या गेलेल्या शब्दप्रयोगातून सूचित केल्याप्रमाणे अशा प्रकारचे युद्ध सुरू असल्याचे वरवर पाहता दिसणार नाही. तरीसुद्धा त्याचे बाह्यरूप जरी लक्षात घेतले तरी त्यातील सच्चेपणा स्वीकारायला आपण आम्हांला मोकळीक द्यावी. पण त्याचे नीट आकलन करून देण्यासाठी ते अधिक स्पष्ट करायला हवे. मूठभर बांडगुळांसारख्या व्यक्तींकडून जोपर्यंत भारतातील कष्टकरी जनतेचे आणि नैसर्गिक साधनसंपत्तीचे शोषण केले जात आहे, तोपर्यंत युद्ध सुरू आहे व ते सुरू राहीलही. मग हे शोषक ब्रिटिश भांडवलदार असू देत किंवा आंग्ल-भारतीय किंवा शुद्ध भारतीय भांडवलदार असू देत. आपल्या संमिश्र किंवा शुद्ध भारतीय नोकरशाहीच्या साधनांद्वारे शोषण करण्याचे उद्योग कावेबाजपणे ते करत असू देत. पण त्यामुळे परिस्थितीत फरक पडणार नाही. जर आपले सरकार भारतीय समाजातील वरच्या थरातील नेत्यांना क्षुल्लक सवलती देऊन व त्यांच्याशी तडजोडी करून त्यांना जिंकण्यात यशस्वी होत असले आणि त्यामुळे लढा देणाऱ्या मुख्य शक्तींचे नीतिधैर्य तात्पुरते खच्ची करत असले तरी काही हरकत नाही. क्रांतिकारी पक्ष ही बिनीची फौज आहे आणि ऐन युद्धात आपल्याला अव्हेरले गेले आहे असे जरी पुन्हा एकदा त्याच्या अनुभवास आले तरी काही हरकत नाही. आमच्याविषयी सहानुभूती बाळगणाऱ्या व सहृदयतेची भावना असणाऱ्या नेत्यांचे आम्ही व्यक्तिशः फार ऋणी आहोत. पण शांततेच्या वाटाघाटीत, बेघर असणाऱ्या, मित्र नसणाऱ्या व पैसाअडका नसणाऱ्या महिला कार्यकर्त्यांचा साधा उल्लेखही न करण्याएवढे ते कोडगे बनले आहेत, या वस्तुस्थितीकडे आम्ही दुर्लक्ष करू शकत नाही. या महिला कार्यकर्त्या फौजेच्या आघाडीवर आहेत आणि गतकाळाचा भाग बनलेल्या व आपल्या मनोराज्यातील अहिंसेच्या पंथाच्या त्या शत्रू आहेत, असे या नेत्यांना वाटते. या आमच्या वीरांगनांना आपल्याजवळच्या व ममता असणाऱ्या सर्वांचे, आपल्या पतींचे व बंधूंचे, उदारमनाने बलिदान केले आहे किंवा बलिदान करण्याची तयारी दाखवली आहे. त्यात त्यांचाही समावेश आहे. त्यांना

आपल्या सरकारने बंडखोर म्हणून जाहीर केले आहे. त्यांच्या निष्कलंक चारित्र्यावर शिंतोडे उडवण्याचा व त्यांच्या पक्षाच्या कीर्तीला डाग लावण्याचा, खालच्या पातळीवर उतरून आपल्या दलालांनी प्रयत्न केलेला असला तरी काही हरकत नाही. पण हे युद्ध चालू राहणारच.

निवड तुमची आहे

असे युद्ध वेगवेगळ्या काळात वेगवेगळी रूपे घेऊ शकते. काही वेळा हे युद्ध उघडपणे सुरू असते, काही वेळा लपूनछपून चालू असते, तर काही वेळा जीवनमरणाचा भयानक संघर्ष चालू असतो. या युद्धाने रक्तरंजित रूप घ्यावे की तुलनेने शांततापूर्ण रूप घ्यावे, याचा निर्णय घेणे हे अर्थातच आपल्या निवडीवर अवलंबून आहे. तुम्हांला जी काही निवड करायची आहे ती खूशाल करा. पण क्षुल्लक व अर्थशून्य नैतिक विचारसरणींचा विचार न करता हे युद्ध अथकपणे चालू राहील. जोपर्यंत समाजवादी प्रजासत्ताक प्रस्थापित होत नाही, सध्याच्या समाजव्यवस्थेच्या जागी संपूर्णपणे सामाजिक उत्कर्षांवर आधारलेली नवी समाजव्यवस्था आणली जात नाही आणि अशा प्रकारे हरेक प्रकारचे शोषण गाडून टाकले जात नाही व अस्सल, चिरंतन शांततेत मानवतेचा उदय होत नाही, तोपर्यंत हे युद्ध नव्या जोमाने, अतिशय निधडेपणाने व कठोर निर्धाराने सुरू ठेवले जाईल. नजीकच्या भविष्यात अंतिम युद्ध लढले जाईल आणि ते अंतिमतः निर्णायक असेल.

भांडवलदार व साम्राज्यवादी शोषकांचे दिवस भरत आले आहेत. या युद्धाला आम्ही प्रारंभ केलेला नव्हता आणि आमच्या जीवनाबरोबर ते समाप्तही होणार नाही. ऐतिहासिक घटना व सध्या अस्तित्वात असलेले पर्यावरण यांचा तो अटळ परिणाम आहे. श्री. (जतींद्रनाथ) दास यांचे अतुलनीय बलिदान, कॉम्रेड भगवतीचरण यांचे अत्यंत शोकपूर्ण व उदार बलिदान आणि आमचे लाडके योद्धे आझाद यांचे वीरमरण यांच्या साखळीतील आमची बलिदाने ही फक्त एक दुवा असतील.

गोळ्या घालणारी तुकडी

आता आमच्या नशिबाच्या प्रश्नाबाबत बोलायचे तर आपण आम्हांला मृत्यूच्या तोंडी द्यायचे ठरवले आहे आणि आपण तसे नक्की करणारच, हे आम्हांला सांगायला कृपया मोकळीक द्या. तुमच्या हातात सत्ता आहे आणि सत्ता हेच या जगातील थोर समर्थनीय कारण आहे. 'बळी तो कान पिळी' हे तुमचे मार्गदर्शक आदर्श वचन आहे. आमच्यावरील खटला हा त्याचा निव्वळ पुरावा आहे.

आपल्या न्यायालयाच्या निकालानुसार, आम्ही युद्ध सुरू केलेले आहे आणि म्हणून आम्ही युद्धकैदी आहोत, हे आम्हांला आपल्या निदर्शनास आणून द्यायचे आहे. तशाच प्रकारची वागणूक आम्हांला देण्यात यावी, असा आम्ही दावा करतो;

आणि म्हणूनच आम्हांला फाशी देण्याऐवजी गोळ्या घालाव्यात, अशी आमची हक्काची मागणी आहे. आपल्या न्यायालयाने जो निकाल दिला आहे तो खरोखरच तुम्हांला अभिप्रेत आहे, हे सिद्ध करण्याची जबाबदारी आपल्यावर आहे.

आपले,

भगतसिंग, राजगुरू, सुखदेव

* पुढील शब्द स्पष्ट नाहीत - संपादक

(*भगत सिंह : निवडक भाषणे व लेखन,* संपादक : डी. एन. गुप्ता, अनुवाद : रमेशचंद्र पाटकर, पृ. ९२-९५)

ही भगतसिंग आणि त्यांच्या साथींची दयेची प्रार्थना होती. त्यांना सामान्य गुन्हेगारांप्रमाणे फाशी जाऊन मृत्यू नको होता, तर युद्धगुन्हेगारांप्रमाणे गोळ्या झेलून मृत्यू हवा होता.

भगतसिंगांनी मृत्यू किती सहजपणे स्वीकारला होता, याचा प्रत्यय त्यांच्या वडिलांशी झालेल्या संभाषणातून येतो.

या तीन तरुणांना फाशी द्यायचेच असेल तर ती फाशी भारतीय काँग्रेसच्या कराची अधिवेशनापूर्वी देण्यात यावी, असे महात्मा गांधी म्हणाल्याचे भगतसिंगांच्या वडिलांनी भगतसिंगांना तुरुंगातील भेटीत सांगितले. ''कराची अधिवेशन कधी आहे,'' असे भगतसिंगांनी वडिलांना विचारले. वडील म्हणाले, ''या महिन्याच्या (मार्च) शेवटी.'' भगतसिंग म्हणाले, ''मग तर ही मोठ्या आनंदाची गोष्ट आहे. उन्हाळा सुरू होतोय. कोठडीत भाजून निघण्यापेक्षा मरून जाणे चांगले. लोक म्हणतात की मेल्यावर चांगले जीवन मिळते. मला पुनर्जन्म भारतात मिळावा. कदाचित मला पुन्हा एकदा ब्रिटिशांशी सामना करावा लागेल. माझा देश स्वतंत्र व्हायला हवा.'' (*विदाउट फिअर,* कुलदीप नायर, पृ. १५९-१६०)

भगतसिंग नास्तिक होते. नास्तिकतेवरची त्यांची ठाम धारणा त्यांच्या मृत्यूच्या दिवशीही ठामच राहिली. त्या दिवसांमध्ये लाहोर तुरुंगाचा मुख्य वार्डर चतर सिंह होता. तो प्रेमळ स्वभावाचा आणि ईश्वरभक्त होता. साधारण तीन वाजता त्याला आज सायंकाळी तिघांना फाशी देण्यात येण्याची सूचना देण्यात आली. हा चतर सिंह सकाळ-संध्याकाळ गुरुवाणीचे पाठ करत असे.

भगतसिंगांचे जीवन काही तास शिल्लक असल्याचे त्याला समजले, तेव्हा भगतसिंगांजवळ येऊन तो म्हणाला, ''बेटा, शेवटची वेळ आली आहे. मी तुझ्या बापासारखा आहे. माझी एक गोष्ट ऐक!''

भगतसिंग हसत म्हणाले, ''बोला, काय हुकूम आहे?'' उत्तर आले, ''माझी फक्त एकच विनंती आहे. आता शेवटच्या वेळी तरी 'वाहे गुरू'चे नाव घे आणि गुरुवाणीचा पाठ कर. घे हा ग्रंथ तुझ्यासाठी आणलाय.''

भगतसिंग जोराने हसून म्हणाले, ''आपली इच्छा पूर्ण करायला मला काही अडचण नसती, जर काही काळ आधी तुम्ही सांगितले असते. आता जेव्हा शेवटची वेळ आली आहे, मी परमात्म्याची आठवण केली, तर ते म्हणतील की 'हा भितरा आहे. साऱ्या आयुष्यभर याने माझी आठवण काढली नाही, आता मरण समोर आले तर मला आठवू लागला आहे.' म्हणून चांगले तेच होईल, की ज्या प्रकारे मी आजवर माझे जीवन व्यतित केले आहे, तसेच मला या जगातून जाऊ दे. मी नास्तिक होतो आणि मी परमात्म्यावर विश्वास ठेवला नाही, हा आरोप तर माझ्यावर अनेक लोक ठेवतील. पण भगतसिंग भितरा आणि बेईमान होता. शेवटी मरण समोर पाहून त्याचे पाय लटपटले, असा आरोप कुणीही करू शकणार नाही.''

(*युगद्रष्टा भगत सिंह और उनके मृत्युंजय पुरखे*, वीरेंद्र सिंधु, पृ. २४८)

वीरेंद्र सिंधु पुढे लिहितात,

'त्यांना पाय लटपटून द्यायला वेळच कुठे होता? ते आपल्या सर्वात मोठ्या दोस्ताशी चर्चा करत होते. त्यांच्या हातात लेनिनचे चरित्र होते. काही पानेच वाचून झाली होती. त्यांच्या काळ-कोठडीचे टाळे उघडले. जेलचे अधिकारी गणवेशात उभे होते – ''सरदारजी, फाशी देण्याचा हुकूम आला आहे, आपण तयार व्हा!'''

भगतसिंगांच्या उजव्या हातात पुस्तक होते. त्यांनी पुस्तकावरची नजर न काढता डावा हात त्या लोकांच्या दिशेने उचलला : ''थांबा, एक क्रांतिकारक दुसऱ्या क्रांतिकारकाला भेटत आहे.'' आवाज कडक तर होताच; पण त्यात क्रांतिकारक मित्राबाबत आत्मीयताही होती. भयाचे आणि उदासीनतेचे भाव अगदी दूरवरही नव्हते. तुरुंगाधिकाऱ्यांसाठी असे स्वर अनोळखी होते. काही परिच्छेद वाचून भगतसिंगांनी पुस्तक छताकडे उडवले आणि ते उसळून उभे राहिले, ''चला!'' काळ-कोठडीत अनेक चेहरे होते. त्यात कुणाचे प्राण घेण्याची शक्ती होती आणि एक कैद्याचा चेहराही होता, जो मरण्यासाठी चालला होता. सत्ताधीशांचे चेहरे उदास होते, सत्ताहीनाचा चेहरा आनंदाने उजळला होता.

ते तुरुंगाधिकाऱ्यांना म्हणाले, ''आमच्या हातांमध्ये बेड्या घालू नयेत आणि आमचे चेहरे कन्टोपाने झाकू नयेत!'' भगतसिंगांनी खूप भावनाशीलतेने आपल्या कोठडीला प्रेमाने न्याहाळले– कदाचित बुद्धाने घर सोडताना निद्रा घेत असलेल्या यशोधरेला अशाच प्रेमाने न्याहाळले असेल!– आणि कोठडीच्या बाहेर आले.

सुखदेव आणि राजगुरूही आपल्या कोठड्यांतून बाहेर आले होते. तिघांनी एकमेकांना पाहिले आणि गळाभेट घेतली.

आता भगतसिंग मध्ये होते. सुखदेव डाव्या आणि राजगुरू उजव्या बाजूला. भगतसिंगांनी आपला उजवा हात राजगुरूच्या डाव्या हातात आणि डावा हात सुखदेवच्या उजव्या हातात घातला. क्षणभर तिघेही थांबले आणि भगतसिंगांनी गाणे सुरू केले :

'दिल से निकलेगी न मर कर भी वतन की उल्फत,
मेरी मिट्टी से भी खूशबू-ए-वतन आयेगी!'

तीन सूर एक झाले.

वार्डरने पुढे होऊन फाशीचा काळा दरवाजा उघडला. आता लाहोरचा उपअधीक्षक नियमानुसार उभा होता. तो तिघांनाही मोकळे पाहून चिंतेत पडला. पण महंमद अकबरने त्यांना आश्वस्त केले. तेव्हाच भगतसिंग आणि त्याची नजरानजर झाली. त्यांच्या डोळ्यांत आनंदाची शांती होती, ओठांवर मित्रत्वाचे हास्य आणि आवाजात एका राष्ट्रपुरुषासारखी गंभीरता! ते म्हणाले, ''मॅजिस्ट्रेट महोदय, आपण भाग्यशाली आहात. आज भारताचे क्रांतिकारक आपल्या सर्वोच्च आदर्शासाठी कशा प्रकारे प्रसन्नतापूर्वक मृत्यूला आलिंगन देऊ शकतात, हे पाहण्याची संधी आपल्या डोळ्यांना मिळाली आहे.''

भगतसिंगांच्या स्वर, शब्द आणि स्वरूप यातील खरेपणाने तो प्रभावित झाला, अवाक् झाला. आता भगतसिंग आणि त्यांचे साथी फाशीच्या तख्ताच्या शिड्या चढत होते. खरंच, त्या मंचाने आजवर न कंपणारे आणि न लटपटणारे आणि तारुण्याच्या लखलखाटाबरोबर आलेले पाय पाहिले नव्हते. तीन फास लटकत होते. तीनही वीर त्याच क्रमाने त्याखाली उभे राहिले– मध्ये भगतसिंग, डाव्या बाजूला सुखदेव, उजव्या बाजूला राजगुरू. तिघांनी एकाच वेळी गर्जना दिली, 'इन्कलाब झिंदाबाद, साम्राज्यवाद मुर्दाबाद!'

तिघांनीही आपापला फास पकडला आणि त्याचे चुंबन घेऊन आपल्याच हातांनी गळ्यात घातला. भगतसिंगांनी जवळ उभ्या असलेल्या जल्लादला म्हटले, ''कृपया आता हे फास आपण नीट करा!'' जल्लादाने अशी माणसे कधी ना पाहिली होती, ना असे शब्द कधी ऐकले होते. कापणाऱ्या हातांनी आणि डबडबत्या डोळ्यांनी त्याने फास ठीक केले. खाली येऊन चरखी फिरवली. फलाट पडला आणि तीनही वीर भारतमातेला अर्पित झाले.

(*युगद्रष्टा भगत सिंह और उनके मृत्युंजय पुरखे,* वीरेंद्र सिंधु, पृ. २४८-४९)

तीन क्रांतिज्योतींनी भारतीय स्वातंत्र्यसंग्रामाची ज्योत त्यागाच्या तेजाने अधिक तळपून टाकली.

कोंडलेला झंझावात मुक्त झाला होता. बालपणी भगतसिंगांनी बंदुकांचे शेत लावले होते, त्या शेताने बंदुका तर दिल्याच; पण त्याच शेताने आता क्रांतीसाठी वैचारिक बंदुकाही पुरवायला सुरुवात केली. तुरुंगाच्या कोठडी-कोठडीतून 'इन्कलाब झिंदाबाद'चे निनाद घुमले आणि देशाच्या कानाकोपऱ्यांत पोहोचले. या निनादांनी ब्रिटिश साम्राज्याचा पाया हादरला. खिळखिळा झाला.

भगतसिंगांचा दृष्टिकोन स्पष्ट होता. काँग्रेस नेतृत्वाप्रमाणेच कम्युनिस्ट नेतृत्वाकडूनही संघर्ष सुरू ठेवण्याची आणि काही परिणामकारक भूमिका निभावली जाण्याची अपेक्षा भगतसिंगांना नव्हती. म्हणून फाशीच्या आधी आपल्या अंतिम पत्रात त्यांनी म्हटले होते,

> 'इंग्रजांची मुळे हादरली आहेत. ते १५ वर्षांत निघून जातील. सामंजस्य होईल; पण त्याने काही लाभ होणार नाही. पुष्कळ वर्षे अफरातफरीत (अदलाबदलीत) जातील. त्यानंतर लोकांना माझी आठवण येईल.'

पुन्हा एकदा भगतसिंगांचे स्मरण करण्याची वेळ आली आहे. त्यांच्या विचारांच्या बंदुका उचलण्याची वेळ आता आली आहे.

सशस्त्र क्रांतिकारी आंदोलनाला वैचारिक बैठक देणारे भगतसिंग आजही युवकांच्या प्रेरणास्थानी आहेत. खऱ्या अर्थाने सार्वकालिक सर्वश्रेष्ठ क्रांतिकारक आहेत.

■■■

८.
सर्वश्रेष्ठ नेता आणि क्रांतिकारक

भारतीय स्वातंत्र्यलढ्यात गांधी, नेहरू आणि पटेल यांना अफाट लोकप्रियता लाभली होती. यातील गांधी हे सर्वात लोकप्रिय नेते होते. या साऱ्या लोकप्रिय नेत्यांना हेवा वाटावा अशी लोकप्रियता भगतसिंगांना लाभली. भगतसिंगांना फाशी झाली, तेव्हा त्यांनी त्यांच्या वयाची केवळ २३ वर्षे पूर्ण केली होती. सन २०१७ हे त्यांच्या जन्माचे ११०वे वर्ष आहे. आणि आजही ही लोकप्रियता कायम आहे. यातच त्यांचे सर्वश्रेष्ठ नेतृत्व आणि क्रांतिकारकत्व सिद्ध होते.

भगतसिंगांना फाशी झाली, हे त्यांच्या लोकप्रियतेचे कारण आहे का? तसा विचार केला तर कर्तारसिंग सराभा, सुखदेव, राजगुरू, चंद्रशेखर आझाद आदी असंख्य क्रांतिकारकांची बलिदाने कोणत्याही दृष्टीने भगतसिंग यांच्यापेक्षा कमी नव्हती. तरीही, भगतसिंगांच्या स्मृती जिवंत आहेत आणि बाकीच्यांची नावे औपचारिकता म्हणून त्यांच्याबरोबर घेतली जातात. भगतसिंगांना फाशी दिले गेले. ते मोठ्या धैर्याने फाशी गेले, हे त्यांच्या लोकप्रियतेचे कारण असते, तर भगतसिंगांच्या आधीही आणि बरोबरही अनेक क्रांतिकारक मोठ्या धैर्याने फाशी गेले आहेत.

कर्तारसिंग सराभा, ज्यांचा फोटो भगतसिंग आपल्या खिशात बाळगत, त्यांना तर त्यांच्या वयाच्या एकोणिसाव्या वर्षी फासावर लटकवण्यात आले होते. त्यांचेही स्मरण आज अनुषंगानेच केले जाते. खरे तर १७५७ची प्लासीची लढाई जिंकल्यापासून ब्रिटिशांनी बंड करणाऱ्या हजारो भारतीय क्रांतिकारकांना फासावर लटकवले आहे. फाशी जाणे हे जर

लोकप्रियतेचे कारण असते, तर यांतील अनेकांचे हुतात्मा दिन जनतेने पाळले असते. पण तसे दिसत नाही, कारण भगतसिंग फासावर गेले म्हणून ते श्रेष्ठ नाहीत. त्यांचे श्रेष्ठत्व जसे त्यांच्या व्यक्तिमत्त्वात आहे, तसेच त्यांच्या कार्यात आणि नेतृत्वात आहे, आणि तितकेच ते त्यांच्या अध्ययनात आणि लिखाणात, संघटन चातुर्यात आणि धाडसात आहे.

चंद्रशेखर आझाद भगतसिंगांच्या पक्षाचे सर्वोच्च नेते होते. त्यांच्या भगतसिंगांबाबतच्या भावना काय होत्या, ते भगतसिंगांचा आदर कसा करत होते, हे शिव वर्मांनी वर्णन केलेल्या या प्रसंगातून स्पष्ट होईल –

> 'झाशी केंद्रावर त्या दिवशी मोठी गर्दी होती. खासकरून दत्त आणि भगतसिंग यांच्याबाबत सर्व लोक दिल्लीला जाणण्यास अधिकात अधिक उत्सुक होते. दत्त आणि भगतसिंग यांचे चित्र पाहून सर्व साथींच्या डोळ्यांत पाणी आले, पण आझाद स्वत:वर ताबा ठेवून होते. त्यातच एक साथी काही कामाने खोलीबाहेर जाऊ लागला. तेव्हा त्याचा पाय समोर असलेल्या वर्तमानपत्रावर पडला, जे मी माझ्याबरोबर आणले होते. त्यात आमच्या दोन्ही साथींचे फोटो छापले होते. आम्ही चर्चेत मग्न होतो, पण आझादांनी चित्रावर पाय पडताना पाहिला. ते संतापले. पण त्वरित स्वत:वर नियंत्रण मिळवून त्या साथीचा हात धरून त्यांनी त्याला आपल्याजवळ बसवले. त्यांच्या डोळ्यांतून अश्रूधारा वाहत होत्या. ते म्हणाले, "हे लोक आता देशाची संपत्ती आहेत, शहीद आहेत, देश यांची पूजा करेल. आता त्यांचा दर्जा आपल्यापेक्षा पुष्कळ मोठा आहे. त्यांच्या चित्रावर पाय ठेवणे म्हणजे देशाच्या आत्म्याला लाथाडण्यासारखे आहे." बोलता-बोलता त्यांचा गळा दाटून आला.'
>
> (*संस्मृतियाँ : क्रांतिकारी शहीदों के रेखाचित्र*, शिव वर्मा, पृ. ५८)

सारा देश भगतसिंगांची पूजा करेल, हे भाकीत आझादांनी केले होते. 'सांप्रदायिक दंगे और उनका इलाज' आणि 'अछूत समस्या' यांसारखे त्यांचे लेख आजही मोठ्या प्रमाणावर उद्धृत केले जातात. ते आजही बहुचर्चित, बहुप्रकाशित आणि श्रेष्ठ (क्लासिक) लेख बनले आहेत. या लेखांच्या प्रकाशनांमुळे भारतातील दलित जनसमूहाने डॉ. आंबेडकरांनंतर जर कोणाला प्रिय मानले असेल तर ते भगतसिंगच आहेत. हे जाणणेही मोठे मनोवेधक होईल, की भगतसिंगांचा लेख 'मी नास्तिक का आहे?' याचा सर्वात आधी कॉम्रेड जी. जीवानंदन यांनी केलेला तमीळ अनुवाद पेरियार रामस्वामी नायकर यांनी आपल्या पत्रिकेत १९३४मध्ये छापला आणि त्याची पुस्तिकेच्या रूपाने तमीळ भाषेत ढीगभर संस्करणे प्रकाशित झाली आहेत. आजही ही पुस्तिका द्रविड कळघमद्वारा स्थापित प्रकाशनगृहातून निरंतर प्रकाशित होते. भगतसिंगांच्या हौतात्म्यावर पेरियार यांनीच आपल्या अंकात 'कुडई आरसु'मध्ये मार्च १९३१मध्ये संपादकीय लिहिले, 'आमच्या माहितीनुसार भगतसिंगांचे

सिद्धान्त समाजवादाचे आणि साम्यवादाचे प्रतिनिधित्व करत होते. तो सच्चा मनुष्य होता. आमचे असे दृढ मत आहे की, भारतासाठी केवळ भगतसिंगांचे सिद्धान्तच अनिवार्य आहेत.'

*डेली वर्कर*ने (न्यूयॉर्क)– 'लेबर सरकारने भारतीय विद्रोह्यांना फाशी दिली – ब्रिटिश साम्राज्यवादाने क्रांतिकारकांना खोट्या खटल्यात फसवले' –असे शीर्षक भगतसिंगांसंबंधी बातमीला दिले होते. पत्राने पुढे लिहिले होते, 'लेबर (मजूर पक्ष) सरकारच्या आदेशाने जाणीवपूर्वक रचलेल्या खटल्यात तीन भारतीय क्रांतिकारकांना फाशी दिल्याने भारतातील ब्रिटिश साम्राज्यवाद वाचवण्यासाठी मॅकडोनाल्ड शासन कोणत्या पातळीवर उतरते ते स्पष्ट दिसते. मॅकडोनाल्ड सरकार सोविएट युनियनच्या बाबतीत मेन्शेविकांवरच्या खटल्याबाबत नकाश्रू ढाळते. खरे तर त्यांनी सोविएट युनियनच्या कामगार आणि शेतकऱ्यांविरुद्ध कट रचला होता. तरीही त्यांच्याशी शानदार वर्तन करण्यात आले. ब्रिटिश साम्राज्यवाद जाणीवपूर्वक भारतीय क्रांतिकारकांवर क्रूर यातनांचा प्रयोग करते आहे.'

अशा प्रकारे भगतसिंगांच्या फाशीची दखल राष्ट्रीय आणि आंतरराष्ट्रीय पातळीवर घेण्यात आली होती (*उद्‌भावना,* भगतसिंग विशेषांक, डिसेंबर २००७, पृ. ४७). नेताजी सुभाषचंद्र बोस यांनी २० मार्च रोजी आयोजित केलेल्या सभेत म्हटले होते, 'भगतसिंग आज एक व्यक्ती नाहीत, तर एक प्रतीक आहेत. हे प्रतीक विद्रोहाचा आत्मा प्रतिध्वनित करते, ज्याने साऱ्या देशाला वश केले आहे.' (तत्रैव, पृ. ४७)

महात्मा गांधींनी *हिंदुस्तान टाइम्स*साठी वक्तव्य प्रसिद्ध करताना लिहिले आहे, 'भगतसिंग आणि त्यांचे साथी अमर शहीद झाले आहेत. त्यांच्या मृत्यूने आज लाखो लोक दु:खी आहेत. मी देशभक्तांच्या प्रेमाची प्रशंसा करतो. परंतु मी देशातील नवयुवकांना सांगतो की, त्यांनी त्यांच्या मार्गाचा अवलंब करू नये.' (तत्रैव, पृ. ४८) जवाहरलाल नेहरू, महम्मद अली जिना, या साऱ्या-साऱ्यांनी भगतसिंगांना श्रद्धांजली वाहताना त्यांचा उचित गौरव केला आहे.

भगतसिंगांना ब्रिटिशांनी रात्रीच्या अंधारात फाशी दिली. कारण ब्रिटिश साम्राज्यवाद भगतसिंग आणि त्यांच्या पक्षाला सर्वात मोठा धोका समजत होते; आणि होणाऱ्या जनक्षोभालाही घाबरत होते.

■■■

९.
वैचारिक बंदुकांचे शेत

'आपण जीवनात पैशाला सर्वात महत्त्वपूर्ण गोष्ट मानत असाल, आपण एका धर्माचे आहात म्हणून अन्य धर्मीयांचा द्वेष करत असाल, आणि आपण भारताचा भूतकाळ आणि वर्तमानकाळ टीकात्मक दृष्टिकोनातून पाहण्यास तयार नसाल तर मी तुमच्यासाठी नाही. आपण दुसरा कोणताही आदर्श शोधा. '

भगतसिंगांच्या वक्तव्यातून त्यांच्या विचारांची दिशा तर स्पष्ट होतेच, पण त्याचबरोबर अन्य क्रांतिकारक व्यक्ती आणि संघटना यांहून भिन्न असलेले त्यांचे विचारही स्पष्ट होतात. भारत देशाच्या स्वातंत्र्यासाठी आणि भारतीय सर्वसामान्य जनतेच्या मुक्तीसाठी भगतसिंगांनी जे विचार मांडले, त्या विचारांचे सार उपरोक्त चार ओळींमध्ये आहे.

१८५७चे स्वातंत्र्ययुद्ध असो वा वैयक्तिक वा सामूहिकपणे केलेले छोटेमोठे उठाव असोत, १९१३मध्ये अमेरिकेत गदर पार्टीची स्थापना होईपर्यंत क्रांतिकारकांच्या प्रेरणा धार्मिक होत्या. धर्मापासून प्रेरणा घेतलेले हे सारेच क्रांतिकारक अन्य धर्मीय लोकांचा द्वेष करत होते, असे नाही. परंतु धार्मिक प्रेरणांची परिणती अंतिमतः अन्य धर्मीयांना वेगळे पाहण्यातच होत होती. हिंदू-मुसलमान एकाच वेळी क्रांतिकारी संघटनेत कार्यरत असल्याची उदाहरणे असतानाही ब्रिटिशांना त्यांच्यात फूट पाडण्यात यश मिळाले, याचे कारण या धार्मिक प्रेरणांमध्ये सापडते.

गदर पार्टीने आपल्या वर्तमानपत्रांतून हिंदू-मुसलमानांनी आर्थिक बाबींवर अधिक लक्ष द्यावे, असे आवाहन याचसाठी केले होते. गदर पार्टीचा धर्मनिरपेक्षतेवर विश्वास

होता. १४ मे १९१४ रोजी गदर पार्टीच्या 'गदर' या पत्रिकेत प्रकाशित झालेल्या एका लेखात लाला हरदयाल लिहितात, 'प्रार्थनांचा काळ संपला, आता तलवार उपसायची वेळ आली आहे. आपल्याला पंडितांची आणि काझींची गरज नाही.'

१९१३मध्ये पोर्टलँडमध्ये भाषण करताना ते म्हणाले होते की, 'गदर पार्टीच्या क्रांतिकारकांना आगामी क्रांतीसाठी तयार राहायला हवे. त्यांना भारतात जाऊन आणि तेथून इंग्रजांना हाकलून देऊन, अमेरिकेसारखे धर्म, जात आणि रंग या भेदांपासून मुक्त, सर्व भारतीय समान आणि स्वतंत्र असतील, असे लोकशाही सरकार स्थापन केले पाहिजे.' (*गोदारण*, अंक ७, जानेवारी २००९, पृ. १५२)

अशा गदर पार्टीचे अगदी तरुण वयात हुतात्मा झालेले कर्तारसिंग सराभा भगतसिंगांचे आदर्श होते. भगतसिंगांचे वाचन अफाट होते आणि निरीक्षणशक्ती तीव्र होती. यातून त्यांच्या ध्यानात आले होते की, धर्म जोवर व्यक्तिगत पातळीवर असतो, तोवर त्याचा फारसा उपद्रव नसतो. पण हाच धर्म राजकारणात आणला जातो, धर्माच्या नावाने राजकारण केले जाते, तेव्हा ते धर्माचे राजकारण राष्ट्राच्या आणि समाजाच्या दृष्टीने एक घातक रसायन बनते आणि हळूहळू राष्ट्रालाच नष्ट करायला लागते.

कालपर्यंत एकत्र राहिलेले, बरोबर खेळलेले, सुखदुःखात सहभागी झालेले, एकमेकांच्या बाजूला अनेक पिढ्या गुण्यागोविंदाने राहणारे मित्र एकमेकांशी लढू लागतात. एक प्रकारचा कैफ निर्माण होतो आणि त्या कैफात आपला खरा शत्रू कोण, याचाच विसर पडून जातो. जीवनातील खऱ्या समस्या बाजूला राहतात. गरीब गरिबाशी लढतो आणि खरे शत्रू डाव साधतात, हे भगतसिंगांनी जाणले होते. म्हणूनच कुणी दुसऱ्या धर्माचा आहे, या कारणाने त्या व्यक्तीचा द्वेष करणे भगतसिंगांना घृणास्पद वाटत होते. म्हणूनच, त्यांचा संदेश धार्मिक ऐक्याचा होता. राजकारणापासून ते धर्माला बाजूला करू पाहत होते आणि तोच त्यांचा नवयुवकांना पहिला संदेश होता.

सांप्रदायिकतेचे मूळ ते आर्थिक स्थितीत पाहत होते. अगदी थोड्याशा पैशांसाठी विकले जाऊन कुणीही सांप्रदायिक तेढ निर्माण करणारे कृत्य करू शकतो, असे त्यांचे ठाम मत झाले होते. त्याचबरोबर साम्राज्यवादी आणि समाजातील शोषण करणाऱ्या शक्ती याच गोष्टीचा वापर आपली मक्तेदारी कायम ठेवण्यासाठी करतात, हेदेखील त्यांनी जनतेच्या ध्यानात आणून देण्याचा प्रयत्न आपल्या लेखांद्वारे केलेला आहे.

सांप्रदायिक दंगे भडकवण्याचे काम वर्तमानपत्रे करतात, हे भगतसिंग त्या वेळी सांगतात. उपरोक्त तीनही बाबी आजही तितक्याच खऱ्या आहेत आणि तशाच सुरू आहेत. भगतसिंगांपासून कोणता विचार सर्वप्रथम घ्यायचा असेल, तर तो धर्माला राजकारणापासून दूर ठेवणे हा आहे. नेमकी हीच गोष्ट महात्मा गांधींनी वेगळ्या शब्दांत मांडली आहे.

भगतसिंग कृतिशील क्रांतिकारक आहेतच, पण त्याचबरोबर ते विचारवंत क्रांतिकारक आहेत. त्यांच्या प्रत्येक कृतीमागे एक विचार आहे, योजना आहे. भगतसिंगांचे कार्य समजून घेताना त्यामागचा विचार समजून घेतला तर त्यांची महानता तर कळतेच, पण आजच्या परिस्थितीतही ते किती सुसंगत आहेत याची प्रचिती येते.

गदर पार्टीत दोन दोष होते. पहिला म्हणजे गदर पार्टीचे नेते अमेरिकेत राहत असल्याने त्यांना स्वाधीनतेचे आणि अभिव्यक्तीचे स्वातंत्र्य होते. तथापि, या गोष्टी भारतात नव्हत्या. तेथे गदर नेते अगदी उघडपणे आपल्या योजना, उद्देश-कार्यक्रम यांवर चर्चा करत असत आणि त्यावर लेखही लिहीत असत. त्यामुळे ब्रिटिश साम्राज्यवाद्यांना त्यांच्या कारवायांची संपूर्ण माहिती असायची आणि ते कोणत्याही परिस्थितीचा सामना करण्यास सिद्ध असत.

दुसरा मुख्य दोष म्हणजे एक साम्राज्यवादी शक्ती दुसऱ्या साम्राज्यवादी शक्तीपासून स्वातंत्र्य मिळवण्यात ईमानदारीने साहाय्य करणार नाही हा होता. यांच्या डोक्यात ही गोष्ट स्पष्ट नव्हती की, जर्मन असो वा ब्रिटन वा कुणी अन्य – सर्व साम्राज्यवादी शक्तींची प्रवृत्ती एकसारखी असते. पहिले जागतिक युद्ध सुरू झाले, तेव्हा गदर पार्टीने आणि अन्य क्रांतिकारकांनी घोषणा दिली की, 'ब्रिटनचे संकट आमची सुवर्णसंधी' आणि 'शत्रूचा शत्रू आपला मित्र असतो.' (तत्रैव, पृ. १५४)

या दोन्ही चुकांमुळे गदर पार्टीला आलेले अपयश पाहून भगतसिंगांनी या दोन्ही गोष्टी टाळल्या. क्रांतिकार्याला त्यांना भारतीय समाजाच्या मदतीची गरज होती आणि म्हणूनच त्यांनी त्यांचे सारे कार्यक्रम ही मदत मिळण्यासाठी भारतीयांमध्ये स्फूर्ती निर्माण करणारे असतील, याची खातरी बाळगली. सँडर्सची हत्या आणि विधानसभेत बाँब टाकण्याचा निर्णय कशा पद्धतीने घेतला, ते आपण पाहिले आहे.

भगतसिंगांच्या आणि अन्य क्रांतिकारकांच्या कार्यपद्धतीतील आणि विचारांतील अंतर, दक्षिण आशिया आणि जागतिक इतिहासाच्या अभ्यासक, स्कूल ऑफ ह्युमॅनिटिज ॲण्ड लँग्वेजेस, सिडनी, ऑस्ट्रेलियाच्या असोसिएट प्रोफेसर कामा मॅक्लिऑन यांनी आपल्या *अ रिव्हॉल्युशनरी हिस्ट्री ऑफ इंटरवॉर इंडिया* या ग्रंथात फार उत्तम प्रकारे मांडले आहे.

क्रांतिकारकांच्या कार्यपद्धतीला फेटाळताना ब्रिटिशांना, गांधीजी क्रांतिकारक अंगीकारत असलेल्या हिंसेशी सहमत नाहीत, या बाबीचा मोठा आधार मिळाला. क्रांतिकारक हे मनमानी करणारे आणि अतार्किक आहेत, असे सूचित करून, क्रांतिकारी परंपरा ही वेडा सूड आणि नपुंसक क्रोधावर आधारलेली आहे, असे गांधी म्हणत होते. एका विशिष्ट मर्यादित ते खरेही होते. 'हिंदुस्तान सोशलिस्ट रिव्हॉल्युशनरी आर्मी'

(एचएसआरए) या संघटनेने सँडर्सची हत्या ही लाला लजपत राय यांच्या मृत्यूचा बदला असल्याचे स्वत:च जाहीर केले होते.

तथापि, एचएसआरए एक शिस्तबद्ध संघटना होती. तारुण्यातील नवोन्मेष त्यात होतेच. शिवाय, ऐन वेळी योजनेत बदल केले जात असत. लक्ष्य ठरवताना ते ज्या रणनीतीचा वापर करत, ती आणि आजूबाजूच्या लोकांना इजा होऊ नये म्हणून त्यांनी केलेल्या सातत्यपूर्ण प्रयत्नांकडे पाहता, 'वेडा सूड' ही संज्ञा त्यांना न्याय देत नाही.

अगदी काटेकोरपणे योजना आखूनसुद्धा क्रांतिकारकांनी चुका केल्या आहेत, ही गोष्टही खरी आहे. संघटनेचे लक्ष्य असलेल्या पोलीस अधीक्षकाला ओळखून, लक्ष्य येत आहे, हे सांगण्यासाठी, लाहोरमध्ये १७ डिसेंबर १९२८ रोजी जय गोपाल या एचएसआरएच्या सदस्याची नेमणूक झाली होती. त्याला लक्ष्य योग्य प्रकारे ओळखता आले नाही. परिणामी, सँडर्स हा कनिष्ठ पोलीस अधिकारी मारला गेला. (क्रांतिकारकांनी यावर खेद व्यक्त केला. परंतु तरीही, त्यांचे उद्दिष्ट साध्य झाले, असा युक्तिवाद त्यांनी केला.) तथापि, एचएसआरएचे क्रांतिकारक कोणत्याही लक्ष्याला इजा पोहोचवण्यासाठी बाहेर पडत नव्हते. आणि योजनेत गडबड होत आहे हे लक्षात आले तेव्हा त्यांनी आपली कृती पूर्ण करण्याचे अनेकदा टाळले आहे.

१९२९मध्ये व्हाइसरॉय कार्यक्रमाला आले नाहीत, तेव्हा त्यांनी कारवाई रद्द केली. त्याचप्रमाणे, भगतसिंग विधानसभेत बाँब टाकण्यास गेले, तेव्हा भगतसिंगांना सर जॉन सायमन (सर्व सदस्य गोऱ्या असणाऱ्या संसदीय समितीचे प्रमुख) यांच्यावर गोळी घालण्याची संधी आहे, हे लक्षात येऊनही, त्यांनी ते टाळले आहे. ते समोरच्या प्रेक्षक-गॅलरीत सभापती विठ्ठलभाई पटेलांच्या भावाशेजारी बसले होते. 'जर नेम चुकला तर सायमनवर झाडलेली गोळी पटेल यांच्या भावाला ठार करेल' म्हणून मी सायमनवर गोळी झाडली नाही, असे भगतसिंगांनी नंतर पोलिसांना सांगितले. गुप्तचर विभागाचे (इंटेलिजन्स ब्युरोचे) संचालक डेव्हिड पेट्री यांनी याचे विश्लेषण, 'ज्यांना आम्ही एकतर्फी 'धोकादायक दहशतवादी' ठरवण्याचा चंग बांधला होता, त्यांची ही कोणत्याही स्थितीचा फायदा न घेण्याची वर्तणूक असाधारण म्हटली पाहिजे', असे केले आहे. सर्वच क्रांतिकारकांना 'धोकादायक' संबोधणे हे राजकीय हिंसा रोखण्याचे धोरण होते आणि मोठ्या प्रमाणात भारतीयीकरण होत असलेल्या पोलीसदलाचे मनोधैर्य राखण्यासाठीही ते महत्त्वाचे होते.

क्रांतिकारकांनी आपल्या विचारधारेशी बद्ध राहून कृती केल्या आणि बऱ्याच भागांमध्ये त्यांच्या कृती संघटनात्मक प्रक्रियेने नियमित केल्या होत्या. एचएसआरएच्या १९३०च्या कटात हरिकिशनने पंजाबचे गव्हर्नर सर गॉफ्रे डी मोंटेमोरन्सी यांच्यावर विद्यापीठाच्या पदवीदान समारंभात गोळी घातली. (पण ठार मारण्यात अपयश आले.)

त्याचे जखमी झालेले सावज जसे दरवाजाकडे धावले, किशनने तेथे उपस्थित एका महत्त्वाच्या व्यक्तीला, डॉ. राधाकृष्णन यांना पाहिले. त्याचा सावजावरचा नेम चुकला, कारण त्याला राधाकृष्णन यांच्या केसालाही धक्का लागता कामा नये, यासाठी काळजी घेण्याच्या सूचना होत्या, असे स्पष्टीकरण दिले (*अ रिव्हॉल्युशनरी हिस्ट्री ऑफ इंटरवॉर इंडिया,* कामा मॅक्लिअन, पृ. १२-१३).

भगतसिंग आणि साथी कुणालाही मारत सुटलेले दहशतवादी नव्हते. रक्त सांडणे हा त्यांचा आपद्‌धर्म होता. त्याचबरोबर त्यांची प्रत्येक कृती त्यांच्या संघटनेने बनवलेल्या नियमांनुसार होती. मॅक्लिअन पुढे लिहितात, सँडर्सच्या हत्येनंतर लाहोर शहरात चिकटवण्यात आलेल्या पत्रकांवर एचएसआरएच्या नियम १० बी आणि सी नुसार प्रतिशोधार्थ करण्यात आलेली ही राजकीय कृती असल्याचे म्हटले आहे आणि त्याची जबाबदारी या संघटनेने घेतली आहे. (ही पत्रके भगतसिंगांनी आपल्या हाताने लिहिली होती.) अन्य एका पत्रकात मानवी जीव घ्यावा लागला म्हणून दोन वेळा दुःख व्यक्त केले आहे आणि ते सँडर्सकडे एका क्रूर, अधम अशा संस्थेच्या प्रतिनिधीच्या रूपाने पाहतात आणि म्हणून त्याला मारले, असे त्या पत्रकात म्हटले आहे (तत्रैव, पृ. १३).

भगतसिंगांची संघटना नियमबद्ध होती. त्या संघटनेचे प्रमुख चंद्रशेखर आझाद होते. भगतसिंगांचा संघटना स्थापन करण्यात आणि नियमावली बनवण्यात महत्त्वपूर्ण भाग होता. म्हणूनच, कुणी पैसे देतो म्हणून वा ज्याने सांप्रदायिक तणाव वाढेल अशा कारवाया या संघटनेने कधीही केल्या नाहीत. कारण या संघटनेने ब्रिटिशांना शत्रू मानले होते, मुसलमानांना नाही. या संदर्भातील हे उदाहरण पाहाण्यासारखे आहे –

१९२९च्या अखेरीस, यशपाल यांना, महम्मद अली जिना यांना मारण्यासाठी सुचवण्यात आले, तेव्हा ते निराश झाले. कारण असे झाले असते, तर मोठा जातीय तणाव निर्माण झाला असता आणि त्यातून क्रांतिकारक हे रक्ताला तहानलेले भाडोत्री सैनिक आहेत, असा समज निर्माण झाला असता (तत्रैव, पृ. १३).

या ठिकाणी ही गोष्ट लक्षात घेतली पाहिजे की, १९२९ या काळात पाकिस्तानची मागणी पुढे आलेली नाही. पाकिस्तानची मागणी १९४०च्या मार्च महिन्यात मुस्लीम लीगच्या लाहोर अधिवेशनात पहिल्यांदा करण्यात आली आहे. मग जीनांना मारण्याची सुपारी देण्याचा प्रयत्न कोणी केला असावा? याचे उत्तर य. दि. फडके देतात –

> 'डिसेंबरच्या ऐन थंडीत बाबांना भेटण्यासाठी यशपाल अकोल्याला आले. तरुण माणसांशी मायेने वागण्याची बाबांची रीत, त्यांची साधी राहणी, मोकळेपणाने बोलणे याचा यशपाल यांच्यावर प्रभाव पडल्याशिवाय राहिला नाही. मोहम्मद अली जीना यांना मारण्याची कल्पना बाबांनी यशपालपुढे मांडली आणि त्यासाठी पन्नास हजार

रुपये देण्याची व्यवस्था केली जाईल, असे सांगितले. एक हातभर लांब गावठी पिस्तुलही बाबांनी देऊ केले. यशपाल यांनी ते घेतले नाही. तसेच बाबांची योजनाही त्यांना स्वीकारार्ह वाटली नाही. अखेर प्रवासात वाटेत खर्च करण्यासाठी म्हणून बाबांनी आपल्याजवळ असलेली एकच दहा रुपयांची नोट यशपाल यांना दिली. ती आशीर्वाद समजून त्यांनी घेतली. दिल्लीस परतल्यानंतर त्यांनी बाबांच्या भेटीची हकिकत भगवतीचरण व्होरा व चंद्रशेखर आझाद यांना सांगितली तेव्हा जीना यांचा खून करण्याची कल्पना ऐकून आझादही नाराज झाले, असे यशपाल यांनी म्हटले आहे. सावरकर बंधूंची १९०९ची पिढी आणि भगतसिंग, भगवतीचरण, यशपाल यांची १९२९ची पिढी या क्रांतिकारकांच्या दोन पिढ्यांच्या मूलभूत दृष्टिकोनात फरक होता. त्यामुळे असे अंतर पडणे स्वाभाविक होते. क्रांतीसाठी वापरायच्या साधनांबद्दल या दोन्ही पिढ्यांचे एकमत असले तरी इंग्रजी राजवट नष्ट करण्याच्या उद्दिष्टाचा अपवाद वगळला तर या दोन पिढ्यांची उद्दिष्टेही निराळी होती, हे विसरता येणार नाही.'

(*शोध सावरकरांचा,* य. दि. फडके, पृ. १४२)

अशी सुपाऱ्या देण्या-घेण्याची गलिच्छ कृत्ये भगतसिंगांच्या संघटनेने कधीही केलेली नाहीत. तसेच ते ब्रिटिश शासनाला शत्रू मानत होते, मुसलमानांना नव्हे आणि ते हिंदू-मुस्लीम ऐक्याचे, धर्मनिरपेक्षतेचे समर्थक होते.

जिवंत असलेल्या क्रांतिकारकांच्या घेतलेल्या मुलाखतींमधून क्रांतिकारकांनी ते वसाहतवादाच्या अन्यायामुळे क्रांतिकार्याला प्रवृत्त झाले होते, यावर भर दिला आहे. त्यातून त्यांना ब्रिटिश राज्य आणि एक ब्रिटिश व्यक्ती असा फरक करता आला. आपली आठवण सांगताना गजानंद पोतदार सांगतात, 'आपल्याला त्यांचे राज्य नको आहे, पण आपण त्यांचा द्वेष करता कामा नये,' असे चंद्रशेखर आझाद म्हणायचे आणि त्यांनी आम्हांला वैयक्तिक आकस करण्यापासून दूर राहण्यास सांगितले होते (*अ रिव्हॉल्युशनरी हिस्ट्री ऑफ इंटरवॉर इंडिया,* कामा मॅक्लिअन, पृ. १२-१३).

पोतदार पुढे असे सांगतात की, निवडक ब्रिटिशांना लक्ष्य केल्याने क्रांतिकारक सरकारला एक इशारा देत होते, ज्याने कदाचित भविष्यात जालियनवाला बाग आणि लालाजींवरचा लाठीहल्ला अशांसारख्या सरकारकडून होणाऱ्या अतिरेकी घटना टळू शकतील, असे चंद्रशेखर आझाद यांना वाटत होते (तत्रैव, पृ. १४).

अशाच प्रकारे भगतसिंगांचे बालपणापासूनचे मित्र जयदेव गुप्ता भगतसिंग तुरुंगामध्ये असतानाची आठवण सांगतात –

'भारताच्या या महान वीराला पाहण्यासाठी युरोपीय वा ब्रिटिश महिला आणि मुले येत असत. जणू स्वत:च्या कुटुंबातील सदस्य आले आहेत, अशा प्रकारे भगतसिंग त्यांना भेटत असत. ते ब्रिटिश वा युरोपीय आहेत म्हणून कोणताही दुर्भाव भगतसिंगांच्या मनात नव्हता. आणि जेव्हा कुणी ब्रिटिश अधिकारी साम्राज्यवादी ब्रिटिश शासनाचे प्रतिनिधी म्हणून त्यांना भेटायला येत, तेव्हा त्यांचा प्रतिसाद उदासीन आणि कडक असे. ते त्यांचे स्वागतही करत नसत. त्यांचा लढा साम्राज्यवादी आणि भांडवलशाही व्यवस्थेविरुद्ध होता. कुणा व्यक्तीविरुद्ध नव्हता, असा त्यांचा स्वभाव होता. तो जाणवण्याचा आणि अनुभवण्याचा विषय होता. तो वर्णन करता येणार नाही. त्यांना भेटायचे भाग्य तुम्हांला लाभले असते तर त्यांनी तुमचे स्वागत ज्या मनमोहक स्मिताने आणि आनंददायक पद्धतीने केले असते, ते तुम्ही कधीच विसरू शकला नसता.' (तत्रैव, पृ. १८)

क्रांतिकारक म्हणजे सतत कर्कशपणे बोलणारा, बंदुका-पिस्तुलातून बार काढणारा ही क्रांतिकारकांची प्रतिमा बदलण्याचे आव्हान त्यांच्यासमोर होते. क्रांतिकारक एका ध्येयाने प्रेरित झालेली, पण आपल्यासारखीच व्यक्ती असते, हे त्यांना सर्वसामान्यांच्या मनावर बिंबवायचे होते, तसेच क्रांतीला जनतेचा पाठिंबा मिळवायचा होता. दरोडे घालण्याचे काम त्यांना आवडत नव्हते, हे आपण पाहिले आहे. ज्यांच्यासाठी क्रांती करायची, त्यांना क्रांतिकारक आपल्यासाठी कार्य करतात, असे वाटले पाहिजे; आणि तसे वाटावे यासाठी भगतसिंग आपली प्रत्येक कृती करत असत.

जीवनात सर्वात जास्त महत्त्व पैशांना देऊ नका, केवळ दुसऱ्या धर्माचा आहे म्हणून द्वेष करू नका आणि जे साध्य साधायचे आहे, ते साध्य करताना ज्या जनतेसाठी ते करायचे आहे, त्या जनतेचा विश्वास संपादन करून आणि त्या जनतेचा मूक वा सक्रिय पाठिंबा मिळवून ते साध्य करा, हा भगतसिंगांचा पहिला मूलभूत विचार आहे. पाप्याचा नव्हे, पापाचा द्वेष करा, हा गांधींचा सिद्धान्त त्यांना केवळ मान्यच नाही, तर त्यांनी तो आचरणातही आणला आहे.

आज प्रतिक्रियावादी, रूढीवादी आणि जातीयवादी लोक भगतसिंग आणि त्यांच्या साथींच्या नावाचा आपल्या राजकारणासाठी आणि विचारसरणीच्या पुष्टीसाठी वापरण्याचा प्रयत्न करत आहेत. स्वत:ला नास्तिक घोषित करताना भगतसिंगांनी आधीच्या क्रांतिकारकांच्या पद्धती आणि दृष्टिकोनाबाबत संपूर्ण आदर प्रकट केला आहे. ते असा संकेत करतात की, आपण करत असलेल्या राजकीय कार्याची वैज्ञानिक जाणीव नसल्याने त्या क्रांतिकारकांना आपल्या आध्यात्मिकतेचे रक्षण करणे, वैयक्तिक प्रलोभनांपासून

दूर राहण्यासाठी संघर्ष करणे, भौतिक सुख, परिवार तसेच जीवनातील तथ्यांचा त्याग करण्यास सामर्थ्य प्राप्त करण्यासाठी त्यांना विवेकशून्य विश्वास आवश्यक होता.

शिवाय, एक व्यक्ती सतत आपले जीवन धोक्यात टाकण्यास आणि अन्य सारी बलिदाने करण्यास तत्पर होते, तेव्हा तिला एका प्रेरणेच्या गहिऱ्या स्रोताची आवश्यकता असते. सुरुवातीच्या क्रांतिकारकांची ही अनिवार्य आवश्यकता रहस्यवादाने आणि धर्माने पूर्ण होत होती. परंतु जे आपल्या कामाचे वास्तव स्वरूप समजत होते, जे क्रांतिकारी विचारसरणीच्या दिशेने पुढे गेले होते, जे कृत्रिम आध्यात्मिकतेचा आधार घेतल्याशिवाय अन्यायाविरुद्ध संघर्ष करू शकत होते, जे स्वर्गाची आणि मोक्षाची प्रलोभने आणि आश्वासने यांशिवाय फाशीच्या तख्तावर चढू शकत होते, जे दलितांच्या मुक्तीसाठी आणि स्वातंत्र्यासाठी लढत होते, कारण लढण्याशिवाय काही अन्य मार्गच नव्हता, त्यांना अशा विश्वासाची आवश्यकता नव्हती.

असेंब्लीत बाँबकांडाच्या खटल्याच्या अपिलाच्या वेळी लाहोर न्यायालयात साक्ष देताना विचारांच्या महत्तेवर भर देताना भगतसिंग म्हणाले होते, 'क्रांतीच्या तलवारींना विचारांच्या सहाणेवर धार लावली जाते.' त्या आधारे त्यांनी हे सूत्र सांगितले की, 'आलोचना आणि स्वतंत्र विचार हे दोन गुण कुणाही क्रांतिकारकासाठी अपरिहार्य आहेत. जो मनुष्य प्रगतीसाठी संघर्ष करतो, त्याला पुराण्या श्रद्धांच्या प्रत्येक गोष्टीची आलोचना करावी लागेल, त्यावर अविश्वास दाखवावा लागेल आणि तिला आव्हान द्यावे लागेल. प्रचलित श्रद्धांच्या प्रत्येक कोपऱ्यात पाहून त्यांना विवेकपूर्वक चिकित्सेने जाणावे लागेल.' त्यांनी दृढतापूर्वक असे म्हटले होते की, '.... विश्वास आणि अंधविश्वास धोकादायक असतो, त्याने मेंदू कुंठित होतो आणि मनुष्य प्रतिक्रियावादी बनतो.'

भगतसिंग म्हणायचे की, 'ईश्वरामुळे कमजोर माणसाला जबरदस्त आश्वासन, आसरा मिळतो आणि विश्वास त्याच्या अडचणीला सोपीच नाही, तर सुखकरही बनवतो.' ते हेदेखील जाणत होते की, 'वादळ-वाऱ्याच्या तुफानात आपल्या पायांवर उभे राहणे म्हणजे पोरखेळ नाही.' परंतु ते आसऱ्याच्या साऱ्याच बनावट अंगांच्या विचारांचा दृढतापूर्वक अस्वीकार करतात. 'माझ्या नियतीशी सामना करायला मला कोणत्याही नशेची जरूरी नाही', असे ते म्हणत.

त्यांनी ग्वाही दिली होती की, 'जो मनुष्य आपल्या पायांवर उभे राहण्याचा प्रयत्न करतो आणि यथार्थवादी होतो, त्याला धार्मिक विश्वास एका बाजूला ठेवून, ज्या-ज्या दुःखात आणि अडचणींत परिस्थितीने त्याला टाकले आहे, त्यांचा एका मर्दासारखा बहादुरीने सामना करायला लागेल.' (*क्रांतिकारी आंदोलनाचा वैचारिक विकास*, शिव वर्मा, *गोदारण*, अंक ७, जानेवारी २००९, पृ. १६७-६८)

'मी नास्तिक का आहे?' हा लेख भगतसिंगांनी तुरुंगात ते फाशीच्या प्रतीक्षेत असताना लिहिला असला तरी, त्यांच्या नास्तिक बनण्याच्या प्रक्रियेची सुरुवात १९२६पासून झाली होती. २९ जुलै १९२७ रोजी त्यांना पहिली अटक झाली होती. या लेखात त्या काळाचा उल्लेख आहे. भगतसिंग लिहितात –

> 'त्यांनी म्हटले की, जर मी क्रांतिकारी पक्षाच्या कारवायांवर प्रकाश टाकणारे एक वक्तव्य दिले तर मला अटक करण्यात येणार नाही आणि बक्षीस दिले जाईल. मी या प्रस्तावावर हसलो. आमच्यासारखा विचार करणारे लोक निर्दोष जनतेवर बाँब फेकत नाहीत. एके दिवशी सकाळी गुन्हे अन्वेषण विभागाचे (सीआयडीचे) वरिष्ठ अधीक्षक न्यूमन माझ्याकडे आले. इकडच्या-तिकडच्या बऱ्याच गप्पा मारल्यानंतर त्यांनी मला, माझ्या समजुतीप्रमाणे, अत्यंत दु:खद बातमी दिली की, त्यांनी मागितल्याप्रमाणे मी वक्तव्य दिले नाही, तर माझ्यावर काकोरी खटल्याशी संबंधित विद्रोह पुकारण्याच्या षड्यंत्रात तसेच दसरा बाँब हत्याकांडातील क्रूर हत्यांसाठी खटला चालवणे त्यांना भाग पडेल. त्यांच्याकडे मला फासावर लटकवण्याइतका पुरावा आहे, असेही त्यांनी मला सांगितले.
>
> मी निर्दोष असलो, तरी पोलिसांना वाटल्यास ते तसे करू शकतात, हा मला विश्वास होता. त्या दिवसापासून काही पोलीस अधिकाऱ्यांनी मला नियमितपणे दोन वेळा ईश्वराची प्रार्थना करावी, असे सांगण्यास सुरुवात केली. पण आता मी नास्तिक होतो. मी स्वत:साठी ही गोष्ट ठरवू इच्छित होतो की, मी शांती आणि आनंदाच्या दिवसांतच नास्तिक असण्याचा दंभ करू शकतो वा अशा कठीण वेळीही मी माझ्या सिद्धान्तांवर ठाम राहतो. पुष्कळ विचार केल्यावर मी निश्चय केला की, कोणत्याही प्रकारे मी ईश्वरावर विश्वास ठेवू शकत नाही वा प्रार्थना करू शकत नाही. न क्षणभरही मी गुरुवाणी म्हटली. तीच खरी परीक्षा होती आणि त्यात मी सफल झालो. एक क्षणभरही अन्य गोष्टींच्या किमतीवर माझी मान वाचवायचा मोह मला झाला नाही. आता मी पक्का नास्तिक होतो आणि तेव्हापासून सतत राहिलो आहे.'
>
> (*भगत सिंह से दोस्ती*, संपादक : विकास नारायण राय, पृ. १६०)

जाणून, पारखून, विचारपूर्वक एकदा एखादा सिद्धान्त स्वीकारला की कितीही संकटे आली तरी त्या सिद्धान्ताला धरून राहिले पाहिजे, हा विचार भगतसिंग आपल्या कृतीतून देतात. ज्या वेळी घटना घडली, त्या वेळी त्यांचे वय १९ वर्षांचे होते. आज या वयाचे तरुण मंदिरांसमोर, सार्वजनिक गणपतींसमोर रांगा लावताना पाहतो, तेव्हा तर भगतसिंगांचा हा विचार प्रकर्षाने आठवतो. तरुणांनी तो आचरणात आणला पाहिजे.

याच लेखात भगतसिंग पुढे लिहितात,

'मी विचारतो की, तुमचा ईश्वर प्रत्येक व्यक्तीला तो काही पाप वा अपराध करत असतो, तेव्हाच का रोखत नाही? हे तर तो फारच सहजतेने करू शकतो. त्याने लढाईखोर राजांना वा त्यांच्यामधील लढण्याच्या उन्मादाला का संपवले नाही, आणि त्याद्वारे विश्वयुद्धाने मानवतेवर आलेल्या विपत्तींपासून का वाचवले नाही? त्याने इंग्रजांच्या मनात भारताला स्वातंत्र्य देण्याची भावना का निर्माण केली नाही? भांडवलदारांच्या हृदयात तो, त्यांनी उत्पादनांच्या साधनांवर व्यक्तिगत संपत्तीचा आपला हक्क त्यागावा आणि या प्रकारे न केवळ श्रमिक समूहाला तर साऱ्या मानव समाजाला भांडवलशाहीच्या बेड्यांतून मुक्त करण्यासाठीचा परोपकारी उत्साह का भरत नाही? आपण समाजवादाच्या व्यावहारिकतेवर तर्क करू इच्छिता, मी याला आपल्या सर्वशक्तिमान परमेश्वरावर सोडून देतो की, त्याने तो लागू करावा. जोपर्यंत जनसामान्यांच्या भल्याची गोष्ट आहे, लोक समाजवादाच्या गुणांना मानतात, पण तो व्यावहारिक नाही असा बहाणा बनवून ते त्याचा विरोध करतात.

चला, तुमचा परमात्मा येऊ दे आणि त्याला प्रत्येक गोष्ट योग्य पद्धतीने करू दे. आता इकडून-तिकडे फिरून तर्क देण्याचा प्रयास करू नका, त्या सर्व निरर्थक गोष्टी आहेत. मी तुम्हांला सांगतो की, इंग्रजांचे राज्य येथे ईश्वराची तशी इच्छा आहे म्हणून नाही; तर त्यांच्याकडे ताकद आहे आणि आपल्याकडे त्यांचा विरोध करण्याची हिंमत नाही म्हणून आहे.

त्यांनी आपल्याला त्यांच्या प्रभुत्वाखाली ठेवले आहे ते ईश्वराच्या साहाय्याने ठेवलेले नाही; तर बंदुका, बाँब, रायफली आणि गोळ्या, पोलीस आणि सैन्य यांच्या साहाय्याने ठेवले आहे. ते समाजाच्या विरोधातील, एका राष्ट्राचे दुसऱ्या राष्ट्राद्वारे अत्याचारपूर्ण शोषण करण्याचा सर्वात निंदनीय अपराध सफलतापूर्वक करतात, ही आमची उदासीनता आहे. कुठे आहे ईश्वर? तो काय करतोय? तो मानवजातीच्या या दुःखांची मजा घेतोय? तो नीरो आहे, चंगेज आहे. तर त्यांचा नाश होवो!'

या आणि अशा लेखनांतून भगतसिंग तरुणांना विचार कसा करावा ते शिकवतात. त्यांनी तरुणांना अध्ययन करा, अभ्यास वर्ग चालवा, आपल्या विचारांना बळकटी आणण्यासाठी आणि विरोधकांच्या प्रश्नांना समर्पक जबाब देण्यासाठी अध्ययनाने आपली बुद्धी तीक्ष्ण करण्यास सांगितले आहे.

१९२९मध्ये लाहोरमध्ये पंजाबातील विद्यार्थ्यांची दुसरी परिषद भरली. सुभाषचंद्र बोस त्या परिषदेचे अध्यक्ष होते. या परिषदेच्या प्रतिनिधी मंडळाला बटुकेश्वर दत्त आणि भगतसिंग यांनी एक संदेश पाठवला होता. या संदेशातून तरुणांनी नेमके काय करावे, याचे मार्गदर्शन भगतसिंगांनी केले आहे.

'कॉम्रेड्स,

पिस्तुले व बाँब्स हाती घ्या, असे आज आम्ही युवकांना सांगू शकत नाही. आज विद्यार्थ्यांना फार महत्त्वाच्या कामाला सामोरे जावे लागणार आहे. लाहोरमध्ये होणाऱ्या काँग्रेसच्या आगामी बैठकीत देशाच्या स्वातंत्र्यासाठी फार मोठा संघर्ष करण्याची घोषणा केली जाणार आहे. देशाच्या इतिहासातील या कठीण काळात युवकांना आपल्या खांद्यांवर मोठी जबाबदारी घ्यावी लागणार आहे. स्वातंत्र्याच्या लढ्यात आघाडीवर राहून विद्यार्थ्यांनी मृत्यूशी झुंज दिली आहे, हे खरे आहे. या कसोटीच्या वेळी तोच करारी बाणा आणि आत्मविश्वास दाखवायला ते डगमगणार आहेत काय? देशाच्या दूर कोपऱ्यापर्यंत युवकांना हा क्रांतिकारी संदेश पोहोचला पाहिजे. औद्योगिक क्षेत्रातील झोपडपट्ट्यांत आणि खेड्यांतील मोडक्या-तोडक्या झोपड्यांत राहणाऱ्या कोट्यवधी लोकांना त्यांना जागृत करावे लागणार आहे. त्यामुळे आपण स्वतंत्र होऊ आणि माणसाचे माणसाकडून होणारे शोषण ही अशक्य कोटीतील बाब बनेल. नाहीतरी राजकीयदृष्ट्या पंजाब पिछाडीवर आहे, असे समजले जाते. राजकीय जागृती करण्याची जबाबदारी युवकांची आहे. हुतात्मा जतींद्रनाथ दास यांच्याकडून प्रेरणा घेऊन आणि देशाबद्दल अपार आदरभाव बाळगून त्या स्वातंत्र्यलढ्यात आपणही अढळ निर्धाराने लढू शकतो, हे युवकांना दाखवून द्यायलाच हवे.' (तत्रैव, पृ. ३६)

पिस्तुले आणि बाँब हाती घ्या, असे आज आम्ही युवकांना सांगू शकत नाही, असे म्हणून भगतसिंग आज विद्यार्थ्यांना महत्त्वाच्या कामाला सामोरे जावे लागणार आहे, असे म्हणतात आणि खेड्यापाड्यांतील झुग्गी-झोपड्यांतील आणि शहरातील झोपडपट्ट्यांतील करोडो गरीब लोकांपर्यंत संदेश पोहोचवण्याचे कार्य करण्याचा संदेश देतात. याचा अर्थ बाँब आणि पिस्तुलांइतकेच; किंबहुना अधिकच महत्त्व ते लोकजागृतीला देत होते. आणि केवळ स्वातंत्र्य मिळवून शोषण थांबणार नाही, तर लोकजागृतीनेच शोषण थांबेल हे त्यांचे प्रतिपादन आहे.

स्वातंत्र्य मिळवून ७० वर्षे उलटल्यानंतरही आज शोषण थांबलेले नाही. कारण जनता जागृत नाही. ही जागृती करण्याचे कार्य युवकांचे आहे, हे भगतसिंग सांगतात. विधानसभेत बाँब टाकल्यावर फेकलेल्या पत्रकांतही भगतसिंगांनी लोकप्रतिनिधींना आपल्या मतदारसंघात परत जाऊन, लोकांना क्रांतीसाठी तयार करण्यास सांगितले आहे. भगतसिंग केवळ बंदुकांनी आणि बाँबनी क्रांती होते,असे मानत नव्हते; तर लोकजागृतीने आणि त्यांच्या सक्रिय आणि मूक सहभागाने क्रांती होईल आणि हीच क्रांती शोषणमुक्त समाज निर्माण करेल, हा त्यांचा विश्वास होता. ही दृष्टी आजही ज्यांना व्यवस्था परिवर्तन

करायचे आहे, त्यांनी लक्षात ठेवायला हवी. लोकसहभागाशिवाय कोणतीही क्रांती अपूर्ण राहते.

फाशी जाण्याच्या थोडे आधी म्हणजे, फेब्रुवारी १९३१मध्ये भगतसिंगांनी तरुण राजकीय कार्यकर्त्यांना उद्देशून एक दस्तऐवज लिहिला होता. राजकीय सद्य:स्थितीचा ऊहापोह करून तरुण कार्यकर्त्यांना मार्गदर्शन करताना ते लिहितात –

> कोणत्याही क्रांतिकारी पक्षाला निश्चित कार्यक्रम असणे आवश्यक आहे, हे तुम्हांला अगोदरच सांगितले आहे. कारण ठराव म्हटला की कृती आलीच, हे तुम्हांला ठाऊक असायलाच हवे. अचानक व असंघटित किंवा उत्स्फूर्त बदल किंवा बंद पाडण्याच्या नेमका उलट, संघटित आणि पद्धतशीर प्रयत्नाने जाणीवपूर्वक बदल घडवणे, असा त्याचा अर्थ आहे. कार्यक्रमाची मांडणी करायची असेल तर पुढील गोष्टींचा अभ्यास करायला हवा –
>
> १. ध्येय
> २. आपण कुठून सुरुवात करणार आहोत, याबाबतच्या गृहीत गोष्टी म्हणजे अस्तित्वात असलेली परिस्थिती
> ३. कृतीचा मार्ग म्हणजे साधने व पद्धती
>
> एखाद्याला या तीन घटकांची कल्पना नसेल, तर त्याला कार्यक्रमाविषयी कोणतीही चर्चा करता येणार नाही (तत्रैव, पृ. ४३).

राजकीय क्षेत्रात कार्यरत असणाऱ्यांनी भगतसिंगांचा आणखीही एक गुण आचरणात आणायला हवा. तो म्हणजे, एखादी व्यक्ती वेगळ्या विचारांची वा वेगळ्या पक्षात असल्याने तिच्याशी मतभेद असणे हे नैसर्गिक आहे. मतभेदांचे रूपांतर भांडणातही होणे स्वाभाविक होय. पण जेव्हा जनतेच्या वा राष्ट्रीय हिताच्या प्रश्नावर त्या व्यक्तीचे व आपले एकमत होते, तेव्हा त्या व्यक्तीबरोबर सहकार्याने वागायलाच हवे, तिचे सहकार्य मागायला हवे आणि आपले द्यायलाच हवे.

लाला लजपत राय, भाई परमानंद आणि मदन मोहन मालवीय यांनी जेव्हा ''इंडिपेंडंट काँग्रेस' नावाचा नवा पक्ष काढला, जातीयवादी राजकारण सुरू केले, तेव्हा भगतसिंगांनी त्यांच्याशी कडवी झुंज दिली; विरोध केला; जहरी टीका केली. लाला लजपत रायांनीही भगतसिंगांवर टीका केली. ते त्यांना जाहीरपणे रशियाचे दलाल म्हणाले. पण सायमन कमिशनच्या बहिष्काराचा सर्वपक्षीय निर्णय झाला, तेव्हा लालाजींना भगतसिंगांच्या नौजवान भारत सभेने त्याचे नेतृत्व करण्यास सांगितले, त्यांच्या डोक्यावर छत्री धरली.

पोलिसांच्या लाठ्यांपासून त्यांचा बचाव करायचा आटोकाट प्रयत्न केला आणि लाठीमाराने लालाजींचा मृत्यू झाल्यावर, तो देशाचा अपमान समजून त्या अपमानाचा बदला घेतला.

भगतसिंगांनी धर्मनिरपेक्षतेचा केलेला पुरस्कार आपण पाहिला आहे. परंतु भगतसिंगांचे धर्मनिरपेक्षतेबाबतचे विचार पुढे धर्म नाकारण्याकडे गेले आहेत. 'धर्म व्यक्तिगत श्रद्धेचा विषय असेल, सामूहिक नाही' असे ते म्हणत. 'ईश्वर ही मानवी मनाने बनवलेली खोटी गोष्ट आहे. लोकांच्या बुद्धीला गुलाम बनवण्यासाठी त्याला घडवले आहे. ईश्वर माणसाचा सर्वात मोठा शत्रू आहे. नंतर जातीय दंगलींनी धर्म आणि ईश्वर याबाबतचा त्यांचा पवित्रा आणखी कडक केला. 'आपण मनुष्य आणि मनुष्यामध्ये असलेला ईश्वर काढून टाकला तर माणसामाणसांतील भिंत बाजूला होईल', असे ते म्हणत असत (*युगद्रष्टा भगत सिंह और उनके मृत्युंजय पुरखे*, वीरेंद्र सिंधु, पृ. २८१).

परिवर्तनवादी चळवळीतील कार्यकर्त्यांनी या दृष्टीने विचार करायला हवा. जोवर धर्म राहतील तोवर धार्मिक कलह आणि हिंसा राहील. धर्माच्या नावे वेडाचार आणि शोषणही कायम असेल. सर्वधर्मसमभाव आणि धर्मनिरपेक्षता अशा शब्दांनी आजवर आपण स्वतःला फसवत आलो आहोत. १०० वर्षे या शब्दांचा जप करूनही हाती काय लागले आहे, हे आपण पाहिले आहे. म्हणूनच ज्यांना जातीय दंगली रोखायच्या असतील, त्या कार्यकर्त्यांनी केवळ सर्वधर्मसमभावी असून चालणार नाही, तर धर्म नाकारायची हिंमत दाखवावी लागेल आणि धर्माचे सामूहिक स्वरूप तर बंदच करावे लागेल. हा क्रांतिकारी विचार भगतसिंगांनी युवकांसाठी दिला आहे. धर्महीनतेचा पुरस्कार केला आहे.

स्वातंत्र्यानंतरच्या समाजव्यवस्थेचे रूप भगतसिंगांच्या मनात स्पष्ट होते. याचा स्पष्ट प्रत्यय असेंब्लीत बाँब खटल्यात सत्र न्यायालयात त्यांनी केलेल्या वक्तव्यात येतो. ६ जून १९२९ रोजी दिलेल्या जबाबात ते म्हणतात,

> क्रांतीत रक्तपाती संघर्ष आवश्यक नसतो किंवा त्यात व्यक्तिगत शत्रुत्वाला जराही जागा नसते. क्रांती म्हणजे काही बाँब आणि पिस्तुले यांचा संप्रदाय नाही. उघडपणे दिसणाऱ्या अन्यायावर आधारलेली सध्याची व्यवस्था बदलली पाहिजे, हा आम्हांला अभिप्रेत असलेल्या क्रांतीचा अर्थ आहे. उत्पादक आणि श्रमिक हे समाजाचे अत्यंत आवश्यक घटक असूनही शोषक त्यांच्या श्रमाला लुटतात आणि त्यांना त्यांच्या प्राथमिक हक्कांपासूनही वंचित करतात. सर्वांसाठी धान्य उगवणारा शेतकरी हा आपल्या कुटुंबासह उपाशी राहतो; जागतिक बाजारपेठेला वस्त्रांचा पुरवठा करणाऱ्या विणकराला आपले स्वतःचे व त्याच्या मुलाबाळांचे अंग झाकण्याएवढे वस्त्रदेखील नसते. भव्य महाल उभारणारे गवंडी, लोहार व सुतार हे वाळीत टाकलेल्या माणसासारखे झोपडपट्ट्यांत राहतात. समाजाची बांडगुळे असलेले भांडवलदार व

शोषक मन मानेल तसे कोट्यवधी रुपये उधळत असतात. ही भयानक विषमता आणि संधी मिळण्यात जबरदस्तीने लादलेली असमानता या एक दिवस अंदाधुंदी निर्माण करणार आहेत. सध्या असलेली व्यवस्था फार काळ टिकणार नाही आणि सध्या मौजमजा करणारी ही व्यवस्था ज्वालामुखीच्या काठावर उभी आहे, हे अर्थातच उघड आहे.

संस्कृतीचा हा संपूर्ण डोलारा वेळेवर वाचवता आला नाही, तर तो कोसळून पडेल म्हणून आमूलाग्र बदलाची गरज आहे आणि समाजवादी पायावर समाजाची उभारणी करायची हे ज्यांनी ओळखले आहे, त्या सर्वांचे तसे करणे कर्तव्य आहे. असे केल्याशिवाय आणि माणसाचे माणसाकडून आणि राष्ट्रांचे राष्ट्रांकडून केल्या जाणाऱ्या शोषणाचा अंत केल्याशिवाय आज ज्या यातनांनी व रक्तपातांनी मानवजातीला धमकावले आहे, त्यांना प्रतिबंध केला जाऊ शकत नाही. युद्धाचा शेवट करण्याची आणि जागतिक शांततेचे युग सुरू करण्याची सर्व वक्तव्ये हा उघड-उघड दांभिकपणा आहे.

वर उल्लेखिलेल्या अडथळ्यांना न जुमानणाऱ्या आणि ज्यात सर्वहाराच्या सार्वभौमत्वाची हमी आहे, तसेच जागतिक महासंघाने (वर्ल्ड फेडरेशन) भांडवलशाहीच्या जोखडातून व साम्राज्यवादी युद्धांनी निर्माण केलेल्या कंगालपणातून मानवजातीला मुक्ती मिळाली आहे अशा समाजव्यवस्थेची अंतिम स्थापना हा आम्हांला अभिप्रेत असलेल्या क्रांतीचा अर्थ आहे.

(*शहीद भगतसिंग निवडक भाषणे व लेखन,* संपादक : डी. एन. गुप्ता,
अनुवाद : रमेशचंद्र पाटकर, पृ. २३-२४)

भगतसिंग पुढे लिहितात –

हे आदर्श व दृढविश्वास यासाठी भोगाव्या लागणाऱ्या कोणत्याही यातनांचे आम्ही स्वागत करू. त्यासाठी आम्हांला शिक्षा केली जाईल. या क्रांतीच्या वेदीवर धूपगंध म्हणून आमच्या युवकांना आम्ही आणले आहे; कारण एवढ्या भव्यदिव्य प्रयोजनासाठी कोणताही त्याग मोठा असत नाही. आम्ही तृप्त आहोत; क्रांतीच्या आगमनाची प्रतीक्षा करत आहोत. इन्कलाब झिंदाबाद! (तत्रैव, पृ. २४)

काकोरी षडयंत्र खटल्यात झालेल्या फाशीच्या प्रतिक्रियेच्या रूपाने फक्त काही काळासाठी भगतसिंग दहशतवादी होते. हा काळ लक्षात घेतला नाही, तर भगतसिंग कधीही दहशतवादी नव्हते. अगदी सर्वार्थाने जनतेसाठी, जनतेद्वारे चालवलेल्या जनकार्यावर त्यांचा विश्वास होता. काँग्रेस पक्ष हा जमीनदार, भांडवलदार आणि धनाढ्य वकील यांनी मिळून बनलेला

पक्ष होता. त्यामुळे सर्वसामान्य जनतेला संपूर्ण आर्थिक स्वातंत्र्य मिळण्यासाठीचे कार्य काँग्रेस कधीही सुरू करणार नाही, असा त्यांचा विश्वास होता.

'गांधी दयाळू-जनकल्याणकारी आहेत. परंतु आज जनकल्याणकारित्वाची आवश्यकता नाही, आवश्यकता प्रगतिशील वैज्ञानिक शक्तीची आहे', असे ते म्हणत असत. निःस्वार्थीपणे कार्य करणाऱ्या युवकांच्या अशा पक्षाची आवश्यकता ते प्रतिपादित होते, जो पक्ष क्रांतीसाठी संघटित होऊन कार्य करेल.

भगतसिंग डाव्या विचारांचे क्रांतिकारी स्वातंत्र्यसेनानी होतेच; पण त्याचबरोबर एक तत्त्वज्ञानी आणि संपन्न विचारवंत होते. आणि डावे विचारवंत असूनही ते भारतीयत्वापासून दूर गेले नाहीत, ही त्यांची विशेषता होती. त्यांना भारत व्यवस्थित समजला होता आणि ते भारताला बदलण्याचे, भारताला खऱ्या अर्थाने लोकसत्ताक बनवण्याचा प्रयत्न करत होते. भगतसिंगांनी क्रांतिकारक संघटनेत चर्चेने, मतदानाने निर्णय घेण्याला केलेली सुरुवात, सामूहिक नेतृत्व हे त्यांच्या लोकशाही प्रेमाची साक्ष देतात. आणि त्यांचे हे लोकशाहीवरील प्रेम जगभरातील क्रांत्यांच्या अभ्यासांती निर्माण झाले आहे.

भगतसिंग मार्क्सवादी विचारसरणी मानत होते; परंतु मार्क्सवादाची ओळख एक राष्ट्रवादी विचारसरणी म्हणून त्यांनी मान्य केली नाही. 'जगातील साऱ्या कामगारांनी एक व्हा,' अशी घोषणा मार्क्सने दिली होती. मार्क्सवादाने शोषक वर्गाचे एक मुख्य साधन म्हणून राष्ट्रवादी विचारसरणीवर कडक टीका केली आहे. देशाबद्दलचे जाज्वल्य प्रेम, देशाच्या स्वातंत्र्याची आकांक्षा राष्ट्रवादाखेरीज निर्माण होत नसते. भगतसिंगांना भारताच्या स्वातंत्र्याबरोबरच एक आधुनिक भारत राष्ट्र निर्माण करायचे होते. त्या अर्थाने भगतसिंग राष्ट्रवादी होते; पण त्यांच्या राष्ट्रवादाची प्रेरणा धर्मातून आली नव्हती. त्यामुळे हिंदू महासभा आणि मुस्लीम लीग यांच्याप्रमाणे त्यांचा राष्ट्रवाद सांप्रदायिक नव्हता; आणि म्हणूनच ते कुणा व्यक्तीचा, ती व्यक्ती अन्य धर्मीय आहे, म्हणून द्वेष करू शकत नव्हते.

त्यांचा राष्ट्रवाद धर्मनिरपेक्ष राष्ट्रवाद होता. अर्थातच राजकारणात धर्माची ढवळाढवळ त्यांना अमान्य होती. धर्माच्या नावे केल्या जाणाऱ्या राजकारणाला त्यांचा विरोध होता. तथापि, त्यांचा भारतीय राष्ट्रवाद त्यांना विश्वापासून फटकून वागायला शिकवत नव्हता. उलट, ते आंतरराष्ट्रीयवादीही होते. जगाच्या साऱ्याच कामगारांचे, कष्टकऱ्यांचे ते शुभचिंतक होते. 'वसुधैव कुटुंबकम्'च्या भारतीय संकल्पनेवर विचार करताना त्यांनी लिहिले होते, 'ज्या महाकवीची ही अमूल्य संकल्पना आहे, विश्वप्रेमाचा अनुभव घेतलेल्या ज्या कुणी ही हृद्य उद्गार काढले, त्याच्या महत्तेचे वर्णन करणे मनुष्य शक्तीच्या आवाक्याबाहेरचे आहे.'

पण 'वसुधैव कुटुंबकम्'चा त्यांचा अर्थ साऱ्या विश्वात समता (World-wide equality in the true sense) याखेरीज दुसरा कोणताही नव्हता (*भगत सिंह और उनके साथीयों के दस्तऐवज,* संपादन : सिंह, जगमोहन व चमनलाल, पृ. ६५).

भगतसिंगांच्या देशप्रेमाचा अर्थ, केवळ 'भारत माता की जय' घोषणा देण्यातही नव्हता. त्यांच्या देशप्रेमाचा अर्थ देशासाठी आत्मार्पण, देशासाठी पूर्णाहुती हा होता; आणि ती त्यांनी दिली.

आज सीमेवर चीन आणि पाकिस्तान यांचे अघोषित युद्ध, दहशतवाद, नक्षलवाद, पृथक्तेच्या भावनांतून निर्माण झालेली अशांतता आणि राष्ट्रविरोधी भावना अशा समस्यांचा मुकाबला करण्यासाठी, देशात धार्मिक विद्वेष पसरवून, हिंसा घडवून आणणाऱ्या संविधानविरोधी शक्तींशी लढण्यासाठी, आणि केवळ आपल्या विचारांना विरोधी विचार मांडतोय म्हणून त्या व्यक्तीची हत्या करणाऱ्या विकृतींविरुद्ध प्रसंगी आपल्या प्राणांची आहुती देण्याची हिंमत असणाऱ्या युवक-युवतींची गरज आहे. भगतसिंगांचे राष्ट्रवादी विचार तरुणांना आजही तशी प्रेरणा देतील, असा माझा विश्वास आहे.

धर्मनिरपेक्षता हा आमच्या राष्ट्रनिर्मिती (Idea of India)चा एक मुख्य आधार आहे. या धर्मनिरपेक्षतेला सांप्रदायिक शक्तींनी नेहमीच विरोध केला. गांधीजींशी अनेक बाबतीत टोकाची मतभिन्नता असली तरी, 'धर्मनिरपेक्षता' याबाबतीत प्रारंभी भगतसिंग आणि गांधी एकाच मताचे होते. परंतु भगतसिंग पुढे जाऊन धर्महीनतेचा पुरस्कार करताना दिसतात.

भगतसिंग लिहितात,

> 'धर्म, आमच्या मार्गातील धोंड आहे. आम्ही सारी माणसे समान असावीत अशी आकांक्षा करतो. त्यात भांडवलादारांच्या उच्चनीचतेचे, स्पृश्यास्पृश्यतेचे काही भेदभाव राहू नयेत, पण सनातन धर्म त्या बाजूचा आहे... जर धर्माविरुद्ध काहीही न बोलण्याची शपथ घेतली तर गप्प होऊन घरी बसावे लागेल, नाहीतर धर्माचा विरोध करावा लागेल.' (तत्रैव, पृ. २१२)

ते पुढे म्हणतात,

> 'धर्म तर असे सांगतो की, इस्लामवर विश्वास न ठेवणाऱ्या काफिरांना तलवारीने कापून काढले पाहिजे आणि येथे ऐक्याचे आवाहन केले तर काय परिस्थिती होईल? आम्हांला माहीत आहे की, आता मोठा उच्चभाव व्यक्त करणाऱ्या अनेक आयती, मंत्र वाचून ओढाताण करण्याचा प्रयत्न केला जातोय. पण प्रश्न या साऱ्या झगड्यांपासून सुटका का करून घ्यायची नाही, हा आहे.' (तत्रैव, पृ. २१२)

भगतसिंग धर्महीनतेची स्थिती आणून या झगड्यांपासून सुटका होऊ शकते, असे मानत होते. आजही तीच परिस्थिती आहे. नवतरुणांनी भगतसिंगांचा हा विचार आचरणात आणायला हवा.

अस्पृश्यतेची हिंदू धर्मातील अमानवी प्रथा साऱ्या जगात कोठेही सापडणार नाही. भगतसिंगांनी या समस्येवरही विचार केला आहे. त्या काळात अस्पृश्यतेच्या निवारणासाठी अनेकांनी उपाय सुचवले होते. काहींनी त्यांना जानवे घालून व्यापक हिंदू धर्मातच राहण्याची शिकवण दिली, काहींनी धर्मांतराचा मार्ग सांगितला. डॉ. बाबासाहेब आंबेडकर शहरात स्थलांतर आणि धर्मांतर या मार्गांनी या समस्येच्या निराकरणाचा उपाय शोधत होते. धर्मांतरणात या समस्येचे निराकरण भले दिसत असू दे. परंतु ही समस्या फारच गुंतागुंतीची होती. जातिव्यवस्था भले हिंदू धर्माची विशेष समस्या असेल, पण अन्य धर्मांमध्येही ती त्या काळी थोड्याफार प्रमाणात पाळली जात होती. कारण भारतातील अन्य धर्मीय मंडळीही बहुतांशी मूळ हिंदू धर्मातूनच त्या धर्मात गेली होते.

महात्मा गांधींनीही अस्पृश्यांना 'हरिजन' संबोधून, 'हरिजन सेवक संघ' काढून आणि अस्पृश्यता हे पाप आहे, असे सांगत भारतभर दौरे काढून, स्वतः भंगी वस्तीत राहून अस्पृश्यता निवारणाचा प्रयत्न केला. भगतसिंगांनाही अस्पृश्यतेचा तिटकारा होता. 'अछूत-समस्या' या लेखात धर्मांतराच्या निर्णयाचे समर्थन करताना, धर्मांतरावर टीका करणाऱ्यांना उद्देशून भगतसिंग लिहितात –

> 'तुम्ही त्यांना पशुंपेक्षाही हलक्या दर्जाचे समजाल, तर ते निश्चितपणे जेथे त्यांना अधिक अधिकार मिळतील, जेथे त्यांच्याशी मनुष्यासारखा व्यवहार केला जाईल, अशा धर्मात सामील होणारच. नंतर मग, बघा! ख्रिश्चन आणि मुसलमान हिंदू धर्माचे नुकसान करत आहेत, असे म्हणणे व्यर्थ असेल.' (तत्रैव, पृ. २२६)

अर्थात, संख्यावृद्धीसाठी विविध धर्मांनी अस्पृश्यांना आपल्या धर्मात सामील करून घ्यावे, असे भगतसिंगांचे मत नव्हते. समस्येच्या समाधानार्थ भगतसिंग उपाय सुचवतात –

> 'नौजवान भारत सभेने आणि नौजवान काँग्रेसने जी पद्धत वापरण्यास सुरुवात केली आहे, ती फारच चांगली आहे. ज्यांना आजवर अस्पृश्य म्हणण्यात आले, त्यांची हे पाप केल्याबद्दल क्षमायाचना करायला हवी. तसेच, त्यांना आपल्यासारखेच मानव समजणे, त्यांच्यावर तीर्थ शिंपडल्याविना, कलमा न वाचता वा शुद्ध करून न घेता त्यांना आपल्यात सामील करून घेऊन त्यांच्या हातचे पाणी पिणे, हेच उचित होईल; आणि आपसात चढाओढ करणे आणि व्यवहारात कोणतेही हक्क न देणे, योग्य होणार नाही.' (तत्रैव, पृ. २२८)

भगतसिंग संघर्षशील होते. या समस्येवरील उपाय सांगताना ते उपरोक्त गोष्टींचा पुरस्कार करतातच, पण त्याचबरोबर ते दलितांना संघटित होऊन आपल्या अधिकारांसाठी संघर्ष करण्याचा, लढण्याचा सल्ला देतात; आणि लढल्यावरच त्यांना त्यांचे अधिकार प्राप्त होतील, असे सांगतात. डॉ. आंबेडकरांनी दलितांना 'शिका, संघटित व्हा आणि संघर्ष करा' असा मंत्र दिला. भगतसिंगांचे मतही संघर्षानेच दलितांना न्याय मिळेल असे होते.

भगतसिंग मार्क्सवादी विचारांचे होते. अर्थातच भगतसिंगांनी भारतातील जातिसमस्येकडे वर्गसमस्येसारखे पाहिले. भारतीय जातिव्यवस्था अखेर शोषणावरच आधारलेली होती. आजही दारिद्र्यरेषेखालील व्यक्तींमध्ये मागासवर्गीय समाजातील व्यक्तींचे प्रमाण ९५ टक्क्यांहून अधिक आहे. कारण, शेवटी ही व्यवस्था वरिष्ठ वर्गाच्या हितसंबंधांचे रक्षण करत होती. शोषणाला धार्मिक आधारावर न्याय्य ठरवत होती. भगतसिंग जातींचे रूपांतर वर्गांत करून, वर्गसंघर्षाच्या माध्यमातून ही समस्या सोडवू पाहत होते. जसे आज जातीयवादी राजकारणी माणसे उच्चवर्णीयांना, 'दलितांना अधिकार दिले तर ते तुमच्या डोक्यावर बसतील' म्हणून त्यांच्याशी आदराने न वागण्याचा सल्ला देण्यापासून त्यांना अपमानित करण्यापर्यंतचे सर्व उद्योग करतात; तसेच उद्योग त्या काळीही होत होते. अस्पृश्यांच्या प्रश्नावर शेतकऱ्यांना भडकवले जात होते. भगतसिंग लिहितात –

> 'जेव्हा गावांत मजूर-प्रचार सुरू झाला, त्या वेळी शेतकऱ्यांना सरकारी माणसे, 'हे लोक भंग्यांना आणि चांभारांना डोक्यावर बसवत आहेत. बघा, आता ते तुमचे काम करणे बंद करतील.' केवळ इतकेच सांगण्यात आल्यावर शेतकरी भडकून गेले. त्यांनी हे समजायला हवे की, जोपर्यंत ते गरिबांना नीच आणि हलक्या दर्जाचे समजत राहतील, तोपर्यंत त्यांची स्थिती सुधारणार नाही.' (तत्रैव, पृ. २२८)

आजही नेमकी हीच स्थिती आहे. आपण गरीब राहिलो आहोत, आपण कनिष्ठ जातीत आहोत, याच्या दुःखा-संतापापेक्षा आपल्यापेक्षाही कुणीतरी खालच्या जातीत आहे, याच्या समाधानात शेतकरी-मजूरवर्ग आजही आहे. म्हणूनच भगतसिंगांच्या विचारावर आजही कार्य करण्याची आवश्यकता आहे.

'राष्ट्र' ही सुसंस्कृत समाजाने स्वीकारलेली एक संकल्पना आहे. आज 'राष्ट्र' म्हणून भारत ज्या पद्धतीने संघटित आहे, तशा अर्थाने तो इतिहासात कधीही संघटित नव्हता. एक राष्ट्र म्हणून भारत संघटित होण्यात ब्रिटिशांच्या आगमनानंतरच सुरुवात झाली. १८५७च्या स्वातंत्र्ययुद्धाला त्याचा प्रारंभबिंदू म्हणता येईल. राष्ट्रीय ऐक्य आणि अखंडता यासाठीची प्रतिबद्धता हा भारतीय राष्ट्रीय ऐक्याचा आधार आहे. आणि ही प्रतिबद्धता केवळ 'भारत माता की जय' म्हणून येत नसते, याची जाणीव भगतसिंगांना होती.

गांधीजींनी भारतीय स्वातंत्र्यलढ्यात शेतकरी, मजूर, दलित, अस्पृश्य, स्त्रिया यांच्या उत्थानाचा आशय जोडून राष्ट्रनिर्माणाचा प्रारंभ केला. भगतसिंग आर्थिक, सामाजिक आणि राजकीय समतेचा आधार देऊन राष्ट्रीय ऐक्याचा आणि अखंडत्वाचा पाया मजबूत करू इच्छित होते. हा पाया घालण्यासाठी 'भारत गुलाम नसणे' ही पूर्वअट होती. म्हणूनच ते प्रथम ब्रिटिशांच्या गुलामीतून भारताला मुक्त करण्याचा संग्राम पुऱ्या शक्तीने लढत होते. ते म्हणतात –

> '... जोपर्यंत काळा-गोरा, सभ्य-असभ्य, शासक-शासित, धनवान-निर्धन, स्पृश्य-अस्पृश्य इत्यादी शब्दांचा वापर होत राहील, तोपर्यंत विश्वबंधुत्वाच्या आणि विश्वप्रेमाच्या गोष्टींना काय अर्थ असेल? हा उपदेश स्वतंत्र जाती करू शकतात. भारतासारखी गुलाम जात यांचे नाव घेऊ शकत नाहीत.' (तत्रैव, पृ. ६५)

भगतसिंगांनी येथे राष्ट्राला 'जात' हा शब्द वापरला आहे. सारे गुलाम एकाच जातीचे हाच अर्थ त्यांना अभिप्रेत असावा. म्हणूनच ते साऱ्या गुलामांना जात, धर्म, प्रांत, भाषा हे सारे भेद विसरून देशाच्या स्वातंत्र्यासाठी लढायला प्रवृत्त करत आहेत आणि त्याचबरोबर त्यांना त्यांच्या हक्कांबाबतही जागृत करत आहेत. विश्वबंधुत्व आणि विश्वप्रेम यांचे त्यांना वावडे नव्हते, पण ते सांगण्यासाठी प्रभावशाली स्वतंत्र राष्ट्र आवश्यक आहे, असे ते म्हणतात. एखाद्या कमजोर व्यक्तीने वा राष्ट्राने विश्वप्रेमाची आणि विश्वबंधुत्वाची गोष्ट केली तर ती प्रभावी होणार नाही, हे सांगताना ते म्हणतात –

> 'एक अपमानित मनुष्य, पददलित मनुष्य, पायांखाली तुडवला जाणारा मनुष्य जर म्हणाला... 'मी विश्वबंधुतेचा अनुगामी आहे, म्हणून मी अत्याचारांचा प्रतिकार करत नाही,' तर त्याच्या या बोलण्याची किंमत काय असेल? त्यांच्या भेकड बाता कोण ऐकेल? होय! जर तुमच्यात शक्ती असेल, बळ असेल, वाटल्यास मोठमोठ्यांना पायांखाली तुडवू शकत असाल, एका इशाऱ्यावर मोठमोठ्या गर्विष्ठांना मातीत मिळवू शकत असाल, सिंहासने आणि राजमुकुट राख करू शकत असाल, धुळीत मिळवू शकत असाल आणि मग तुम्ही 'मी विश्वप्रेमी आहे, असे करू नका!' असे म्हणालात तर तुमच्या वाक्याला वजन येईल. मग तुमचे एकेक वाक्य प्रभावशाली असेल. मग 'वसुधैव कुटुंबकम्'ही प्रभावशाली होईल.'

भारत एकसंघ, बळकट, प्रभावशाली व्हावा यासाठी भगतसिंग समतेचा पुरस्कार करत होते. आर्थिक, सामाजिक आणि राजकीय समता हा त्यांच्या भारतातील ऐक्याचा आणि अखंडतेचा आधार होता. आजही या गोष्टीची तितकीच आवश्यकता आहे, तितकी ती त्या काळी होती. या दृष्टीनेही भगतसिंग प्रासंगिक आहेत.

भगतसिंगांच्या विचारांच्या प्रासंगिकतेचा विचार करताना त्यांच्या हिंसेच्या विचाराबाबत काही विचार आवश्यक आहे. भगतसिंग सशस्त्र संघर्षात गुंतलेले असले तरी ते बेछूट गोळ्या झाडणारे, बॉंब टाकत सुटलेले अविचारी मनुष्य नव्हते, ही गोष्ट आपण पाहिली आहे. एका मनुष्याच्या मृत्यूला कारण झाल्याबद्दल दु:ख व्यक्त करून, 'मानवी जीवन आम्ही पवित्र समजतो' हे त्यांनी लिहिलेल्या पत्रकातील त्यांचे वाक्यही आपण पाहिले आहे. भगतसिंगांनी बॉंब आणि पिस्तुलांची वैयर्थताही अगदी स्पष्टपणे प्रतिपादन केली आहे. परंतु जेव्हा सारे सांविधानिक मार्ग अवरुद्ध केले जातात, केवळ शस्त्रांच्या बळावर निरपराधांचे शोषण करण्यात येते आणि त्या शोषणाविरुद्धच्या एल्गाराला शस्त्रांच्या बळाने संपवण्याचा प्रयत्न केला जातो, तेव्हा आपद्धर्म म्हणून हिंसा समर्थनीय ठरते, असे त्यांचे लिखाण वाचल्यावर लक्षात येते.

स्वतंत्र भारतात हिंसेला स्थान आहे काय? या प्रश्नाचे उत्तर स्पष्टपणे 'नाही' असे आहे. आज आमचे संविधान लोकशाही, स्वातंत्र्य, समता, बंधुता, धर्मनिरपेक्षता (सेक्युलॅरिझम) आणि समाजवाद यांचा पुरस्कार करते. हे संविधान बदलायच्या वल्गना या देशातील जातीयवादी शूरवीर करत असले, तरी अद्यापपर्यंत तरी त्यात त्यांना यश आलेले नाही. भारतीय संविधानावर एका चर्चेचे आयोजन वाजपेयी सरकारच्या काळात करण्यात आले होते. त्याआधी विश्व हिंदू परिषदेने भारतीय संविधानाच्या जागी हिंदू धर्मशास्त्रावर आधारित संविधान आणण्याची मागणीही जाहीरपणे केली होती. भारतीय संविधान अपयशी झाले आहे, असा घोषही त्याआधी या जातीयवादी मंडळींनी लावला होता. तत्कालीन राष्ट्रपती आर. के. नारायणन यांनी त्या वेळी 'संविधान नव्हे, संविधान राबवणारे अपयशी झाले आहेत', असे म्हणून सणसणीत चपराक लगावली होती. एका समतामूलक समाजाची निर्मिती करणे, हे भारतीय संविधानाचे उद्दिष्ट आहे. तेव्हा ते साधण्यासाठी जोवर सांविधानिक मार्ग खुले आहेत, तोवर हिंसेची गरज उरत नाही. हे संविधान संघटना, विचार, प्रचार, अभिव्यक्ती यांचे स्वातंत्र्य देते; संविधानाला संमत कार्यक्रमांवर निवडणुका लढवण्याचा अधिकार देते; संविधानाच्या मूलभूत रचनेला धक्का न लावता, संविधान दुरुस्तीचा हक्क देते. हे जोवर आहे, तोपर्यंत हिंसेची आवश्यकता नाही. आज भगतसिंग असते तर, त्यांनी नक्षली हिंसेला निश्चितच विरोध केला असता.

भगतसिंगांची क्रांती ही विचारांची क्रांती होती आणि लोकजागृती हा त्यांच्या क्रांतीच्या प्रक्रियेतील महत्त्वाचा भाग होता. ते मार्क्सवादी होते; पण कामगारांच्या नावे त्यांना हुकूमशाही आणायची नव्हती. लोकशाहीच्या मार्गाने त्यांना लोकांचे राज्य आणायचे होते. म्हणूनच 'लोकांद्वारे लोकांसाठी क्रांती' अशी त्यांची क्रांतीची कल्पना होती. म्हणूनच भगतसिंगांच्या आर्थिक, सामाजिक आणि राजकीय विचारांचा प्रचार आणि प्रसार समाजात

करून, लोकजागृती करून, संसदीय मार्गाने भगतसिंगांना अभिप्रेत असलेला समाज घडवणे संविधानाच्या चौकटीत राहून शक्य आहे. म्हणूनच हिंसेची गरज नाही.

भगतसिंगांचे विचार आणि त्यांनी दाखवलेली दिशा आजही तितकीच प्रासंगिक आहे, जितकी ती त्या वेळी प्रासंगिक होती.

विषमतेच्या बाबतीत आरंभबिंदू बदलले असले, तरी आजही ती तितकीच अस्तित्वात असताना...

राष्ट्र गुलाम नसले, तरी आजही कर्ज आणि त्यासाठीच्या अटींद्वारे आणि व्यापाराद्वारे राष्ट्राचे शोषण होत असताना...

सांप्रदायिकतेची विषवल्ली आजही वरिष्ठ वर्गाचे हितसंबंध सुरक्षित करण्यासाठी धर्माच्या नावे विद्वेषाचे वातावरण निर्माण करून...

मनुष्याला मनुष्याचा जीव घेण्यास प्रवृत्त करून विषाक्त वातावरण निर्माण करत असताना...

जातीजातींची तटबंदी थोडी झिजली असली तरी कोसळून पडण्याची शक्यता नजिकच्या काळात दिसत नसताना...

दलितांच्या न्यायासाठी संघर्ष करणाऱ्या दलित विद्यार्थी नेत्यावर आत्महत्या करण्याची पाळी येत असताना...

त्यांच्यावर देशद्रोहाच्या आरोपाखाली खटले भरले जात असताना...

कोणी काय खाऊ नये याचे निर्णय कायदेमंडळात घेतले जात असताना आणि ते खाणाऱ्यांवर हल्ले करून त्यांना अमानुषपणे ठार मारले जात असताना...

संविधानसंमत विज्ञाननिष्ठ समाज बनवण्याऐवजी, केवळ भूतकाळाच्या उदात्तीकरणासाठी अवैज्ञानिक गोष्टी आणि पुराणे यांच्या सत्यतेची ग्वाही दिली जात असताना...

गरिबांच्या उत्थानाचे साधन असलेल्या शिक्षणाचे व्यापारीकरण करून त्यांना त्यापासून वंचित केले जात असताना...

नैसर्गिक स्रोतांवरील स्थानिकांचा अधिकार डावलून, बहुराष्ट्रीय कंपन्या आणि सरकारी मर्जीतील भांडवलदारांना ते मातीमोल किमतीत विकले जात असताना...

जल-जंगल-जमिनीपासून मूळ रहिवाशांना दूर ढकलले जात असताना आणि करोडो गरिबांना भुकेकंगाल ठेवून एक चंगळवादी नवश्रीमंत वर्ग जाणीवपूर्वक तयार केला जात असताना...

भगतसिंगांच्या विचारांवर काम करणाऱ्या एका नव्या युवक संघटनेची नितांत आवश्यकता आहे.

भगतसिंगांनी अडीच-तीन वर्षांचे असताना लावलेल्या बंदुकांच्या शेताबद्दल आपण वाचले आहे. यथावकाश त्या शेताने क्रांतीसाठी बंदुका पुरवल्याही! आजही ते शेत तसेच आहे, पण आता ते क्रांतीसाठी आवश्यक असणाऱ्या वैचारिक बंदुकांचा अक्षय पुरवठा करण्यास सज्ज आहे. लोकक्रांतीची तहान असलेले भारतीय तरुण त्या बंदुका कधी उचलणार, इतकाच प्रश्न शिल्लक आहे!

इन्कलाब झिंदाबाद!

■■■

परिशिष्ट

भगतसिंगांना वाचवण्यासाठी महात्मा गांधींनी काय केले ?

चंदरपाल सिंग

अनुवाद : विवेक कोरडे

भगतसिंगांची फाशीची शिक्षा बदलण्यात अपयश आल्याने महात्मा गांधींच्या टीकाकारांना सोयीस्कर हत्यार मिळवून दिले आहे. हतोत्साहित प्रयत्न केल्याचा आरोप त्यांच्यावर आहेच. परंतु त्यांची प्रत्यक्ष कृती आणि जाहीर वक्तव्य यांच्या बाबतीत त्यांच्यावर फसवणुकीचाही आरोप केला जातो. क्रांतिकारकांच्या हिंसेबाबत एक तर्कसंगत दृष्टिकोन ठेवूनही गांधींनी शेवटच्या क्षणापर्यंत भगतसिंग आणि त्यांच्या साथीदारांना वाचवण्याचे पराकाष्ठेचे प्रयत्न केले, हे सिद्ध करण्याचा प्रयत्न या लेखाद्वारे केला आहे. फाशीची शिक्षा बदलून घेण्याऐवजी तिला स्थगित करावे, यावर गांधींचा कटाक्ष होता, यावरही या लेखात चर्चा करण्यात आली आहे.

२३ मार्च १९३१च्या फाशीने भारताचे तीन तरुण सुपुत्र भगतसिंग, राजगुरू आणि सुखदेव यांचे प्राण वाचवण्यात गांधी यशस्वी होतील, ही लाखो भारतीयांची आशा धुळीस मिळाली. फाशी थांबवण्याबाबतच्या गांधींच्या अपयशाने विरोधकांच्या हाती, त्यांना बदनाम करण्याचे आणि त्यांच्यावर त्यांनी साऱ्या देशाच्या भावनांचा अनादर केल्याचा आरोप करण्यासाठी प्रभावी हत्यार दिले. फाशी होताच गांधींना काँग्रेसच्या कराची अधिवेशनात (१९३१) 'गांधी परत जा', 'गांधीवादाचा धिक्कार करा', 'गांधींच्या कराराने भगतसिंगांना फाशी चढवले' अशा घोषणांसह होणाऱ्या उग्र निदर्शनांना तोंड द्यावे लागले.[१]

भगतसिंगांचे क्रांतिकारक सहकारी आणि गांधींचे कडवे टीकाकार यशपाल[२] लिहितात, 'प्रतिबंध घालण्यासाठी लोकांवरचा सरकारचा दबाव गांधींनी नैतिक समजला. परंतु भगतसिंगांची फाशीची शिक्षा बदलावी, यासाठी परकीय सरकारवरच्या लोकांच्या दबावाला गांधींनी अनैतिक मानले. डावे क्रांतिकारी विचारवंत, मन्मथनाथ गुप्त यांनीही भगतसिंग प्रकरणाबाबत गांधींवर कडवा हल्ला चढवला आहे. [३]

भगतसिंगांचे अन्य एक चरित्रकार, जी. एस. देवल (१९३९) यांनीही भगतसिंगांच्या फाशीबद्दल महात्मा गांधींना जबाबदार धरले आहे.

एकटे गांधीच भगतसिंगांचे जीवन वाचवण्यासाठी परिणामकारकपणे हस्तक्षेप करू शकत होते; पण त्यांनी केला नाही, अगदी शेवटपर्यंत नाही, या निष्कर्षाला ए. जी. नुरानी पोहोचतात.

गांधींना भगतसिंग आणि त्यांच्या सहकाऱ्यांचे प्राण वाचवून, ते न वाचवता होणार होता, त्याहून अधिक लाभ मिळाला असता, ही गोष्ट गांधींचे टीकाकार समजून घेत नाहीत. त्यांची फाशी थांबवण्यातल्या अपयशाने सामान्य लोक आणि विशेषत: काँग्रेसमधील तरुण क्रोधित होतील, याची जाणीव गांधींना होती. शिवाय, फाशी अपरिहार्यपणे क्रांतिकारकांना गौरवान्वित करून क्रांतिकारी हिंसेच्या आदर्शांना लोकप्रिय करणार होती. अशा प्रकारे हे त्यांचे, जे स्वराज्य मिळवण्यासाठी हिंसेचा वापर करत होते, त्या शक्तींबरोबरच्या संघर्षातील अपयश असणार होते.

गांधीजी भगतसिंग, सुखदेव आणि राजगुरू यांचे जीव वाचवण्यात यशस्वी झाले असते, तर या गोष्टीकडे हिंसेवरचा अहिंसेचा विजय म्हणून पाहिले गेले असते आणि तो गांधींचा क्रांतिकारकांवरील नैतिक विजय झाला असता. भगतसिंग प्रकरणातील गांधींच्या भूमिकेकडे देशभक्तीच्या कारणासाठी हिंसक मार्गाच्या अवलंबनाबाबत त्यांचा जो दृष्टिकोन होता, त्या दृष्टिकोनातून पाहायला हवे.

हिंसेची निरर्थकता आणि अहिंसेची क्षमता याबाबत त्यांची प्रगाढ श्रद्धा होती. साध्यापेक्षा (स्वराज्य) साधन (अहिंसा) महत्त्वाचे असते, असे गांधी नेहमी प्रतिपादित होते. १९०८पासून त्यांची क्रांतिकारी कार्यप्रणालीविषयीची भूमिका सातत्यपूर्ण राहिली. राजकीय हिंसेमागील देशप्रेमाच्या आवेगाविषयी त्यांच्या मनात कोणतीही शंका नव्हती, पण त्यांच्या मते तो 'चुकीचा मार्ग' होता. १९०९मध्ये गांधी लिहितात, 'तो देशाच्या हितासाठी काम करत आहे, याबाबतीत राजकीय हत्या करणाऱ्याचा पूर्ण विश्वास असतो. पण हत्या काय चांगले करू शकते, हे समजणे अगदीच कठीण आहे. जेव्हा-जेव्हा राजकीय हत्या झाल्या, तेव्हा-तेव्हा त्यांनी चांगले होण्याऐवजी नुकसानच जास्त झाले आहे.'[४] त्यांनी सँडर्सच्या हत्येचे वर्णन भेकडपणाचे कृत्य म्हणून केले, पण ते कृत्य

करण्यास भडकवल्याबद्दल सरकारला दोष दिला, 'ही शासकीय कार्यप्रणालीची चूक आहे. सुधारणांची आवश्यकता लोकांमध्ये नाही, तर सरकारची कार्यप्रणाली सुधारायला हवी...' त्याच वेळी ते अशा कृत्यांच्या वैयर्थतेबाबतही भाष्य करतात, 'अगदी कितीही सत्य असले, तरी देशाचे स्वातंत्र्य एकाकी धाडसी कृत्यांनी मिळवता येत नाही, तथाकथित धाडसी कृत्यांनी कधीच नाही.'[५]

कायद्याने न्याय्य ठरवलेल्या हिंसेसह सर्व प्रकारच्या हिंसेला गांधींचा विरोध होता; अगदी तुरुंगवासाची शिक्षा आणि मृत्युदंड याच्याही गांधी विरुद्ध होते. ७ मार्च १९३१ रोजी दिल्लीतील जाहीर सभेत त्यांनी यावर भर दिला होता : 'भगतसिंगांसारख्या शूर माणसालाच नव्हे, तर कुणालाही फाशी देणे माझ्या विवेकबुद्धीला मान्य होऊ शकत नाही.'[६]

भगतसिंग, सुखदेव आणि राजगुरू यांना फाशी दिल्यानंतर तीन दिवसांनी गांधींनी भगतसिंग आणि क्रांतिकारी हिंसेबाबतची त्यांची भूमिका काँग्रेसच्या कराची अधिवेशनाच्या सत्रात मांडली : 'अगदी एखाद्या खुन्याला, चोराला वा दरोडेखोरालाही साधी शिक्षा करणेही माझ्या धर्माविरुद्ध आहे, ही गोष्ट तुम्हांला माहीत असायलाच हवी. मला भगतसिंगांना वाचवायचे नव्हते, या संशयाला काही कारणच नाही. पण भगतसिंगांची चूक मला समजावून द्यावी असे वाटते. त्यांनी जी गोष्ट अनुसरली ती चुकीची आणि निरर्थक होती. मला या तरुणांना, ज्या अधिकाराने एक पिता आपल्या मुलांशी बोलेल, त्या अधिकाराने सांगायचे आहे की, हिंसेचा मार्ग केवळ विनाशच घडवतो.'[७]

गांधींनी भगतसिंगांच्या भवितव्याबाबतची रुची फाशीच्या काही आठवडे आधी घेतली, अशी खोटी धारणा निर्माण केली जात आहे. ४ मे १९३० रोजी, त्यांना अटक व्हायच्या एक दिवस आधी गांधींनी व्हाइसरॉयना त्यांच्यावर त्यांनी लाहोर कटातील (कॉन्स्पिरसी) क्रांतिकारकांवर खटला चालवण्यासाठी विशेष न्यायाधिकरण नेमल्याबद्दल टीका करताना लिहिले होते : 'भगतसिंग आणि त्यांच्या सहकाऱ्यांवरील खटला चालवण्यासाठी सर्वसाधारण कार्यप्रणालीने होणारा विलंब टाळण्यासाठी 'शॉर्टकट' काढला आहे. या सर्व अधिकृत कारवाया 'मार्शल लॉ'चाच अवलंब करत आहेत, असे मी म्हणालो तर त्यात काही आश्चर्य असेल का?'[८]

३१ जानेवारी १९३१ रोजी भगतसिंगाची फाशी या विषयावर ते बोलले. 'ज्यांना फाशीची शिक्षा झाली आहे, त्यांना फाशी देता कामा नये. माझा वैयक्तिक धर्म 'त्यांना केवळ फाशी देऊ नका' असेच सांगत नाही, तर 'त्यांना तुरुंगातही ठेवू नका' असेही सांगतो. तथापि, हे माझे वैयक्तिक मत आहे; आणि आपण त्यांची सुटका ही एक अट ठरवू शकत नाही.'[९]

२३ मार्च १९३१च्या तणावपूर्ण घटनांबद्दल बोलायचे तर, ११ फेब्रुवारी १९३१चे प्रिव्ही काउन्सिलसमोरील विशेष रजेचा अर्ज (स्पेशल लिव्ह अपील) फेटाळण्यात आल्यावर, ही गोष्ट अगदी स्पष्ट झाली की, व्हाइसरॉयच्या शिक्षेत परिवर्तन करणारा हस्तक्षेप ही एकच गोष्ट क्रांतिकारक त्रयींचे प्राण वाचवू शकेल.

गांधी-आयर्विन चर्चा अगदी जवळ आली होती. काँग्रेस कार्यकर्त्यांकडून आणि त्याचबरोबर सर्वसामान्य लोकांकडून गांधींनी भगतसिंगांच्या प्राणांसाठी व्हाइसरॉयशी वाटाघाटींच्या दरम्यान चर्चा करावी, यासाठी प्रचंड दडपण गांधींवर होते.

गांधी-आयर्विन बोलणी १७ फेब्रुवारी १९३१ रोजी सुरू झाली आणि ती ५ मार्चपर्यंत गांधी-आयर्विन करार म्हणजेच दिल्ली करार होईपर्यंत सुरू राहिली. भगतसिंगांचे प्रकरण ही पूर्वअट न बनवता गांधींनी बोलणी सुरू केली. याबाबत गांधीजी 'यंग इंडिया'मध्ये स्पष्टीकरण करतात, 'कार्यकारिणीने शिक्षेत बदल ही चर्चेची पूर्वअट न ठेवण्याला माझ्याशी सहमती दाखवली. म्हणून मी त्याचा उल्लेख केवळ समझोत्याहून वेगळा केला.'

१८ फेब्रुवारी रोजी गांधींनी भगतसिंगांचे प्रकरण व्हाइसरॉयसमोर उपस्थित केले. मी त्यांना सांगितले, ''आपल्या चर्चेशी याचा संबंध नाही आणि माझ्या बाजूने म्हणणे हेदेखील अयोग्य होऊ शकेल. पण आपण भगतसिंगाची शिक्षा स्थगित करायला हवी.'' व्हाइसरॉयना ही गोष्ट फारच आवडली. ते म्हणाले, ''आपण या पद्धतीने ही गोष्ट माझ्यासमोर ठेवलीत याबद्दल मी आपला आभारी आहे. शिक्षा बदलणे ही कठीण गोष्ट आहे, पण स्थगिती निश्चितच विचार करण्यायोग्य आहे.''

लॉर्ड आयर्विनने, त्याच दिवशी *सेक्रेटरी ऑफ स्टेटला* दिलेल्या स्वतःच्या अहवालात शिक्षेच्या बदलाबाबत लिहिले होते :

त्यांचा सर्व प्रकारच्या प्राण घेण्याला विरोध असल्याने, ते स्वतःच ती मागणी करणार असले, तरी त्यांनी (महात्मा गांधी) शिक्षेत बदल करण्यासाठीचे निवेदन केले नाही. त्याने शांती प्रक्रियेवर प्रभाव पडेल, असाही त्यांचा मानस आहे. परंतु त्यांनी सद्यःस्थितीत (फाशी) पुढे ढकलण्याची मागणी केली आहे. निश्चित तारखेबाबत कोणताही निर्णय असू दे, इतर कोणत्याही हिंसक गुन्ह्यात जितक्या जोरकसपणे शिक्षेत बदल करण्याची मागणी केली गेली, तितक्या जोरकसपणे मागणी केली गेली नाही असे कुठले प्रकरण असेल, असा विचार मी करू शकलो नाही.[१०]

गांधी आणि आयर्विन या दोघांच्या वृत्तान्तावरून एक गोष्ट स्पष्ट होते की, गांधींनी फाशीला स्थगिती किंवा ती पुढे ढकलण्याची मागणी केली आहे, शिक्षेत बदल करण्याची नव्हे. गांधींवर या कारणाने टीका केली जाते, गांधी केवळ फाशीच्या स्थगितीतच रुची दाखवत होते का? त्यांनी ही चाल का खेळली? कायदेशीरपणे (व्हाइसरॉय स्वतःही

ही गोष्ट मान्य करतात) प्रिव्ही काउन्सिलच्या निर्णयानंतर व्हाइसरॉयनी शिक्षेत बदल करण्याची कोणतीही शक्यता उरली नव्हती. काँग्रेस नेतृत्वाने या प्रकरणातील कायदेशीर बाबींबाबत अगोदरच पडताळणी केली होती, ही गोष्ट गांधींनी २९ एप्रिल १९३१ रोजी सी. विजय राघवाचारी यांना लिहिलेल्या पत्रात मान्य केली आहे : शिक्षेच्या कायदेशीरतेबद्दल सर तेज बहादुर यांच्यासारख्या विधिवेत्त्याने व्हाइसरॉयबरोबर घासून-घासून चर्चा केली आहे आणि त्यांचा व्हाइसरॉयवर किती मोठा प्रभाव आहे, ही गोष्ट तुम्ही जाणता. पण त्यातून काहीच लाभ झाला नाही....'[११]

म्हणून, शिक्षेत बदलाऐवजी गांधींनी शिक्षेला स्थगिती मागितली. गांधींचा मानस शिक्षेची स्थगिती वाढवत राहणे आणि योग्य वातावरण तयार होण्याची वाट पाहणे की ज्या वेळी ते क्रांतिकारकांच्या (फाशीच्या) शिक्षेला माफ करण्याची किंवा त्यांना तुरुंगातून मुक्त करण्याची मागणी करू शकतील. लांबणीवर टाकण्याच्या गांधींच्या योजनेचा गोपनीय भाग हा होता की, या वेळेचा उपयोग भगतसिंगांच्या सुटकेच्या बदल्यात क्रांतिकारकांनी त्यांच्या हिंसक कारवाया सोडून द्याव्यात, यासाठी त्यांच्याकडून हमी घेण्यासाठी करावयाचा होता. गांधींना ही हमी एक गाजर म्हणून वा देवघेवीचा भाग म्हणून ब्रिटिश सरकारबरोबरच्या चर्चेत वापरून भगतसिंगांसह (साऱ्या) क्रांतिकारकांच्या सुटकेसाठी वापरायची आशा वाटत होती.

गांधी १९ मार्चला कराची काँग्रेस अधिवेशनात कराराची अधिसूचना काढण्याबाबत चर्चा करण्यासाठी लॉर्ड आयर्विनला भेटले तेव्हा त्यांनी भगतसिंगांचा विषय पुन्हा उपस्थित केला. आयर्विनने गांधींच्या या संभाषणाची नोंद इतिवृत्तात केली आहे :

ते जायला निघाले, तेव्हा त्यांनी भगतसिंगांना २४ मार्चला फाशी देण्यात येणार असल्याचे वृत्त वर्तमानपत्रात वाचले असल्याने, त्यासंदर्भात काही बोलण्याची परवानगी मागितली.

मी त्यांना सांगितले की, अत्यंत काळजीपूर्वक मी या प्रकरणाचा विचार केला आहे. पण ही शिक्षा बदलण्याबाबत मी माझ्या विवेकबुद्धीचे समाधान करू शकेन अशी कोणतेही कारण मला सापडले नाही. फाशीच्या तारखेबाबत, ती काँग्रेस अधिवेशन होईपर्यंत पुढे ढकलावी याबाबतची शक्यता मी पडताळून पाहिली. पण अनेक कारणांसाठी मी ती शक्यता विचारपूर्वक फेटाळली :

१. जेव्हा याबाबतचा हुकूम झाला आहे, तेव्हा केवळ राजकीय कारणांसाठी शिक्षा पुढे ढकलणे मला अयोग्य वाटते.

२. फाशी पुढे ढकलण्याचा अर्थ मित्रांनी आणि नातेवाइकांनी 'मी शिक्षेत बदल करण्याचा विचार करतोय', असा घेतला असता, त्यामुळे ते माणुसकीहीन ठरले असते; आणि

३. सरकारने त्यांना चकवा दिला आहे, ही तक्रार काँग्रेस वैध रितीने करू शकली असती.

त्यांना या वक्तव्यांमागील जोर लक्षात आला असावा, असे वाटते. ते पुढे काही म्हणाले नाहीत.[१२]

गृहसचिव, हर्बट इमर्सन यांच्याबरोबर गांधींनी २० मार्च रोजी प्रदीर्घ चर्चा केली. फाशीच्या शिक्षेचा अमंल काँग्रेसच्या कराची अधिवेशनाच्या आधी करावा की नंतर, यावर दोन्ही बाबतीत अनेक अडचणी सरकारच्या लक्षात आल्याने, गंभीर चर्चा झाली. पण फाशीची अंमलबजावणी पुढे ढकलणे फाशी झालेल्यांच्या दृष्टीने अयोग्य होईल आणि फाशी पुढे ढकलण्यात आल्याने (सरकार) फाशीच्या शिक्षेला बदलण्याचा विचार करत आहे, अशी गोष्ट नसतानाही तशी भावना लोकांमध्ये निर्माण होऊ देणे गांधींबाबतही अयोग्य होईल, असा विचार करण्यात आला.

दोन पर्यायांमध्ये वाट न पाहण्याचा पर्याय अधिक बरा, यावर त्यांनी सहमती दर्शवली. तथापि, गंभीरपणे नव्हे; पण त्यांनी शिक्षा बदलण्याचा तिसरा पर्याय अद्यापही अधिक चांगला असल्याचे सूचित केले.[१३]

तीनही क्रांतिकारकांचे प्राण वाचवण्याचा गांधींचा एक शेवटचा प्रयत्न असफ अली मिशन होता. तुरुंगातील भगतसिंग आणि त्यांच्या सहकाऱ्यांकडून एक हमीपत्र घेऊन, त्यांनी त्यांच्या क्रांतिकारी पक्षाला 'हिंसेपासून दूर राहा' असे सांगणे, हे ते मिशन होते. भगतसिंग आणि अन्य साथींचे प्राण वाचवण्याच्या गांधींच्या अंतिम प्रयत्नांना अशा जाहीरनाम्याने बळ मिळेल असे वाटत होते.[१४]

तत्कालीन वृत्तपत्रांनी अयशस्वी मिशनचा विस्तृत अहवाल दिला होता. २७ मार्च १९३१ रोजी, याबाबत असफ अलींनीच भविष्यात दिलेल्या वक्तव्यातून वरील गोष्टींची पुष्टी होते :

> 'पंजाब सरकारच्या परवानगीने मी भगतसिंगांना भेटण्यासाठी दिल्लीहून लाहोरला आलो. यामागचा उद्देश क्रांतिकारी पक्षाला, जोवर गांधींच्या अहिंसक चळवळीने स्वातंत्र्य मिळवण्याची आशा आहे, तोवर पक्षाने त्यांच्या हिंसक कारवाया प्रलंबित कराव्यात असा होता. त्याला भेटण्याचा शक्य त्या साऱ्या साधनांनी मी प्रयत्न केला. पण त्याला कोणतेही यश आले नाही.'[१५]

या प्रसंगाला १८ वर्षे उलटल्यावर, तेव्हा ओरिसाचे राज्यपाल असलेले असफ अली या अयशस्वी मिशनची आठवण सांगतात :

गांधी-आयर्विन कराराबाबतच्या वाटाघाटी सुरू होत्या तेव्हा जुन्या लाहोर कटाच्या खटल्यात फाशीची शिक्षा झालेल्या भगतसिंग आणि त्यांच्या सहकाऱ्यांची शिक्षा माफ करून घेण्यासाठी गांधींवर मोठा दबाव टाकला गेला होता. गांधींच्या अहिंसा धर्माला, हत्येसाठी शिक्षा झालेल्यांची शिक्षा माफ करण्याचा मुद्दा प्रतिष्ठेचा करावा, हे सुसंगत वाटत नव्हते. अन्य मार्गाने आयर्विनकडे ते जितकी रदबदली करू शकत होते, तितकी त्यांनी केली.[१६]

फाशीच्या बाबतीत लॉर्ड आयर्विनकडे शेवटचा अधिकार होता. तो अगदी शेवटच्या क्षणापर्यंत द्विधा अवस्थेत होता. गांधींना या द्विधा मन:स्थितीबाबत निश्चितच जाणीव होती आणि म्हणून त्यांनी भगतसिंग आणि त्यांच्या सहकाऱ्यांचे प्राण वाचवण्याचे अधिकार वाढवले. रॉबर्ट बर्नेने[१७] त्याच्या दैनंदिनीत २१ मार्च १९३१ रोजी नोंद केली आहे, 'गांधी त्यांचे (कराची काँग्रेससाठी) जाणे व्हाइसरॉयबरोबर भगतसिंगांच्या फाशीबाबत अधिक चर्चा करण्यासाठी पुढे ढकलत आहेत.[१८] २१ मार्चला गांधी आयर्विनना भेटले आणि त्यांनी पुन्हा जवळ आलेल्या फाशीचा पुनर्विचार करण्याची विनंती केली.[१९] गांधी पुन्हा एकदा २२ मार्चला या विषयावर चर्चा करण्यासाठी भेटले.[२०]

व्हाइसरॉयने गांधींच्या निवेदनावर विचार करण्याचे वचन दिले. काही आशा वाटल्याने गांधींनी २३ मार्चच्या सकाळी (सोमवार) व्हाइसरॉयना एक वैयक्तिक पत्र लिहिले.

लोकभावना, अंतर्गत शांती, क्रांतिकारकांचा हिंसा थांबवण्याचा प्रस्ताव, त्यांची स्वत:ची परिस्थिती, न्यायालयीन चूक असण्याची शक्यता आणि लॉर्ड आयर्विनच्या ख्रिस्ती भावुकतेला आवाहन, अशा या साऱ्या मार्गांनी गांधींनी व्हाइसरॉयला फाशीची शिक्षा बदलण्यासाठी समजावण्याचे शर्थीचे प्रयत्न केले. त्यात त्यांनी व्हाइसरॉयना 'माझा प्रिय मित्र' असे संबोधले होते. महात्म्यांच्या प्रयत्नांना यश आले नाही. त्याच दिवशी भगतसिंग, राजगुरू आणि सुखदेव यांना सायंकाळी ७ वाजता फाशी देण्यात आले. ही बातमी जशी गांधींना मिळाली, तेव्हा प्रत्यक्षदर्शींच्या वृत्तान्तानुसार ते अत्यंत विचलित झाले होते आणि त्यांना मोठा धक्का बसला होता.'

भगतसिंग, राजगुरू आणि सुखदेव यांची फाशी हा गांधींच्या अपयशापेक्षा ब्रिटिश नोकरशाहीचा, पंजाबच्या ब्रिटिश नोकरशाहीचा विजय होता, असे वर निर्देश केलेल्या घटना दाखवून देतात. भगतसिंग आणि त्यांच्या सहकाऱ्यांनी माफी मागण्यास दिलेला नकार; उलट, लष्करी पद्धतीने त्यांच्या शिक्षेचा अंमल व्हावा, अशी केलेली मागणी याने

कार्य आणखी कठीण झाले. व्हाइसरॉय शेवटपर्यंत विचलित होते, पण शेवटी ते पंजाबच्या ब्रिटिश अधिकाऱ्यांच्या दबावाला बळी पडले.

आपल्या क्रांतिकारी सहकाऱ्यांबाबतच्या घटनांबद्दल अगदी जवळून लक्ष ठेवून असणाऱ्या जतिंदरनाथ संन्याल यांनी पुढील मत व्यक्त केले आहे : 'लोकभावना आणि विशेषत्त्वाने महात्मा गांधींची विनंती याचा संभवतः मोठा प्रभाव व्हाइसरॉयला जाणवला होता. परंतु, भारतातील ब्रिटिश सत्तेचा खरा आधार, युरोपीय इम्पिरिअल सिव्हिल सर्व्हिस (आयसीएस) संवर्ग, फाशीची शिक्षा बदलण्याच्या भयंकर विरुद्ध होता. अखेर व्हाइसरॉय त्यांच्या दबावापुढे झुकले.'[२१]

भगतसिंगांना जेलमध्ये भेटण्यासाठी जात असताना असफ अलींबरोबर अरुणा असफ अली होत्या. फाशीची शिक्षा बदलण्याच्या प्रयत्नांकडे अगदी उत्कटपणे पाहणाऱ्या त्या आणखी एक व्यक्ती होत्या. या घटनांचे स्मरण करताना त्यांनी नंतर लिहिले आहे : 'गांधींची मध्यस्थी आयर्विनने एकदा जवळजवळ स्वीकारलीच होती. पण तेव्हाच्या पंजाबच्या राज्यपालाने राजीनाम्याचा इशारा दिला, अशी वंदता आहे.'[२२] पंजाबच्या वरिष्ठ अधिकाऱ्यांच्या राजीनाम्याची धमकी ही सर्वज्ञात बाब होती, ही गोष्ट कांतिकुमार, रॉबर्ट बार्ने आणि सी. सी. वेणू या समकालीनांच्या स्मृतींच्या लिखाणातूनही सूचित होते.[२३] *फ्री प्रेस*ची तार निःसंदेहपणे सांगते : 'विश्वसनीय सूत्रांकडून फ्री प्रेसला असे समजले आहे की, जरी लॉर्ड आयर्विन भगतसिंगांना फाशी देण्याच्या बाजूने नसला तरी, पंजाब सरकारच्या जवळजवळ सर्व ब्रिटिश अधिकाऱ्यांनी लॉर्ड आयर्विनला, जर त्याने फाशीची शिक्षा बदलली तर सामुदायिकपणे राजीनामे देण्याची धमकी दिली होती.'[२४]

सँडर्सची हत्या आणि क्रांतिकारकांच्या आगामी कारवाया यांनी भारतीय सेवेत असलेल्या ब्रिटिश अधिकाऱ्यांसमोर थेट आव्हान उभे केले होते. भगतसिंगांच्या प्रचंड लोकप्रियतेने त्यांच्या जखमांवर मीठच चोळले होते.

सरकारविरोधी सर्व चळवळींशी कोणत्याही प्रकारची तडजोड करण्यास ब्रिटिश नागरी सेवेतील अधिकाऱ्यांचा विरोध होता. तत्कालीन माहिती (इंटेलिजन्स) अहवालात, गांधी-आयर्विन कराराने त्यांना आणि सरकारच्या समर्थकांना निरुत्साही आणि उदास बनवले आहे. कारण त्यांनाही युद्धविराम संधीत सरकारला आपले वर्चस्व टिकवून ठेवण्यासाठी करण्याच्या सरकारी प्रयत्नांत निश्चयाचा अभाव दिसला.[२५]

भगतसिंग, राजगुरू आणि सुखदेव यांच्या फाशीची शिक्षा बदलण्याच्या संदर्भात असफ अली मिशनसारख्या शिक्षा बदलू शकण्याची शक्यता असणाऱ्या साऱ्या प्रयत्नांना त्यांनी सुरुंग लावले. 'या त्रयीला कराची अधिवेशनापूर्वी फाशी द्या' ही पंजाब सरकारची सूचना भीमटोला होती. कारण त्याने आयर्विनसमोर कोणतेही भक्कम कारण उरले नाही.

परंतु आयर्विन अजूनही अस्थिरचित्त आहे असे त्यांना समजले, तेव्हा त्यांना सामुदायिक राजीनामे देण्याची धमकी दिली. १५ एप्रिल १९३१ या दिवशी संपणाऱ्या पंधरवड्याचा सरकारी इंटेलिजन्स अहवाल मान्य करतो : 'या फाशींच्या शिक्षा अमलात आणणे, ही गोष्ट अधिकाऱ्यांना आणि सरकारच्या समर्थकांना अत्यावश्यक असणारे शक्तिवर्धक औषध होते, याबाबत कसलीही शंका नाही.'[२६]

सीतारामय्या, मीरा बहन, मॅडेलिन स्लेड, असफ अली आणि अरुणा असफ अली या गांधींच्या जवळच्या सहकाऱ्यांनी भगतसिंग प्रकरणात गांधींच्या प्रयत्नांची प्रशंसा केली आहे.

'गांधी-आयर्विन पत्रव्यवहाराचे सार आणि समकालीन पुरावा यांच्यावरून, गांधी भगतसिंगाचे प्राण वाचवण्याबाबत अत्यंत रुची घेत होते आणि त्याला फाशी देऊ नका, म्हणून आयर्विनकडे सातत्याने आर्जवे करत होते', असा निष्कर्ष विख्यात इतिहासकार व्ही. एन. दत्ताही काढतात. दत्ता यांच्या प्रतिपादनानुसार, गांधींची भूमिका समजून घेण्यासाठी त्यांच्या व्हाइसरॉयबरोबरच्या वाटाघाटींचा संबंध आपल्याला त्या वेळचे राजकीय वातावरण, लोकमताचा दबाव, व्हाइसरॉयची भूमिका आणि ब्रिटिश नोकरशाहीची कार्यप्रणाली आणि भारत व इंग्लंडमधील साम्राज्यवादी व्यवस्था यांच्याबरोबर जोडावा लागेल.[२७] अमितकुमार गुप्ता यांनी 'मार्च १९३१च्या फाशी, गांधी आणि आयर्विन' या नावाच्या शोधपत्रिकेत भगतसिंगांना वाचवण्याबाबतच्या गांधींच्या रणनीतीबाबत उत्कृष्ट विश्लेषण केले आहे :

> सरळ माफीची विनंती करण्याऐवजी गांधींनी फाशीची शिक्षा पुढे ढकलण्याची मागणी का केली? फेब्रुवारी १९३१मध्ये, प्रिव्ही काउन्सिलच्या निर्णयानंतर व्हाइसरॉयकडे केलेले शिक्षेत बदल करण्याबाबतच्या याचिकेचे भवितव्य केवळ असफल होण्याचीच शक्यता होती. शेवटी ही भगतसिंगांच्या देशप्रेमाची परीक्षा नव्हती. राजकीय गुन्हा कोणता आणि पूर्वनियोजित खून कोणता यावर न्यायाधिकरणाने निर्णय घेतला होता. कायदेशीरदृष्ट्या भगतसिंगांचा अपराध कुणीही नाकारला नव्हता; आणि भगतसिंग आणि त्यांचे सहकारी ही गोष्ट कधीही करणार नव्हते. माफी आणि देहदंड याबाबत भगतसिंगांचे स्वतःचे मत अगदी स्पष्ट होते... अशा परिस्थितीत ब्रिटिश व्हाइसरॉय न्यायालयीन दया दाखवण्याची शक्यता अगदीच धूसर होती. गांधी कायदा जाणत असल्याने ते त्यांच्या लक्षात आले होते. फाशीची शिक्षा झालेल्यांना वाचवण्यासाठी 'राजकीय दबाव वाढवणे' हा एकच पर्याय होता. लोकमताचा राजकीय दबाव आधीच निर्माण झाला होता; अन्यथा गांधी आणि आयर्विन चर्चेमध्ये हा मुद्दा उपस्थितच झाला नसता. गांधी, त्यांनी स्वतःच म्हटल्याप्रमाणे, गांधी-आयर्विन

कराराची फाशीची शिक्षा बदलणे ही अट ठेवू शकत होते. अर्थातच, तसे करण्याची त्यांची इच्छा नव्हती. त्यांची अनिच्छा ऐतिहासिक कराराच्या वचनाच्या संदर्भात समजून घेता येण्यासारखी होती; राष्ट्राच्या जीवनात असे करार अगदी क्वचितच होत असतात. एका राष्ट्राचे भवितव्य काही व्यक्तींच्या दैवासाठी पणाला लावता येत नाही. याशिवाय, गांधी आणि त्यांची कार्यकारी समिती, त्यांच्या अहिंसेप्रति असलेल्या प्रतिबद्धतेविरुद्ध जाऊन हिंसेचा पुरस्कार न्यायाने करू शकत नव्हती. वास्तविकपणे त्या काळात गांधींवर या कारणाने झालेली टीका अवाजवी वाटते. अशा प्रकारे जेव्हा पूर्वअट म्हणून दबाव टाकणे विसंगत दिसले. गांधींनी लोकमताच्या दडपणाला राजकीय खत घालण्याचे ठरवले असावे. त्यांनी असा विचार केला असेल की, जर कोणत्याही दुरन्वयी शक्यतेने, ते फाशींना स्थगिती मिळवू शकले तर सरकारला नंतर ही फाशी अमलात आणण्यात मोठ्या अडचणींचा सामना करावा लागेल. प्रारंभीच्या काळात मागण्या छोट्या ठेवल्या, तर वाटाघाटींमध्ये काही वेळा अंतिमतः मोठे यश मिळण्याची आशा असते. वरकरणी साध्या असणाऱ्या मागण्या व्हाइसरॉय कदाचित मान्य करेल, अशी गांधींची अटकळ होती.[२८]

आत्मनिरीक्षण करताना, भगतसिंगांना वाचवता आले असते की नाही, या प्रश्नांचा निपटारा भगतसिंगांच्या स्वतःच्या दृष्टिकोनातूनही करायला हवा. दीर्घ काळापासून अभिलाषा बाळगलेल्या त्यांच्या हौतात्म्याच्या आदर्शापासून वंचित होणे भगतसिंगांना आवडले असते का? ज्यांच्या राजकीय धर्माविरुद्ध १९२०ची क्रांतिकारी चळवळ जन्माला आली, त्या महात्मा गांधींच्या दयेने जगणे भगतसिंगांना आवडले असते का? अहिंसेविरुद्ध हिंसेचा पराभव या रूपाने ही गोष्ट क्रांतिकारी चळवळींचा प्रतिकात्मक पराभव ठरली नसती का? एका हुतात्म्याचे मरण या भगतसिंगांच्या दृढ निश्चयाची गांधींना जाणीव होती. भगतसिंगांना हे हौतात्म्य मिळण्यापासून रोखण्यात गांधींना यश मिळाले असते, तर देशप्रेमींच्या आकाशगंगेत भगतसिंगांना आज जे स्थान आहे, तेच स्थान मिळाले असते? कदाचित, या साऱ्या उत्तेजित करणाऱ्या प्रश्नांच्या अनुषंगाने, भगतसिंग, सुखदेव आणि राजगुरू यांनी २० मार्च १९३१ रोजी त्यांनी पंजाबच्या राज्यपालांना लिहिलेल्या 'दयेच्या अर्जात' त्यांना वाचवण्याच्या प्रयत्नांचे सारे दरवाजे बंद केले होते :

'...तुमच्या न्यायालयाच्या निवाड्याप्रमाणे आम्ही युद्ध छेडले आहे आणि म्हणून आम्ही युद्धकैदी आहोत. आणि आम्हांला तशीच वागणूक मिळायला हवी, अर्थातच आम्ही मागणी करतो की, आम्हांला फाशी देण्याऐवजी गोळ्या घालून ठार मारण्यात यावे.'[२९]

संदर्भ

1. D. G. Tendulkar, *Mahatma : Life of Mohandas Karamchand Gandhi*, Vol. III, 1930-34 (Delhi: Publication Division, Ministry of Information and Broadcasting, Government of India, 1961), p. 74.
2. One of his books was titled 'Gandhivad Ki Shav Pariksha' (Post-Mortem Examination of Gandhism).
3. Yashpal, *Simhavalokan*, (Allahabad: Lokabharati, 2005), pp. 404-405.
4. *Collected Works of Mahatma Gandhi*, Vol. X, p.112.
5. CWMG, Vol. XXXVIII, pp. 274-276.
6. CWMG, Vol. XLV, p. 273.
7. CWMG, Vol. XLV, p. 349.
8. CWMG, Vol. XLIII, p. 391.
9. CWMG, Vol. XLV, p.133.
10. CWMG, Vol. XLV, pp. 196-197.
11. CWMG, Vol. XLVI, pp. 51-52.
12. CWMG, Vol. XLV, pp. 315-316.
13. National Archives of India (NAI), Home Political File, 33/1 & KW, 1931.
14. Mahadev Desai's diary (page 171) quoted by Anil Nauriya in Mainstream, April 6, 1996, p. 30.
15. *Bhavisya*, Allahabad, 27 March 1931. Also published in Snehlata Sehgal (Tr.), op.cit. pp. 293-294.
16. Commonweal, Pune, 23 March 1949.
17. Bernays, a senior journalist, maintained a diary of his talks with a number of prominent Indian leaders and high ranking British officials. His diary, published in 1932, proved to be a sensitive and accurate chronicle of the events.
18. Robert Bernays, *Naked Faquir*, (New York: Henry Holt and Company, 1932), p. 213.
19. CWMG, Vol XLV, p. 320; Gandhi 1915-1948: A Detailed Chronology, compiled by C.B. Dalai, (New Delhi: Gandhi Peace Foundation, 1971), p. 87.
20. Gandhi 1915-1948: A Detailed Chronology, Ibid.
21. J.N. Sanyal, op. cit., p.74.
22. Aruna Asaf Ali, Fragments from the Past, Selected Writings and Speeches of Aruna Asaf Ali, (New Delhi: Patriot Publishers, 1989), p.102.
23. *Homage to Martyrs*, (Delhi: Shaheed Ardha Shatabdi Samaroh Samiti, 1981), Hindi Section, pp. 85-86; Robert Barnays, op. cit. pp. 211-212; C.S. Venu, Sirdar Bhagat Singh, 1931, Microfilm, N.A.I. , p. 48.
24. *Bhavisya*, 9 April 1931 (translated from Hindi)
25. *Terrorism in India*, 1917-1936, 1937, p. 42.

26. NAI, Home Political File, 18/IV/1931, 1931.
27. V.N. Datta's keynote address at the International Conference on 'Bhagat Singh and His Times' organised by the Indian Council of Historical Research in collaboration with the Institute of Punjab Studies, Chandigarh in September 2007. Excerpts from the address were published in The Tribune of December 23, 2007 under the title, 'Bhagat Singh Trial and Execution: Gandhi Tried His Best for Reprieve'. Datta has since revised and enlarged the address into a book-Gandhi and Bhagat Singh, (New Delhi: Rupa, 2008).
28. Amit Kumar Gupta, "The Executions of March 1931, Gandhi and Irwin", *Bengal: Past & Present*, Vol. XC, (January- June 1971), pp. 111-112.
29. Shiv Varma, *The Selected Writings of Shaheed Bhagat Singh*, (Kanpur: Samajvadi Sahitya Sadan, 1996), pp. 132 - 133.

सौजन्य : www.mkgandhi.org

संदर्भ पुस्तके

मराठी

१. *१८५७ चे स्वातंत्र्यसमर*, वि. दा. सावरकर

२. *जागर*, नरहर कुरुंदकर

३. *भगत सिंह : निवडक भाषणे व लेखन*, संपादक : डी. एन. गुप्ता, अनुवाद : रमेशचंद्र पाटकर

४. *शहीद भगत सिंह*, संकलन : डॉ. विवेक मॉन्टेरो, पुरुषोत्तम त्रिपाठी, डॉ. राम पुनियानी, डॉ. विवेक कोरडे, प्रकाशक : जनमुक्ती संघर्ष वाहिनी, मुंबई

५. *शिवरात्र*, नरहर कुरुंदकर

६. *शोध सावरकरांचा*, य. दि. फडके

७. *सावरकर-चरित्र*, शि. ल. करंदीकर

८. *स्वातंत्र्यवीर सावरकर : एक रहस्य*, द. न. गोखले

९. *स्वातंत्र्यवीर सावरकर*, धनंजय कीर, अनुवाद : द. पा. खांबोटे

१०. *हिंदुराष्ट्रदर्शन*, वि. दा. सावरकर

११. *हिंदुस्थानच्या स्वातंत्र्य चळवळीचा इतिहास*, डॉ. जयसिंगराव पवार

हिंदी

१. *आज का भारत*, रजनी पाम-दत्त

२. *उद्‌भावना*, भगत सिंह विशेषांक, डिसेंबर २००७

३. *क्रांतिकारी आंदोलन का वैचारिक इतिहास*, मन्मथनाथ गुप्त

४. *क्रांतिकारी भगत सिंह : व्यक्तित्व, विचारधारा और प्रासंगिकता*, चयनिका उनियाल पंडा

५. *क्रांतिकारी शहीद - चंद्रशेखर आझाद*, श्रीकृष्ण सरल

६. *गोदारण*, अंक ७, जानेवारी २००९, संपादक : अलोक सिंह
७. *भगत सिंह : एक ज्वलन्त इतिहास*, हंसराज रहबर
८. *भगत सिंह : व्यक्तित्व और विचारधारा*, गोपाल ठाकूर
९. *भगत सिंह और उनका युग*, मन्मथनाथ गुप्त
१०. *भगत सिंह और उनके साथियों के दस्तऐवज*, संपादन : सिंह जगमोहन व चमनलाल
११. *भगत सिंह और स्वतंत्रता संग्राम*, डॉ. रघुवीर सिंह
१२. *भगत सिंह की राह पर*, ए. बी. वर्धन
१३. *भगत सिंह पत्र और दस्तावेज*, वीरेंद्र सिंधु
१४. *भगत सिंह से दोस्ती*, संपादक : विकास नारायण राय
१५. *भारत का मुक्तिसंग्राम*, अयोध्या सिंह
१६. *भारत का स्वतंत्रता संग्राम*, बिपीन चंद्र
१७. *भारतीय क्रांतिकारी आंदोलन का इतिहास*, मन्मथनाथ गुप्त
१८. *भारतीय राष्ट्रीय आंदोलन का संक्षिप्त इतिहास*, अयोध्या सिंह
१९. *युगद्रष्टा भगत सिंह और उनके मृत्युंजय पुरखे*, वीरेंद्र सिंधु
२०. *सिंहावलोकन*, यशपाल
२१. *संस्मृतियाँ : क्रांतिकारी शहीदों के रेखाचित्र*, शिव वर्मा
२२. *साम्राज्यवाद का उदय और अस्त*, अयोध्या सिंह

इंग्लिश

1. *A Revolutionary History of Interwar India*, Kama Maclion
2. *History of Freedom Movement in India*, Part II, Ramesh Chandra Majumdar
3. *Penal Settlement in Andaman*, R. C. Majumdar
4. *Political Trouble in India, 1907-1917*, J. C. Ker
5. *Savarkar Myths and Facts*, Shamsul Islam
6. *The Week*, January 24, 2016
7. *Without Fear, The Life and Trial of Bhagat Singh*, Kuldip Nair
8. *Writings and Speeches of Saiyad Ahmad Khan*, compiled by Sham Mohemmad, Nachiket Publication Limited, Mumbai, 1972

लेखक परिचय

डॉ. विवेक दत्तात्रय कोरडे
बीएएमएस (मुंबई)

- सामाजिक आणि राजकीय परिवर्तनवादी चळवळीतील सक्रिय कार्यकर्ता
- मुंबई सर्वोदय मंडळ, जनमुक्ती संघर्ष वाहिनी या संघटनांमधून गेली ४० वर्षे कार्यरत
- संस्थापक अध्यक्ष, शिक्षण व्यापारीकरण विरोधी मंच
- संस्थापक, शहीद भगतसिंग स्मृती समिती
- प्रवक्ता, फ्रेंड्स ऑफ डेमोक्रसी
- महात्मा गांधी विचारांचे अभ्यासक
- प्रकाशित पुस्तके

  जातीयवादी राजकारणाचा अन्वयार्थ

  शहीद भगतसिंग : वैचारिक बंदुकांचे शेत

  गांधींची दुसरी हत्या

  गांधीहत्येचे राजकारण : आरएसएस आणि नथुराम गोडसे
- महाराष्ट्र टाइम्स, लोकसत्ता, दिव्य मराठी व इतर वर्तमानपत्रांतून आणि अन्य मासिकांतून लेखन
- व्याख्याने, परिसंवाद, चर्चासत्रे यात सहभाग
- संपर्क : ९८३३० ७५६०६

  इमेल : drvivekkorde@gmail.com

FCW - #0097 - 061026 - C0 - 216/140/10 - PB - 9789389834192 - Matt Lamination

സർ ആർതർ കോനൻ ഡോയ്ൽ

സർ ആർതർ ഇഗ്നേഷ്യസ് കോനൻ ഡോയ്ൽ 1859 മെയ് 22 ന് സ്കോട്ലന്റിലെ എഡിൻബറോയിൽ ജനിച്ചു. എഡിൻബറോ സർവകലാശാലയിലായിരുന്നു വിദ്യാഭ്യാസം (1876–1881). താൻ സൃഷ്ടിച്ച ഷെർലക് ഹോംസ് എന്ന കുറ്റാന്വേഷകനെ സംബന്ധിച്ച കഥകളിലൂടെയാണ് അദ്ദേഹം ലോകപ്രശസ്തി നേടിയത്. ഈ കഥകൾ, കുറ്റാന്വേഷണ കഥകളുടെ മേഖലയിലെ നാഴികക്കല്ലുകളായി വിലയിരുത്തപ്പെടുന്നു. ശാസ്ത്രകഥകൾ, ചരിത്രനോവലുകൾ, നാടകം, കവിത തുടങ്ങിയ വ്യത്യസ്ത മേഖലകളിൽ അദ്ദേഹം തന്റെ കഴിവ് തെളിയിച്ചിട്ടുണ്ട്. ഹോംസിന് പുറമെ, പ്രൊഫസർ ചാലഞ്ചർ എന്ന സാങ്കല്പിക കഥാപാത്രവും അദ്ദേഹത്തിന്റെ സൃഷ്ടിയാണ്. 1930 ജൂലായ് 7ന് 71ാം വയസ്സിൽ ഇംഗ്ലണ്ടിലെ ഈസ്റ്റ് സസ്സെക്സിൽ അന്തരിച്ചു.

വി. സുദർശനൻ

1948 ൽ കണ്ണൂരിൽ ജനിച്ചു. കണ്ണൂർ എസ്.എൻ, തലശ്ശേരി ബ്രണ്ണൻ, ഒറ്റപ്പാലം NSS ട്രെയിനിംഗ് കോളേജ് എന്നിവിടങ്ങളിൽ വിദ്യാഭ്യാസം. 1971 മുതൽ ചൊവ്വ ഹയർസെക്കണ്ടറി സ്കൂളിൽ അദ്ധ്യാപകൻ. 2004 ൽ പ്രിൻസിപ്പൽ സ്ഥാനത്തു നിന്ന് വിരമിച്ചു. ഇപ്പോൾ കൈരളി ബുക്സിൽ പത്രാധിപസമിതി അംഗമായി പ്രവർത്തിക്കുന്നു. തോട്ടട ഐ.ടി.ഐ. യുടെ സമീപത്തുള്ള ഗോൾഡൻ എൻക്ലേവ് എന്ന കോളനിയിൽ താമസം.

ഭാര്യ : വി. കെ. ജയശ്രീ

മക്കൾ : നിതിൻ സുദർശൻ (എഞ്ചിനീയർ, ഇംഗ്ലണ്ട്)
ഡോ. നികിൽ സുദർശൻ MRCP (ഇംഗ്ലണ്ട്)

Malayalam Language
Rakthavarnathil Oru Padanam
(Detective Novel)
by
Sir Arthur Conan Doyle

♦

Translated by
V Sudarsanan

♦

Published in February 2017
by Kairali Books Private Limited
Thalikkavu Road, Kannur.
Ph : 0497-2761200
E-Mail : Kairalibooksknr@gmail.com

♦

Cover Design
Alif Shah

♦

73/16-17/Sl.No.877/POD100/NS 18.6
ISBN.978-93-86197-52-8

സർ ആർതർ കോനൻ ഡോയ്ൽ

ഷെർലക് ഹോംസ് കഥകൾ

രക്തവർണത്തിൽ ഒരു പഠനം

വിവർത്തനം

വി. സുദർശനൻ

കൈരളി ബുക്സ്